तजेलदार कॅनव्हास

ज्ञानदा नाईक

मेहता पब्लिशिंग हाऊस

✆ +91 020-24476924 / 24460313

Email : info@mehtapublishinghouse.com
production@mehtapublishinghouse.com
sales@mehtapublishinghouse.com

Website : www.mehtapublishinghouse.com

- *या पुस्तकातील लेखकाची मते, घटना, वर्णने ही त्या लेखकाची असून त्याच्याशी प्रकाशक सहमत असतीलच असे नाही.*

TAJELDAR CANVASby DNYANADA NAIK

तजेलदार कॅनव्हास / ललित लेखसंग्रह

© ज्ञानदा नाईक
११०/१०, अक्षर, इनकमटॅक्स लेन नं. १४, ७वा बंगला,
एरंडवणे, पुणे – ४११०३८.

प्रकाशक : सुनील अनिल मेहता, मेहता पब्लिशिंग हाऊस,
१९४१ सदाशिव पेठ, माडीवाले कॉलनी, पुणे - ४११०३०.

मुखपृष्ठ : चंद्रमोहन कुलकर्णी

प्रथमावृत्ती : ४ नोव्हेंबर, २०१३

ISBN 978-81-8498-511-5

माझे पती,
मुकुंद नाईक यांना –

तुम्ही केलेल्या कौतुकाची उणीव
आता सदैव जाणवत राहील!

– ज्ञानदा

अंतरंग

नियतकालिकात नियमित लेखन करणे, हे लेखकासमोर एक आव्हान असते. वेळेचे बंधन तर असतेच. समयाची चौकट आणि विचारांचे तसेच कल्पनेचे अवकाश यांत लेखकाची कसोटी असते. त्याची लेखणी या दोन्हींमध्ये विहरत असते. कधी लटपटत असते; शब्दांचे, आशयाचे अंबार मनात रचत असताना कुठेतरी धडपडतही असते. अशा वेळी अंतर्यामीची ज्योत काजळी चढू न देता पाजळायची असते. वाऱ्यापासून सांभाळायची असते. व्यासंग, चिंतन-मनन, बाहेरील व्यवधानांचे प्रभंजन आणि संपूर्ण समर्पण अशी विरोधाभासाची एक लय सांभाळतच 'अक्षरं' अवतरतात. ज्ञानदा नाईकांची लेखणी या सर्व पातळ्यांवरून लीलया विहरते. मालिकांच्या रूपाने आलेल्या लेखांचा आलेख पाहिला तर त्याचे प्रत्यंतर येते.

व्यंकटेश माडगूळकर यांच्या कन्या असल्याने त्या अक्षरांच्या सावलीत वाढल्या आहेत. अक्षरांबरोबरच चित्रकलेच्या लिपीशीही त्यांची मैत्री आहे. निसर्ग आणि मानवी जीवनाचं दृढ नातं ज्ञानदा नाईक यांच्याशी व्यंकटेश माडगूळकर यांच्यासारख्या प्रतिभावंत वडिलांच्या संस्कारातून, उपजत प्रेरणेतून जोडलेले आहे. वडिलांचा समृद्ध ग्रंथसंग्रह आणि समाज यांचा ऋणानुबंध त्यांच्याशी जुळलेला आहे. याच्या खुणा त्यांच्या चिंतनातून शोधता येतात.

या छोटेखानी लेखांचा हा संग्रह आशयसंपन्न, समृद्ध अनुभवांचा शोभादर्शक आहे. संवेदनशीलता हा त्यांचा आत्मा आहे.

'एक कलापूर्ण बांधकाम' या लेखात एडिथ हॉल्डन या लेखिकेच्या पुस्तकातले इंग्लंडच्या ऋतुचक्राचे वर्णन वाचता-वाचता ज्ञानदा नाईक शेजारच्या 'गुलमोहर'च्या झाडावरच्या पडणाऱ्या घावातून एका वेगळ्याच गोष्टीकडे आपले लक्ष वेधतात, 'ती म्हणजे कोणतेही झाड वास्तुशास्त्राच्या दृष्टीने एक कलापूर्ण बांधकाम असते', ही होय.

'जमिनीत पाय घट्ट रोवून आकाशात मान उंचावणाऱ्या झाडाचे मूळ, खोड, फांद्या असा विस्तार एखाद्या विलोभनीय वास्तूसारखा, रचनेसारखा असतो... झाडाला मिळालेला तोल, आकार पाहून यामागे उत्तम रचना आहे हे ध्यानात येते, मग एखादी जरी फांदी तोडली तरी सगळा तोल बिघडून जातो....'

'समाजरचना', 'वृक्षराजी', 'नगररचना', 'मानवी जीवन', 'निसर्ग' अशी सुंदर आकृती बेसुमार बांधकाम आणि वृक्षांची निर्दय तोड यामुळे विस्कटून चालली आहे, हे अत्यंत सूचकपणे या लेखांतून सांगितलेले आहे. राजस्थानातल्या झाडांसाठी प्राणार्पण करणाऱ्या विष्णोईंची कथा आणि 'चिपको' आंदोलनाच्या सुंदरलाल बहुगुणांची आधुनिक सत्यकथा यांचे संदर्भही लेखांच्या प्रवाहात आहेत. एखाद्या रेखाचित्रांसारखे हे 'शब्दचित्र' तुमचे मन खिळवून ठेवते.

जहांगीर आर्ट गॅलरीत चित्र प्रदर्शन पाहण्यासाठी दिलेल्या भेटीतून लेखिका रंगरेषांचे, त्यातल्या आशयाचे, सांस्कृतिक, सामाजिक संदर्भाचे विश्व आपल्या ओंजळीत टाकून जाते. कला आणि सामाजिक प्रश्न यांचा विचार आणि कलास्वाद अशा भोवऱ्यात भोवंडून गेलेली लेखिका एक सोपं, सहज, सुंदर सूत्र सांगून जाते.

'आपण आनंदाच्या शोधात भटकत असतो... पण आनंद शोधणंच मुळी चुकीचं आहे. तो आपल्या आतच असतो...' रंगरेषांवर नितांत प्रेम करणाऱ्या लेखिकेने चित्रकलेसंबंधीचे चिंतन, निरीक्षण मुक्तपणे लिहिलेले दिसते. केरळच्या प्रवासात राजा रविवर्मा यांची चित्रे असलेले कलादालन पाहता-पाहता सोलापूरच्या शुभरायानी चितारलेली पोथ्यांमधील चित्रे त्या आठवतात, तसेच चौदाव्या शतकातल्या इटालियन चित्रकार जोतो (Giotto)च्या कलाकृतींबद्दल त्या सांगतात. राजा रविवर्मा यांच्या जीवनाचे काही रंगही त्या टिपतात... लेखाच्या चित्रात रंग भरतात....

बियाट्रिक्स पॉटरची कथा सांगताना भारताच्या निसर्गाच्या ऱ्हासाविषयी तळमळून बोलतात.

'गॉन विथ द विंड'च्या मार्गरेट मिश्चेल, 'गदिमांचा जोगिया', 'जन्मठेपेची कैद भोगून बाहेर पडलेल्या बंदिनीची आर्त पुकार', 'आर्याचे पक्षी'मध्ये बालमनाला कळलेले पक्ष्याच्या मरणाचे वास्तव; दूर खेड्यातल्या मुलांच्या कुंचल्यातून उतरलेली चित्रे, ज्ञानेश्वरीच्या जन्माची खूण, पैसाचा खांब आणि त्याभोवतीचे भावविश्व असा 'शब्द', 'आकृती', 'रंग' आणि भावनांचा सुरेख 'कोलाज' आपल्याला पाहायला, अनुभवायला मिळतो.

या लेखांच्या मालिकेत वेगळेपणाने उठून दिसणारा लेख म्हणजे 'अमिश'. अमेरिका वर्णन हे आज नवीन नाही. पण 'अमिश' आपल्याला अमेरिकेचा आगळावेगळा चेहरा दाखवून जातो, मात्र हे प्रवासवर्णन एका वेगळ्या जीवनशैलीचे दर्शन आहे.

अजिंठ्याच्या कलेबद्दल कला-समीक्षकांनी, साहित्यिकांनी विपुल लिहिलेले आहे. ज्ञानदा नाईक 'दगडावर साठवलेलं रंगाचं आभाळ' या लेखात तेथील छायाप्रकाशाच्या खेळाबद्दल, तेथील शांततेबद्दल लिहिता-लिहिता २२०० वर्षांपूर्वीच्या कालखंडात घेऊन जातात. डोंगरकड्यावर जाऊन भर उन्हात हात चालवणाऱ्या

अनाम शिल्पीला भेटवतात, तर गोव्याच्या भूमीतल्या साध्या माणसांच्या सुख-दु:खाशी, निसर्गाशी लागलेली लय, त्यांची स्पंदने अनुभवतात. उत्कटता, संवेदनशीलता आणि वैचारिक जागरूकता यांचा संयमी समतोल त्या शब्दांतून सहज साधतात.

सदर लेखनात प्रत्येक वेळी नित्य-नवे काही द्यावे-मिळावे अशी लेखकाला व वाचकांनाही ओढ असते. ज्ञानदा नाईक यांच्या लेखनातून ही नवेपणाची झिलई दिसतेच, पण मनातला निसर्गप्रेमाचा, रंगरेषांचा, मानवी दु:खाचा सूर दूर रेंगाळत राहतो. 'सामाजिक बांधीलकी' असे गुळगुळीत शब्द न वापरताही लेखिका समाजाचे भान स्वाभाविकपणे जागवते. 'आंतरिक उमाळा', 'आक्रोश', 'स्पंदने' यांचा संयमित समतोल नकळत साधते. अद्वितीय अशा माडगूळकर बंधुद्वयांच्या लेखनाच्या चित्रमय शैलीचा वारसा सांगणाऱ्या ज्ञानदा नाईक यांची स्वतंत्र लेखणी हृदयाचा ठाव घेते. माडगूळकर हे खरे 'स्टोरी टेलर' म्हणजे गोष्टीवेल्हाळ! मराठी मनावर राज्य करणारे साहित्यिक. ज्ञानदा नाईक यांच्या लेखांत या उत्कंठावर्धक कथनशैलीचा सुंदर प्रभाव आहे, त्यामुळे त्यांचे लेखन चटकन समोरच्या श्रोत्यांचे होते, वाचकांचे होते. समग्र लेखांमधली ही कथाकथनाची गोडी मुळातूनच चाखावी अशी आहे....

— सुलभा तेरणीकर

लेखानुक्रम

रूप पाहुनिया डोळा...

'आम्ही वैकुंठवासी। आलो याच कारणासी।'

'तो ताल, ती लय माझ्या अंगात घुमू लागली. त्या तल्लीन अवस्थेतच मी गाभाऱ्यात शिरले. सुख आणि वेदना, जीवन आणि मृत्यू, ज्ञान आणि भाबडेपणा, कर्मनिष्ठा आणि भक्तियोग या साऱ्याचे चिरंतन प्रतीक असलेल्या ज्ञानेश्वरीची जन्मखूण समोर उभी होती. ओबडधोबड पाषाणी खांब... याने आधार दिला होता, त्या ज्ञानवंताच्या पाठीला....'

नेवासे... दोन नद्यांमधलं साधसं गाव. भोवती गोदावरी नदी आणि प्रवरा नदी. 'वरा' किंवा 'पापहरा' असा हिचा उल्लेख पुराणात आहे. म्हणून ती प्रवरा!

महाराष्ट्रातलं कुठलंही गाव असावं तसंच हे गाव. पडकी खोपटं, दगडमातीचे तापलेले रस्ते, उजाड माळावर उभ्या बोरी-बाभळी, तरटी, काटेरिंगणी, दारिद्र्य, धूळ आणि रणरणतं ऊन.

या गावाचे स्थान त्रिकालाबाधित आहे. याला पौराणिक महत्त्व आहे. पुराणात याबद्दल कथा आहेत. हे ग्राम मानववंशशास्त्राचा ग्रंथच आहे. याचा इतिहास मोठा आहे आणि आजच्या भाविक मनावर हे गाव राज्य करतं.

नेवाशात मोहनीराजाचे देऊळ आहे. 'मोहनीराज' म्हणजे महामाया. अमृतासाठी देव-दैत्यात भांडण झालं, तेव्हा विष्णूने आदिमायेचे रूप घेतलं. ती 'आदिमाया' म्हणजे मोहनीराज नेवाशाला विसावते.

अश्मयुगीन मानव इथं राहिला आहे. त्या भटक्या, शिकारी मानवाने ज्याच्या मांसावर आपली गुजराण केली असेल, अशा आज अस्तित्वात नसलेल्या काही जनावरांची हाडे, जबडे इथं सापडले. त्यांच्या अस्तित्वाचा कालखंड निश्चित केला गेलाय, इ.स.पूर्व दोन लक्ष वर्षं; इतका तो प्राचीन आहे. त्या आदिमानवाची मी

वारस. आज इथल्या मातीला स्पर्श करत होते.

इथं एक लांबोडं टेकाड उभं आहे. तिथं वस्ती होती, ताम्रपाषाणयुगीन लोकांची. इ.स.पूर्व १५००च्या आसपासचा काळ. इथं होता; चिकणमातीचा काळाभोर थर. तो पाहून माणूस स्थायिक झाला. त्याने घरं बनवली. हाताने मडकी, मोठे रांजण बनवले. 'माणूस जात्याच कलासक्त!' या ताम्रपाषाणयुगीन माणसाने मातीच्या भांड्यांवर कुत्र्यांची, हरिणांची चित्रं रंगवली. कलेने जीवन सुंदर बनवण्याचा आपला सोस पुरातनच!

या टेकाडाला पुन्हा झगमगता काळ आला; तो इ.स.पूर्व पहिलं शतक ते तिसरं शतक. सातवाहनांच्या राजवटीचा काळ. नेवाशाचा संबंध त्या वेळी रोमन साम्राज्याशीही आला होता, याचे पुरावे या मातीने जपलेत. रोमन खापरं, सातवाहन राजांची नाणी, तांब्याची थाळी, मातीचे अर्चनाकुंड, घरं, स्फटिक, काच, हस्तिदंत यांचे दागिनेही इथे मिळाले. प्रगत संस्कृतीच्या साऱ्या खुणा. मांस भाजून खाणारा माणूस सुसंस्कृत झाला तसा शरीराचे, जिभेचे चोचले पुरवू लागला होता. याची साक्ष देतात इथं मिळालेले दगडी पाटे-वरवंटे, दाठणाची वा दळणाची जाती. इसवी सन चौदाव्या-पंधराव्या शतकातल्या मुसलमानी कालखंडाचे भग्नावशेष पुढे इथं आलेल्या दारिद्र्याच्या कहाण्या सांगतात. हलक्या दर्जाची खापरं, फुटके मणी, तुटक्या बांगड्या....

या प्राचीन नगरीने काळाचे सारे 'पाऊलठसे' उरीपोटी जपले आहेत. अनादी काळाशी जुळलेली आपली नाळ इथं पुरलेली आहे, म्हणूनच मनाचे झंकार थेट त्या अश्मयुगीन मानवाशी नेऊन भिडवण्याची ताकद या क्षेत्रात आहे.

आणि अर्वाचीन काळातलं तर काय बोलावं. या नेवाशात पाय ठेवताक्षणी भाविक मन हातात जोडे घेऊनच आदराने चालू लागते. इथल्या हवेतला गंध, इथल्या धुळीचा कण, मातीचा स्पर्श, इथल्या चराचरांतला अणूरेणू ज्ञानेश्वरीच्या ओवी गातो. महाराष्ट्राच्या घराघरांतून जी ज्ञानेश्वरी जागते, भजनदिंड्यांतून गाजते, भाविकांच्या मनात रुणझुणते; तिच्या जन्माची खूण इथं आहे. इथंच तो वाग्यज्ञ झाला. प्रत्यक्ष विश्वात्मक देवाला आवतण धाडलं गेलं आणि इथंच तो ज्ञानियांचा राजा 'सुखिया' झाला.

त्या विलक्षण कवी योग्याने कोवळ्या वयामध्ये ज्या खांबाला टेकून शांत स्वराने ज्ञानेश्वरी वदली तो खांब. 'पैसाचा खांब.' पैसा म्हणजे 'अवकाश-आकाश.' हा खांब आहे, 'मेणाहुनी मऊ आणि वज्रास भेदू ऐसा कठीण.' नेवाशात मी शिरले आणि पावलं वाट चालू लागली, ती या पैसाच्या खांबाची. शतकानुशतकं अवघ्या अवकाशाचे टेकण झालेला हा 'पैसाचा खांब' स्थिरचित्त उभा आहे. भाविक या खांबाला चिद्‌भेटीची मिठी घालतो. हा खांब त्याच्या हृदयात जीवनाचे चिरंतन तत्त्व अबाधित राखतो.

मीही निघाले होते, या अणूरेणूहून थोकड्या आणि आकाशाएवढ्या खांबाचे दर्शन घ्यायला. वाटेत गावचा बाजार लागला. रस्त्याच्या दुतर्फा ओळीने मांडलेली नानाविध दुकाने. त्यात वाणसौद्याची दुकाने होती. भलंमोठं कुंकू लावलेली चित्रासारखी देखणी बाई – कुंकू, बांगड्या, पोत, सुईदोरे, आरसे मांडून बसली होती. मिठाईच्या, गुडीशेवेच्या ढिगांवर माशा घोंगावत होत्या. शिवलेले कपडे, कापड समोर मांडून कुणी बसलं होतं. तपेली – भांड्यांचे उंच ढीग उन्हात चकाकत होते. चेहऱ्यावर सुरकुत्यांचे जाळं असलेला म्हातारा वाखाचे दोर विकत होता. 'ट्रँजिस्टर' गळे काढत होते. कोलाहल, गजबजाटाने बाजाराच्या चित्रात रंग भरले होते.

जरा पुढं गेल्यावर पत्र्यांच्या छोट्या टपऱ्या दिसल्या. पुढ्यात अनेक दगडी मूर्ती पसरलेल्या. ज्ञानेश्वरांच्या ओढीने निघालेली माझी पावलं कुतूहलाने थबकली. शंकराची पिंडी, हनुमानाची मूर्ती, नंदी, विठोबा-रखुमाई आणि थोडी दळणाची जाती. 'हनुमान रामासमोरच हवा, नंदी पिंडीसमोर हवा', असा नियम इथं नव्हता. सारी मंडळी गुण्यागोविंदाने एकत्र नांदत होती. एक मूर्तिकार छिन्नी चालवत होता. दगडाचे इवले-इवले टवके उडत होते. दाढी आणि चेहऱ्यावरून तो मुसलमान वाटला. मी विचारलं, 'इथं मूर्तिव्यवसाय पिढीजात चाललाय का? इथल्या दगडाची काही वैशिष्ट्ये आहेत का?'

त्याने उत्तर दिलं नाही. मला वरपासून खालपर्यंत पाहिलं. रेशमी साडी, डोळ्याला काळा चश्मा, आखूड केस. त्याच्या चेहऱ्यावरील भाव बदलत गेले.

धंदेवाईक आवाजात तो म्हणाला, 'मारुती दोन हजार, पिंड आणि नंदीला तीन हजार' आणि... त्याने बाजूला तोंड करून पिंक टाकली.

मूर्ती ओबडधोबड आणि सामान्य होत्या. मला त्यात रस वाटला नाही. नेवाशासारख्या पवित्र स्थानावरून मूर्ती आणून आपल्या गावातल्या देवळात त्यांची प्रतिष्ठापना करणाऱ्या भक्तमंडळींपैकी मी नाही, हे एव्हाना त्याच्या चाणाक्ष नजरेत आलं असावं. तो न बोलता माघारी आपल्या कामाकडे वळला. मी पुढं निघाले.

देवळापाशी आम्ही पोहोचलो. बाहेर भिकारी, अंध-अपंगांची माळ नव्हती. साधू, बैरागी नव्हते. गलिच्छपणा नव्हता. कर्कश्श कोलाहल नव्हता. कमानीतून आत शिरले. प्रशस्त आवार, चहूकडे वाळू पसरलेली मध्ये भव्य वृक्ष. देवळाची इमारत आधुनिक. पैसाच्या खांबाच्या प्रतिमेशी विसंगत वाटावी अशी.

पायऱ्या चढले. बाहेर ध्वनिक्षेपकावरून आत चाललेलं भजन ऐकू येत होतं. देवळाबाहेरचे दृश्य पाहून वाटणाऱ्या प्रसन्नतेला त्या आवाजाने चरे ओढले गेले. देवळात भला थोरला मंडप होता. ध्वनिप्रक्षेपकासमोर उभं राहून दहा-बारा वारकरी भजनात तल्लीन झाले होते. मुख्य गायकाच्या खांद्यावर वीणा होती. समोर भक्तजन. त्यात म्हातारे, बाया-बापड्या, पोरं-सोरं सारे होते. वीणा खाली ठेवली जात नव्हती.

एकाचा आवाज थकला की, वीणा दुसऱ्याच्या खांद्यावर जाई. कुणी प्रेक्षकांत वा गाणाऱ्यांत नव्याने सामील झालं की, आधी भजन म्हणणाऱ्यांच्या पायाला दोन्ही हात लावून पाया पडत होते.

इथं मीपणा नव्हता, अहंता नव्हती. 'पंढरीच्या लोका नाही अभिमान, पाया पडती जन एकमेका...' असा विनम्र भाव होता. सातशेहून अधिक वर्षांपूर्वी ज्ञानदेवांनी ज्याचा पाया रचला त्या भागवत धर्माने सांगितलेले हे 'नुरलेपण' आजही वारकऱ्यांनी जतन केलं आहे.

खडबडीतपणा, रांगडेपणा आणि ओबडधोबडपणामध्ये हे मार्दव, ही नम्रता त्या बालयोग्याने निर्माण केली.

पिढ्यान्‌पिढ्या ती जपली गेली. हे पाहता-पाहता तेच मार्दव, तीच नम्रता नकळत माझ्यात भरून राहिली.

'योगिया दुर्लभ तो म्या देखिला साजणी। पाहता-पाहता मना न पुरे धणी।'
अशी गत झाली.

पूर्वापार चालत आलेला हा 'भागवतधर्म' म्हणजे भक्तिपंथ. ज्ञानेश्वरांनी त्यातला आशय अधिक सखोल, व्यापक केला.

'क्रियाजात मियां जालेपणे। घडे काहि चि न करणे।
तेया चि नाव पूजणे। खुणेचे माझे।।' (१८-११७२)

मी गर्भागारासमोरच्या दगडी कासवापाशी बसले होते. प्रत्येक देवळात हे कासव का? ...तर कूर्मावतारात परमेश्वराने पृथ्वी सावरली. देऊळ जर खचू लागलं, तर हे कूर्म ते आपल्या पाठीवर तोलून धरेल म्हणून. समोरची भजनीमंडळी आता नाचू लागली होती. चिपळ्या, टाळ, मृदुंगाचा गजर चालला होता. तो दिवस तुकाराम बीजेचा होता.

'आम्ही वैकुंठवासी। आलो याच कारणासी।'

तो ताल, ती लय माझ्या अंगात घुमू लागली. त्या तल्लीन अवस्थेतच मी गाभाऱ्यात शिरले. 'सुख आणि वेदना', 'जीवन आणि मृत्यू', 'ज्ञान आणि भाबडेपणा', 'कर्मनिष्ठा आणि भक्तियोग' या साऱ्यांचे चिरंतन प्रतीक असलेल्या ज्ञानेश्वरीची जन्मखूण समोर उभी होती. छोटा पाषाणी खांब. ना कोरीव कौशल्य, ना भव्यता! पण याने आधार दिला होता, त्या ज्ञानवंताच्या पाठीला. त्या खांबावर सूर्य आणि चंद्राची प्रतिमा कोरलेली दिसली. 'यावत्‌चंद्र दिवाकरौ' राहणाऱ्या ज्ञानेश्वरीचीच

जणू ग्वाही. तिच्यातील साऱ्या भावसृष्टीचं, सामर्थ्याचं, सर्जनाचे आणि शीतल प्रतिभेचे प्रतीक. मी त्या खांबाला मिठी घातली. भेटले. उराउरी भेटले. जागृती, सुषुप्ती, स्वप्न, तिन्ही अवस्था एकत्र अनुभवायला आल्या. भाग गेला, शीण गेला, अवघा झाला आनंद –

'रूप येऊनिया डोळा बैसले वो।
पाहे तव परब्रह्म भासले वो।'

साऱ्या शरीरात स्पंदनं उठत राहिली. इथं मनात विरागी वृत्ती जागली नाही, कारण ज्ञान-भक्ती-कर्म यांची एकतानता पाहणाऱ्या त्या योग्याची ही कर्मभूमी, उलट काहीतरी प्राणपणाने करत राहावं, आयुष्य सार्थ करावं अशी प्रेरणा मनात जागली. ही तर जीवनविषयक जाणीव होती. आंतरजीवनाची उकल होती. आत्मप्रतीती होती.

उरी पेटलेली ती ज्योत देहाच्या ओंजळीत जपत मी देवळाबाहेर पडले.

सत्याग्रही विचारधारा (मे, १९९८)

चंदनी कप्पा

'प्रत्येकाच्या मनात बालपणीच्या आठवणींचा चंदनी कप्पा असतो. बऱ्याच गोष्टी त्या कप्प्यात पंजे चाटत, निमूट पेंगत असतात. त्या गोष्टींचा छोटा ढीग उलथापालथा केला, तर वाचनवेडाच्या कळत्या वयात मनापासून खूप आवडलेले एखादे पुस्तक सापडते... बऱ्याचदा ते आपल्या जीवनाच्या भविष्यकाळाचा भाग बनून गेलेले असते. तर कित्येकदा संपूर्ण आयुष्याचाच अविभाज्य भाग होऊन बसलेले असते....'

'कला, शास्त्र, राजकारण, उद्योग, प्रशासन' सगळ्याच क्षेत्रांतल्या व्यक्तींना लहान वयात कुठल्या ना कुठल्या पुस्तकाने भुरळ घातलेली असते. ते बहुधा बालवाङ्मयातले पुस्तक असते किंवा मोठ्यांसाठी असलेल्या अनेक पृष्ठांच्या जाडजूड कादंबरीचे संक्षिप्त रूपांतर असते.

हल्ली आणखी एक वेगळा प्रकार म्हणजे एखाद्या अभिजात पुस्तकाची कॉमिक्स वा चित्रकथा वाचनात येते आणि हृदयात कायमचे घर करून बसते. माझ्या दहा वर्षांच्या मुलीने फ्रेंच कांदबरीकार व्हिक्टर ह्युगोच्या 'ले मिझराब्ल' कादंबरीचे छोटुकले कॉमिक्स वाचले.

माझ्या वडिलांना म्हणाली, 'तात्याआजोबा, मला 'द मिझरेबल्स' हे पुस्तक वाचायचे आहे, आणून द्याल का?' वडील चकित झाले. त्यांना नातीचे खूप कौतुकही वाटले.

शोधून त्यांनी ते पुस्तक मिळवले. हार्डबाउंड पुस्तक होते. सुरेख कोरा वास येत होता त्याचा. पहिल्या पानावर आपल्या वळणदार, मोत्यासारख्या घाटदार रेखीव अक्षरांत त्यांनी लिहिले –

प्रिय चि. बिंटूलीस,

'पुस्तक आज वाच. अर्थ मोठी झालीस की कळेल.'

मजकुराखाली वळसेदार सही.

तुझा, तात्या आजोबा. (व्यंकटेश माडगूळकर)

बिंटाने ते पुस्तक मन:पूर्वक वाचले. मोठी होत असतानाही ते पुस्तक वाचताना ती अनेकदा दिसायची. कधी झाडाखाली, कधी झोक्यावर, कधी कोचावर पाय दुमडून ती 'व्हिक्टर ह्युगो'चे पुस्तक वाचे. आज बिंटा मोठी झाली आहे. सामाजिक शास्त्रातली 'मास्टर्स डिग्री' मिळवून ती समाजकार्य करण्यात गुंतली आहे. लहानपणापासून तिच्या जीवनाचा एक भागच बनून गेलेल्या पुस्तकाचाही हा परिणाम असेल. बालवयात वाचलेल्या एका 'कॉमिक बुक'ने एका बालसाहित्याने; तिच्या संपूर्ण आयुष्याला दिशा दिली.

मी गेली वीस वर्षे बालवाङ्मयाच्या प्रांतात आहे. मुलांसाठी पंचवीस वर्षे एका मासिकाचे संपादन केले. भारतीय पातळीवर काम करणाऱ्या बालचित्र संस्थेसाठी बालचित्रपट तयार केले. बालसंस्था, प्राथमिक, माध्यमिक, उच्च माध्यमिक शाळांमधून भाषणांद्वारा बालसाहित्याबद्दलचे विचार मांडले. परदेशात व देशात बालसाहित्यिकांच्या सेमिनार्समध्ये सक्रिय सहभाग घेतला. हे सारे चालू असताना हजारो लोकांशी त्यांनी लहानपणी वाचलेल्या, त्यांना आवडलेल्या आणि त्यांच्यावर परिणाम केलेल्या पुस्तकांबाबत आणि त्या अनुषंगाने त्यांच्या अनुभवांबाबत सहजच चर्चा घडायची. ही मंडळी विविध क्षेत्रांतील होती. कुणी चित्रपट, टी.व्ही. मालिकेत काम करणारे अभिनेते होते, कुणी लष्करात अधिकारी होते. कुणी संशोधक, कुणी स्वतंत्र व्यावसायिक, कुणी पक्षितज्ज्ञ, कुणी वेगळी शाळा काढून त्यासाठी आयुष्य समर्पित केलेले पती-पत्नी... कितीतरी जणं. लहानपणी वाचलेल्या, मनात रूतून बसलेल्या पुस्तकांचा विषय निघाला की, भान विसरून भरभरून बोलणारी असंख्य माणसे मला भेटली. अजून भेटत राहतात.

कुणी म्हणते, पुस्तकांमुळे मला इतर जगाची ओळख झाली. माझ्या सभोवतीचे जग सोडून इतर वेगळे जीवन अस्तित्वात आहे, याचे भान आले. एक पत्रकार आणि लेखक म्हणाले, 'मला लहानपणी वाचलेल्या पुस्तकात सगळ्यात जास्त आवडायची ती गोष्टींची पुस्तके. त्या गोष्टींच्या सृष्टीतच मी जगायचो. त्या गोष्टींनी मला मोठेपणी कथालेखनाचे भव्य दालन उघडून दिले. मी कथालेखक झालो.' एक चित्रकार म्हणाले, 'बालवयातल्या वाचनातून मला उमजले की, मला जशा वेगळ्या आणि विलक्षण कल्पना सुचतात, तसा वेगळा विचार करणाऱ्या इतर काही व्यक्ती आहेत. त्यांच्या काही कल्पना इतरांना रुचतात, तर काही कल्पना स्वीकारल्या जात

नाहीत'. शिक्षणक्षेत्रात काम करणाऱ्या एक बाई म्हणाल्या, 'लहानपणी वाचलेल्या पुस्तकांमुळे मला माणसे, देश, संस्कृती या गोष्टींमध्ये रुची निर्माण झाली'. 'कल्पनाशक्ती वापरून आपण स्वत:चे जग निर्माण करू शकतो किंवा आपल्याला हवे तसे बदलू शकतो, हे मला कुमारवयात केलेल्या वाचनामुळे समजले', असे एक ॲडव्होकेट मोठ्या ठामपणे सांगत होते. बालसाहित्य लिहिण्यासाठी खूप प्रसिद्ध असलेल्या आणि मुलांच्या आवडत्या लेखिका म्हणाल्या, 'लहानपणी आई मला घराजवळच्या वाचनालयात तिच्याबरोबर घेऊन जायची. मी पुस्तकं धुंडाळायचे, हाताळायचे, चित्रे पाहायचे. त्यातल्या गोष्टीच फक्त वाचायचे नाहीतर त्या पुस्तकांचा स्पर्श, त्यांचा वास मला आवडायचा. मी पुस्तक घरी आणले की, कुठेतरी खबदाडीत लपवायचे, त्यामुळे आई ते वाचनालयात परत करणार नाही, असे मला वाटायचे. लहानपणात वाचलेल्या पुस्तकांनी मला स्वत:ला आणि इतरांना जाणून घ्यायला शिकवले.'

खरंय. अगदी संवेदनशील वयात केलेले वाचन आपल्याला चौकस व्हायला शिकवते. कुठलीही गोष्ट स्वीकारण्यापूर्वी शंकाकुशंकांचे निराकरण करणे गरजेचे आहे, हे वाचनातून कळते. कुठलीच गोष्ट डोळे मिटून स्वीकारायची नाही, हे शिक्षण मिळते. इतरांना मदत करावी, दुसऱ्यांचा आधी विचार करावा, मैत्री जपावी, दारिद्र्य, दु:ख, वेदना यांचा स्वीकार, त्याबद्दल सहसंवेदना असावी, आत्मसन्मान, अभिमान, सत्य, धैर्य या गुणांबद्दल आदर वाटावा... अशा कितीतरी गोष्टी आपण अगदी कोवळ्या वयात पुस्तकांच्या जगातून नकळत आत्मसात करतो.

कुठल्याही वयात मोठा विसावा घेऊन, स्वत:शीच शांतपणे संवाद करून पाहा, मनाच्या डोहात डुबकी घेऊन तळाशी गेलात, तर वाचनातून मिळालेली दौलत सापडेल. सौंदर्याची जाणीव विकसित झाली, बौद्धिक आणि सर्जनशील विकास झाला, त्याला कारणीभूत हे वाचनच ठरले. 'जीवन कसे जगावे', याचे मूल्याधिष्ठित भान आले, ते बालवयातल्या, किशोर आणि कुमार वयातल्या वाचनानेच. समाजाशी असलेल्या नात्याशी ओळख झाली तीही वाचनानेच. वाचता-वाचता आंतरिकशक्ती सचेत झाली, मन संवेदनक्षम झाले. कल्पनाशक्तीला पंख फुटले, साहसी वृत्तीला आव्हान मिळाले, विनोदबुद्धी बहरली, केवढी अफाट दौलत, केवढे अमाप संचित आपण जमा केले, याची जाण मोठेपणी आपल्याला येते.

बालपणी वाचनातून मिळवलेला आनंद, विचार, भावना आणि संस्कार यांची मुळे आपल्यात अगदी खोलवर रुजून आयुष्यभर आपल्या जीवनाचा तोल आणि भार सांभाळतात. फुलांनी डवरायला, फळांनी लहडायला प्रत्येकाच्या जीवनवृक्षाला जीवनरस पुरवत राहतात.

बालवयातल्या वाचनातून नेमके काय गवसले, हे मोठे झाल्याशिवाय कळत

नाही हे खरे आहे, पण जे एक निखळ सत्य आपल्या प्रत्येकासमोर परिसाच्या खांबासारखे उभे आहे, ते पुढच्या पिढीला नको का द्यायला?

पुढच्या पिढीला स्वत:चा आकार, रूप, रंग, गंध घेऊन वाढायला, नव्हे; फोफावण्यासाठी आणि डवरण्यासाठी, लहान वयात त्यांना वाचायला उत्तम पुस्तके द्यायची जबाबदारी समाजातल्या प्रत्येकाची आहे. हृदयाला स्पर्श करणारे, मनावर ठसा उमटवणारे साहित्य त्यांना द्यायला हवे. जडणघडणीसाठी उपयोगी पडणारे, भीती, ईर्षा, द्वेष, हिंसा, अत्याचार या भावनांचे कंगोरे कमी करणारे साहित्य त्यांना वाचनासाठी उपलब्ध करून देणे गरजेचे आहे. जीवन नावाची गोष्ट सुंदर आहे, सोपी मात्र नाही, हे त्यांना समजू द्या.

स्वत:बद्दलचे आणि आसमंताबद्दलचे त्यांचे कुतूहल जागे होऊ दे. कुटुंब, समाज, मानवेतर सृष्टी यांचे साहचर्य त्यांच्या मनावर ठसणे आवश्यक आहे. मुलांची जाण आणि विचारशक्ती वाढवणारे साहित्य त्यांच्यासमोर यावे. जीवनाकडे पाहण्याचा त्यांचा दृष्टिकोन अशा वाचनाने नक्कीच निखळ होत जाईल.

भावी पिढीसाठी केवळ उत्तम साहित्य उपलब्ध करून दिल्याने आपली जबाबदारी संपत नाही. त्यांच्यात वाचनाची गोडी निर्माण करणे, ती टिकवणे गरजेचे आहे. प्रत्येक पालक आपल्या पाल्याला देऊ शकेल, अशी सगळ्यात मोठी देणगी आहे 'वाचनप्रियता'.

साधना (१३ मार्च, २०१०)

आर्याचे पक्षी

'...त्या दिवशी आर्या शाळेत गेली. सकाळी गडबडीत पक्ष्यांकडे तिने लक्ष दिले नव्हते. जाताना मला सांगून गेली होती, पक्ष्यांना खायला दे. मी पिंजऱ्याजवळ गेले, तो एक पक्षी एका कुशीवर पडलेला होता. हालचाल नव्हती. डोळे मिटलेले. पंख आक्रसलेले, पायाची बोटं आत वळलेली. मला कळेना. याला काय झालं?
...सर्वांत महत्त्वाचा प्रश्न होता, तो आर्याला या पक्ष्याचं मरण सांगायचे कसे....?'

जुलै महिन्याची ओली दुपार. सतत भुरुभुरु पडणारा पाऊस. सकाळपासून उन्हाचा मागमूसही नव्हता. काळ्या ढगांनी आभाळ झाकोळले होते. हवा कुंद होती. मी टेबलशी काहीतरी वाचत बसले होते. आठ वर्षांची छोटी आर्या घाईघाईने माझ्याजवळ आली. चिमुकल्या हाताने माझा हात धरून मला म्हणाली,

'आई लवकर चल, तुला गंमत दाखवते.' ती मला तुळशी कट्ट्यापाशी घेऊन गेली. तोंडावर बोट ठेवून हलक्या आवाजात म्हणाली,

'शू ऽऽ आवाज करू नकोस, तिकडे विटांवर कोण बसले आहे बघ!'

परसातल्या वाफ्यांच्या विटांच्या ओळीवर पक्ष्याचे एक छोटेसे, गुबगुबीत, करड्या रंगाचे पिलू बसले होते. आकार आर्याच्या मुठीएवढा होता. भिजल्यामुळे त्याची मऊ पिसे वेडीवाकडी झाली होती. एका विशिष्ट लयीत उंच सुरात ते सारखे ओरडत होते.

'प्रेटीऽप्रेटी टुविट्टोऽऽविट्टो'

आर्तपणे कुणालातरी घातलेली हाक होती ती. 'धावा-धावा मी एकटा आहे,' असा टाहोऽऽ ते आपल्या आई-बापासाठी फोडत होते. आर्याने पुन्हा माझा हात घट्ट पकडून म्हटले.

'खूप वेळ झाला आई! सारखे ओरडते आहे ते, का ओरडते आहे ते पिलू?'

'आपल्या घरट्यातने खाली पडलंय ते. तसं फार छोटं नाहीए, पण त्याच्या पंखांत उडण्याइतके अजून नीटसे बळ नाही.' मी तिला सांगत होते तोपर्यंत कुठूनतरी पक्षीण आली. पंख फडफडवून हवेत अधांतरी तरंगत त्या पिलाच्या चोचीच चोच घालून त्याला भरवू लागली. पिलू खाऊ लागले.

मी आर्याला खुणावले. आवाज करू नकोस. बाळाचे जेवण होईपर्यंत आम्ही दोघी स्तब्ध उभ्या राहिलो. न हलता, न बोलता.

थोड्या वेळाने पिलाची आई उडून गेली. आता पिलू ओरडत नव्हते.

मी आर्याला म्हटले, 'अगं, तो शिंपी पक्षी आहे. तुला मागे मी गुलटोपाच्या झाडावर पाने एकमेकांना शिवून केलेले घरटे दाखवले होते ना! तोच हा पक्षी.'

आर्याच्या केसांवरून हात फिरवून मी म्हटले – 'आत चल, भिजू नकोस. त्याच्या आईने खायला दिलंय त्याला. आता ते ओरडणार नाही.'

घराच्या पायऱ्या चढत आर्या म्हणाली,

'आई किती गोड आहे गं! आपण ते पाळू या का?'

'नाही रे सोन्या, फार लहान आहे ते. त्याची आई काय करते माहितीये? ती अळ्या पकडते, आपल्या चोचीत त्या बारीक करते आणि मग तो लगदा पिलाच्या चोचीत अलगद घालते. आपण कसं भरवणार बरं त्याला? अजून जोवर त्याचे त्याला खाता येत नाही तोवर त्याला आईचीच गरज आहे. आईशिवाय जगू शकणार नाही ते.'

आर्या हिरमुसली झाली आणि घरात येऊन वहीत चित्रे काढत बसली. काही काळ गेला. पिलाचे पुन्हा ओरडणे ऐकू आले.

बागेत भटके बोके होते. पाठीमागच्या टेलिफोनच्या तारांवर एक पिंगळ्याची जोडी होती. विटांच्या रांगेजवळच्या पेरूच्या झाडावर एक भारद्वाज रोज ओरडायचा. वृंदावनाजवळ असंख्य तांबड्या मुंग्या व मुंगळे होते. हे पिलू त्यांनी पाहिले तर? कुणाची ना कुणाची भुकेली नजर त्या इवल्याशा पिलावर पडली तर? मी घाईघाईने बाहेर धावले. आर्या माझ्या आधी तुळशीवृंदावनापाशी पोहोचली होती. पिलाचा चिवचिवाट सुरू होता. त्याला भरवण्यासाठी आईबापाची धांदल चालली होती.

मला हायसे वाटले. म्हणजे आई-बाप बाळावर लक्ष ठेवून होते. फारसे दूर जात नव्हते. त्याला हवे-नको पाहात होते. त्याचे संरक्षण करत होते. काळजीचे काहीच कारण नव्हते.

मी पुन्हा माझ्या कामाला लागले. पिलाला विसरून गेले. सुमारे तासा-दीडतासांनी आर्या माझ्याकडे आली आणि म्हणाली,

'आई पिलू तिथे नाही, कुठे गेले असेल? त्याचे आई-बाबा घरी घेऊन गेले असतील का त्याला?'

मी गप्प राहिले. कुणाची तरी भुकेली नजर पिलावर पडली होती, हे निश्चित. एकदा वाटले, बागेत पिसे पडलेली दिसताहेत का बघावे. आर्या पुन्हा म्हणाली, 'त्याच्या आईबाबांनी नेलं ना गं त्याला घरट्यात? किती बरं झालं!'

या पोरीला सत्य सांगू नये असे मी ठरवले.

नंतर राहून-राहून माझ्या मनात येऊ लागले की, 'हिला पक्ष्यांचे एवढे वेड, तर बाजारात जाऊन हिच्यासाठी एखादा पोपट किंवा बड्रिगर्स विकत घेऊन यावेत. ऑफिसला सुट्टी असेल, त्या दिवशी ही गोष्ट करून टाकू.' असे मनात म्हणत मी नित्याच्या व्यापात गुंतून गेले.

संध्याकाळी ऑफिसमधून घरी आले, तो आर्या धावत पिंजरा घेऊन माझ्याकडे आली. आत पिवळ्या, पांढऱ्या, निळ्या, हिरव्या रंगाचे चार बड्रिगर्स होते. पाणी पिण्यासाठी वाट्या होत्या. पिंजऱ्यात दोन छान झोपाळे होते, तिचे तात्याआजोबा तिच्यासाठी पक्षी घेऊन आले होते.

ते म्हणाले, 'दुपारी बागेत शिंपी पक्ष्याचे पिलू पाहून हट्ट घेऊन बसली होती की, त्याला आपण पाळू या; म्हणून घेऊन आलो. दुसऱ्या जिवाची काळजी कशी घ्यावी, हे तिला या पक्ष्यांची काळजी घेताना कळेल. कुटुंबात आणि समाजात स्त्री म्हणून तिची भूमिका मोठेपणी यशस्वीपणे पार पाडायला, या शिक्षणाचा तिला उपयोग होईल.'

आर्याचे भावविश्व चार पक्ष्यांच्याभोवती गुंफले गेले. झालंऽऽ! हिरव्या मादीचे नामकरण – 'हिरा' करण्यात आलं. निळ्या मादीचे – 'निला' गुलाबी डोक्याचा पांढरा नर – 'पंढरी' झाला. लाल चोचीचा पिवळा नर – 'लालू' झाला. सकाळी उठल्यावर रोज त्यांचा ट्रे काढून स्वच्छ करणे, त्यांना राळे, मटकी असले खाद्य घालणे, त्यांचे पाण्याचे भांडे भरून ठेवणे, हे शाळेला जायच्या आधी ती न विसरता प्रेमाने करू लागली. कधी लाडाने मूठभर मटकी हातात घेऊन पिंजऱ्याच्या आत तिने मूठ उघडली की, ओळखीने हे चौघेही तिच्या मुठीतले अन्न खाऊ लागले. त्यांना असे भरवताना आर्याला अगदी धन्य-धन्य वाटे. त्यांच्या चिवचिवाटाच्या पार्श्वसंगीतावर तिचा अभ्यास होऊ लागला. शाळेतून आली की, दप्तर टाकून ती आधी पिंजऱ्याकडे धावू लागली.

पूर्वीसारखे तिचे ऊठसूठ टी.व्ही.समोर येऊन बसणे कमी झाले. हळूहळू पक्ष्यांच्या जोड्या जमू लागल्या, पण निश्चिती झाली नव्हती. आर्याला फार गंमत वाटे. हिरा नक्की कोणाची बायको? आणि निला कोणाची? याचा तिला दिवसातून कैकवेळा संभ्रम पडे.

शाळेत मैत्रिणीने सांगितले, 'आमचे पक्षी दूध-ब्रेड खातात.' हिचा प्रयोग सुरू झाला.

मी म्हटले, 'अगं, हे माणसांचे खाणे आहे, पक्ष्यांचे नव्हे.' तिच्या आजोबांनी मला विरोध केला.

ते म्हणाले, 'पाळलेले पक्षी किंवा प्राणी सवयीने मानवाचे खाणे खाऊ लागतात. मांजरे नाही का दूध-भात खात? कुत्र्यांना नाही का आपण दूध-भाकरी देत? हे काही प्राण्यांचे खाणे नाही.' पण खरंच काही दिवसांनी आर्याचे पक्षी चक्क दूध-ब्रेड खाऊ लागले. आर्याने त्यात साखर घातली, तेव्हा आपण पक्वान्नावर तुटून पडतो, तशी पक्ष्यांनी चाखत-माखत त्यांची 'स्वीट डिश' संपवली.

त्या दिवशी आर्या शाळेत गेली. सकाळी गडबडीत पक्ष्यांकडे तिने लक्ष दिले नव्हते. जाताना मला सांगून गेली – पक्ष्यांना खायला दे. मी पिंजऱ्याजवळ गेले तो एक पक्षी एका कुशीवर खाली पडलेला होता. हालचाल नव्हती, डोळे मिटलेले, पंख आक्रसलेले, पायाची बोटे आत वळलेली. मला काही कळेना. याला अचानक काय झाले? मांजराने पंजा मारला म्हणावा, तर कुठे पिसे दिसत नाहीत. त्याचे कडक झालेले शरीर हातात घेतल्यावर मला भरून आलं. कुठे काही जखम दिसते का, म्हणून पिसे बाजूला सारून पाहिलं. साधा ओरखडाही कुठे नव्हता. त्याला खालून-वरून न्याहाळून पाहताना एक गोष्ट लक्षात आली की, त्याच्या शेपटीकडच्या पिसांना घाण लागली होती. वास्तविक आपली सारी पिसे चोचीने ते स्वच्छ करतात. म्हणजे नक्कीच खूप जुलाब होऊन हा मेला असावा, असा निष्कर्ष निघाला.

सर्वांत महत्त्वाचा प्रश्न होता तो, आर्याला या पक्ष्याचे मरण सांगायचे कसे? सारे गंभीरपणे विचार करत बसले.

आर्याची ताई म्हणाली, 'पक्षी मेला म्हटलं तर तिला फार वाईट वाटेल. शॉक घेईल ती. आपण तिला सांगू या की, तो उडून गेला.'

पण तिच्या पक्ष्याला आपण उडून जाऊ कसे दिले? म्हणूनही ती फार गोंधळ करेल – एक शंका निघाली.

'कुणाला दिला म्हणून सांगावा का?' ...छे! कुठलाच मार्ग योग्य वाटेना.

आर्याचे आजोबा म्हणाले, 'मी पत्ता देतो. हे पक्षी जिथून आणले तिथे जा आणि तसलाच दुसरा पक्षी विकत घेऊन पिंजऱ्यात ठेवा – तिला काही कळले नाही म्हणजे झाले.'

सर्वांच्या मनावरचे ओझे हलके झाले. उपाय ठरला होता. यात कुठलाच धोका नव्हता. सुदैवाने तसाच पक्षी मिळाला. सारे व्यवस्थित झाले. आर्याला आता काहीच कळणार नव्हते. ती दुःखी होणार नव्हती. मी निर्धास्तपणे ऑफिसला गेले. तिची ताई आपल्या कामाला गेली. घरी तिचे आजोबा आणि काम करणारी अठरा वर्षांची वंदना होती. संध्याकाळी मी निश्चिंत मनाने घरी परतले. आर्या आतल्या खोलीत एका खुर्चीवर गप्प बसून होती.

मला बघताच भरल्या आवाजातच रडे आवरत ती म्हणाली, ''आई, माझा पंढरी मरून गेला ना? मला वंदनाने सांगितलं.''

मला क्षणभर काय बोलावे सुचले नाही. मी सुन्न झाले – फार अपराधी वाटले.

खजील सुरात मी म्हटले, 'सोन्या तुझ्यासाठी मी दुसरा पंढरी घेऊन आले, बघितलास का?'

घशाशी दाटलेला आवंढा गिळून आर्या मंद हसली आणि म्हणाली, 'हो, खूप छान आहे. मला आवडला, हिरा आणि निला पण बघ त्याच्याशेजारी बसल्या आहेत, झोक्यावर.'

भरल्या डोळ्यांनी तिच्याकडे बघताना माझ्या मनात आले, 'आर्या आता 'कळती' झाली आहे!'

'किशोर', दिवाळी (१९९४)

अमिश

१६८१ सालात इंग्लिश 'क्वेकर' पंथाच्या विल्यम पेन याला अमेरिकेत बरीच मोठी जागा मिळाली. त्याचेच पुढे 'पेनसिल्व्हेनिया' हे राज्य बनले. त्याच्या मनात धार्मिक सहिष्णुतेची एक वसाहत तयार करायची होती. युरोपमधील 'अमिश', 'क्वेकर्स', 'मेनोनाइट्स', 'मोराव्हियन्स' अशा गटांना ही कल्पना खूप आकर्षक वाटली. ज्या गटांचा धार्मिक छळ होत होता, ते सामाजिक गट या ठिकाणी स्थलांतरित झाले. 'अमिश चळवळ' युरोपमध्ये १६९३मध्ये सुरू झाली. भरमसाठ कर, आकाशाला भिडलेली घरभाडी, चलन फुगवटा, युद्धाचे वातावरण, लष्करात भरती होण्याची सक्ती आणि धार्मिक छळ याला कंटाळलेल्या लोकांनी ही चळवळ चालू केली. निसर्गाची लय सोडायची नाही, हावरटपणाने प्रगती करायची नाही. 'अहिंसा' या तत्त्वाला चिकटून राहायचं. साधं, सोपं जीवन जगायचे या कडव्या निष्ठेने 'अमिश जमात' जगते. अशी जमात अमेरिकेसारख्या भोगवादी व चंगळवादी देशात अस्तित्वात आहे, हेच मोठे आश्चर्य. सक्तीच्या लष्करभरतीतून त्यांना सूट मिळते.

वडिलांच्या तोंडून अमेरिकेतील लँकेस्टरमधल्या अत्यंत साधे जीवन जगणाऱ्या अमिश लोकांचा उल्लेख बऱ्याचदा ऐकला होता. तेथे जाऊन त्या लोकांना भेटायचे, अन् त्यांचे जीवन अभ्यासायचे अशी इच्छा मनात घोळत होती. विजेचा वापर न करणारा, कमीतकमी पैशांमध्ये साधे व सत्त्वशील जीवन जगणारा हा 'सात्त्विक समाज' आजही कसा टिकून आहे, याची उत्सुकता होती. हा शेतीप्रधान समाज आहे. त्याचे स्वत:चे नियम आहेत. 'माणसाच्या गरजा कमी असल्या की, तो अधिक समाधानात जगू शकतो,' असे ते म्हणतात; असे ऐकले होते.

कधी अमेरिकेला गेले, तर हा प्रदेश नक्की पाहायचा असं मी ठरवलं होतं. अमेरिकेत समृद्धी आणि प्रगती हातात हात घालून चालतात. यांत्रिकतेला नुसतं प्राधान्यच नाही, तर यंत्र परमेश्वर मानलं जातं, एवढी यांची यंत्रप्रधान संस्कृती! चार्ली चॅप्लिनने त्याच्या 'मॉडर्न टाइम्स' या चित्रपटात अमेरिकनांच्या यंत्रप्रधान संस्कृतीची केवढी ती खिल्ली उडवली आहे! सकाळी उठल्यावर दात घासायला विजेवर चालणारं यंत्र. सूप पिताना, जेवताना यंत्राची कळ दाबायची. डोक्यात यंत्राची घरघर. चोवीस तास यंत्राशी काम करून यंत्रवत झालेली माणुसकी यावर त्याने फार सुरेख भाष्य केले आहे. अशा या यंत्रप्रधान देशात एक प्रदेश असाही असू शकतो, जिथे माणसे यंत्राचे अस्तित्व आणि सहकार्य नाकारतात – तेही त्यांना दुसरा पर्याय नाही म्हणून नव्हे; तर जाणीवपूर्वक आणि संपूर्ण विचारांती! पॉश गाडी वापरणे म्हणजे सारे काही, असा समज असलेल्या समाजात आज एकविसाव्या शतकातही घोडागाडी हेच प्रवासाचे साधन म्हणून ते वापरतात. विमानातून हजार एकराचे शेत पेरणाऱ्या, फवारणाऱ्या शेती तंत्रज्ञानाच्या प्रदेशात ते चक्क नांगरट करतात. कुळवणी, पेरणी, फवारणी हाताने करतात. रेल्वे, विमान यांचा प्रवास टाळतात. विजेचा वापर करीत नाहीत... का?... कशासाठी आणि कसे?

सभोवतालचा समाज त्यांना सामावून घेतो का? त्यांची अवहेलना, हेटाळणी करतो का? की त्यांच्या जीवनशैलीचा आदर करतो? हे लोक कसे राहतात, कसे जगतात, त्यांना कुठल्या अडचणी येतात, सरकार त्यांच्यावर बंधन घालते का? ते कर भरतात का? असे असंख्य प्रश्न मनात घर करून बसले होते.

माझ्या लेकीला (नवमीला) स्कॉलरशिप मिळाली, तीही नेमकी पेनसिल्व्हेनियात फिलाडेल्फिया इथल्या ब्रिनमॉर कॉलजेमध्ये. वर्षभरात मी नवमीकडे पोहोचले. गेल्यावर तिला म्हटलं, 'इथे येण्याचे उद्देश दोन. तुला भेटणं आणि लँकेस्टरला जाऊन अमिश लोकांचा प्रदेश पाहणं.' त्याच राज्यात राहणारी नवमीची अमेरिकन मैत्रीण जेनी म्हणाली, 'ओऽ! मी ऐकलंय त्यांच्याबद्दल; पण कधी गेलेले नाही. मी घेऊन जाईन तुम्हांला.' दुसरी मैत्रीण म्हणाली, 'तिथं गावाबाहेर आउटलेट मॉल आहेत. खूप खरेदी करा बरं का!'

एका वीकएन्डला जेनीच्या मोठ्या अमेरिकन गाडीतून आम्ही निघालो. जुलै महिना. ऊन बऱ्यापैकी होते, पण रणरणते नव्हते. प्रत्येक जण हाशऽहुशऽ करत एअर-कंडिशन्ड घरात, ऑफिसमध्ये, गाडीत बसून म्हणत होता, 'ओह! इट्स व्हेरी हॉट!'

सुमारे दीड-तास प्रवास केल्यावर धष्टपुष्ट गायी कुरणात चरताना दिसल्या. शेणामुताचा वास नाकात शिरला. आम्ही लँकेस्टरला अमिश लोकांच्या प्रदेशात पोहोचलो होतो.

शहरात शिरलो आणि गेले काही आठवडे सतत दिसणारा अमेरिकेतील सारा देखावा पालटून गेला. रस्त्यावरून बग्गीमधून लोकांची ये-जा चालू होती. वीकएन्ड असल्याने प्रवासी भरपूर होते. त्यांच्या चकचकीत आलिशान गाड्या आणि घोडे-खेचरे ओढत असलेल्या बग्ग्या यांच्यामुळे गतीत फरक पडला होता. काळेशार रस्ते, लाल बॅर्नर्स, नांगरट झालेल्या शेतजमिनी, पांढरी घरे, रस्त्याच्या दुतर्फा हातांनी लिहिलेल्या दुकानांच्या पाट्या – क्विल्ट्स, हिकरी रॉकर्स, गझिबोज. खूप फर्निचरची दुकाने. शेतीच्या खालोखाल फर्निचर तयार करणे, हा इथला मोठा उद्योग आहे. दुकानांमध्ये वीज, फोन, कॉम्प्युटर्स वगैरे काही दिसत नव्हते.

आम्ही टुरिस्ट्स एक अमिश फार्म पाहण्यास गेलो. पांढऱ्या शुभ्र, अंगावर काळे कुळकुळीत धब्बे असलेल्या एका धष्टपुष्ट गायीच्या शिल्पाला रबराची आचळे होती. त्याच्या खाली बादली ठेवली होती. सूचना लिहिलेला फलक होता – 'दुधासाठी पिळा...' टुरिस्ट पोरेबाळे आणि मोठी माणसे आचळे पिळत होती. दुधाच्या धारा खाली बादलीत पडत होत्या. शेजारीच घोड्यांचा तबेला. त्यात खेचरे आणि घोडे होते. हौसेने प्रत्येक जण त्यांना हात लावून पाहात होते. त्याच तबेल्यात बरीच अवजारे, लोखंडी चाफे इत्यादी सामान होते. पलीकडे गोठा होता. शेजारी डुकरे असलेली खोली होती. समोर एका बारक्या खोलीत एक हाताने चालवायचे यंत्र होते.

मी म्हटलं, 'अगं ही तर कडबाकुट्टी!' खोलीवर लिहिलं होतं – 'फॉडर कटिंग मिल.'

पंधरा-वीस पावलांवर सुमारे दोन हजार फूट जागा होती. सभोवताली कुंपण. आत शेळ्या-मेंढ्या होत्या. मला आमच्या खेडेगावातल्या मळ्यात गेल्यासारखे वाटले. इतर प्रवासी मात्र ते पाहून चकित होत होते. अमेरिकेतल्या एकूण वातावरणात हे चित्र फारच विसंगत दिसत होते. आधुनिकतेची परिसीमा गाठलेल्या संस्कृतीमध्ये इथली संस्कृती म्हणजे 'म्युझियम पीस' होती.

आम्ही अमिश शेतकऱ्यांच्या वस्तीवर फिरलो. दोऱ्यांवर लाकडी चिमटे लावून कपडे वाळत घातले होते. घरात शिरताना बाहेरच आड होता. हातपंपाचा हापसा होता. म्युझियममधल्या वस्तू पाहाव्यात तसे सारे प्रवासी कुतूहलाने ते पाहात होते. घर सधन शेतकऱ्याचे होते. अमिश शेतकऱ्याचे घर! पाटलाच्या घरासारखं. प्रशस्त वाडा दिसत होता. ऐंशी एकर जमीन, पस्तीस गायी!

अमिश कुटुंब दिसायलाही वेगळे होते. लांबलचक दाढी असलेला, पांढरा शर्ट, गडद रंगाचे जाकीट व पँट घातलेला कर्ता पुरुष. लग्न झालं की, अमिश पुरुष दाढी वाढवायला सुरुवात करतात. अविवाहित तरुण दाढी वाढवत नाहीत. दाढीबद्दल हिब्रू धर्मग्रंथात बरेच काही सांगितले आहे, त्याचे आचरण ही मंडळी

करतात. पोरांचा वेशही तसाच म्हणजे मोठ्या मंडळींची लहान प्रतिकृतीच होती. त्याला सहा पोरे होती. ती जवळपास घुटमळत होती. लांब बाह्यांचा पोटरीपर्यंत लोंबणारा रुंद घेराचा, राखी रंगाचा एप्रन घातलेली पोरांची आई मागे उभी होती. चेहऱ्यावर रंगरंगोटी नाही, मनगटावर घड्याळ नाही. साऱ्यांच्या पायात एकाच पद्धतीचे काळे बूट. साऱ्यांची डोकी झाकलेली. पुरुषांच्या वा मुलांच्या डोक्यावर 'गवती हॅट' तर बायकांच्या डोक्यावर जुन्या युरोपियन पद्धतीची टोपडी – 'बॉनेट!' सारेच राकट, कणखर... अन् कष्ट करून दणकट बनलेल्या शरीराचे.

अठराव्या शतकात जर्मनीमधून हे लोक पेनिसिल्व्हेनियाला पळून आले. 'ॲनाबाप्टिस्ट मूव्हमेंट'चे हे लोक होते. सतराव्या शतकात युरोपात सुरू झालेल्या 'स्विस ॲनाबाप्टिस्ट मूव्हमेंट'ची 'अमिश' ही शाखा आहे. त्यांची जीवनपद्धती बायबलच्या त्यांनी लावलेल्या अर्थावर आणि स्थानिक परंपरांवर आधारलेली आहे. कळत्या वयात स्वत:च्या विचाराने 'बाप्तिस्मा' घेता यावा, अशा विचारसरणीच्या लोकांना 'ॲनाबाप्टिस्ट' म्हणतात. 'चर्चमध्ये सामील व्हायचे किंवा नाही, हा निर्णय घेण्याआधी इतरांची जीवनपद्धती, सभोवतालचे त्यांच्यापेक्षा वेगळे असणारे इंग्लिश जग पाहण्याचा, अनुभवण्याचा त्यांना पूर्ण अधिकार असतो.' या रूढीला 'रम्पस्प्रिंग' (Rumpspringa) तर पेनसिल्व्हेनियन-डच भाषेत (Runningraound) म्हणजे 'हुंदडणे' म्हणतात. या काळात आधुनिक जगाचा उपभोग घेण्याचे स्वातंत्र्य तरुण-तरुणींना असते. डेटिंग करणे, पार्ट्या करणे, दारू पिणे, गाड्या चालवणे, जीन्स व इतर आधुनिक कपडे घालणे, याला हरकत नसते. हा साधारणपणे पाच वर्षांचा काळ असतो, त्यानंतर पूर्ण विचारांती 'अमिश' पद्धतीने जिणे स्वीकारण्याचा वा न स्वीकारण्याचा निर्णय ही मुले घेऊ शकतात. 'एकूण मुलांपैकी ९० टक्के मुले आधुनिक जगणे अनुभवून नंतर नाकारतात, यानंतर ते बौद्धिक निर्णय घेऊन 'अमिश जीवन' स्वीकारतात.' असे ३० जानेवारी, २००५च्या दैनिक 'संडे टाइम्स (लंडन)'मध्ये प्रसिद्ध झाले आहे. एकदा 'अमिश' होऊन चर्च स्वीकारले, बाप्तिस्मा झाला आणि पुन्हा बाहेरच्या जगाचे आकर्षण वाटून 'अमिश पद्धती' सोडण्याचे एखाद्या तरुणाने वा तरुणीने ठरवले, तर मग त्याच्या वाट्याला कठोर अवहेलना येते. त्याला वाळीत टाकले जाते. घराचे, नातेवाइकांचे व समाजाचे दरवाजे त्याच्यासाठी बंद होतात.

पंधरा ते वीस वयोगटातील पोरांचे विचारद्वंद्व ऐकण्यासारखे आहे. वयात येईपर्यंत अमिश जीवन पद्धतीत वाढलेली पोरे स्वातंत्र्याचे वारे पिऊ लागली की, घरी प्रश्न विचारू लागतात – कधी स्वत:ला, कधी आई-वडिलांना, तर कधी चर्चला!

अमिश व्यक्ती दुसऱ्याच्या गाडीत बसून प्रवास करू शकते. घरी फोन नसला तरी व्यावसायिक अमिश घरापासून दहा-पंधरा फुटांवर घराच्या बाहेर आवारात फोन

घेऊ शकतो. इतर जण पब्लिक फोन वापरतात.

सतरा वर्षाच्या लिंडेल श्मकरने त्याच्या आईला एकदा विचारले, 'घरात फोन असणे आणि काही पावलांवर फोन असणे, याने नेमका काय फरक पडतो, हे जोपर्यंत मला कळत नाही, तोपर्यंत मी चर्चमध्ये जाणार नाही.' त्यावर आईने उत्तर दिलं, 'घरातला फोन केवळ चैन म्हणून अनावश्यक असतानासुद्धा वारंवार वापरला जातो, पण जेव्हा गरज पडेल, तेव्हाच माणूस घरातून बाहेर जाण्याचे कष्ट घेईल आणि फोन वापरील.'

अमिश आयुष्य कमी गुंतागुंतीचे आहे, कारण ते गरज असेल, तरच पैशांचा वापर करतात. स्वत:ची कामे स्वत: करतात, हे लिंडेलला पटतं, पण आई-वडिलांचे तेविसाव्या वर्षीही ऐकावे लागते, फर्लांगच्या अंतरात फोन नसेल, तर जेथे फोन असेल तेथपर्यंत सायकल मारत जायचे, हे त्याला पटत नाही. कार घेण्याबाबतही अमिश दृष्टिकोन त्याला पटत नाही. इतरांच्या गाडीत बसले तर चालते, पण स्वत: गाडी खरेदी करायची नाही, कारण श्रीमंतांनाच गाडी घेणे परवडते, त्यामुळे समाजात भेदभाव निर्माण होतो, हे तत्त्व त्याला पटत नाही. आपल्या विचारांशी बरेच जण ठाम असतात. अमिश समाजात परतायचे नाही, हे नक्की असते, पण कुठेतरी मानसिक ओढाताण होत राहते. त्यांच्या निर्णयाचा मानसिक परिणाम किंवा आध्यात्मिक घसरण याबद्दल त्यांना फिकीर नसते. तारुण्यात स्वाभाविकपणे महत्त्वाचा वाटणारा एकच प्रश्न ते स्वत:ला विचारत असतात. 'मी जास्त सुखी कोणत्या जगात होईन?' आणि त्यांची खातरी आहे की, 'अमिश' हे त्यावरचे उत्तर नाही.

निश्चितता आणि सुरक्षितता विरुद्ध साहस आणि वैविध्य; परिचितांविरुद्ध अपरिचितांकडे; आस्तिकतेविरुद्ध नास्तिकतेकडे... त्यांचे अंतर्द्वंद्व चालू असते. धर्म बदलण्यापेक्षा जीवनपद्धती बदलणे, हे त्यांचे लक्ष्य असते. अर्थात हे झाले फक्त १०टक्के तरुणांबद्दल; इतर ९०टक्के तरुण इंग्लिश जगाचा अनुभव घेऊन त्यात वाहून न जाता पुन्हा लहानपणापासून झालेल्या संस्कारांकडे परततात, हीच त्या संस्कारांची ताकद आहे.

लँकेस्टर या अमिश लोकांच्या परिसरात १५-१५ माणसांचा गट अमिश लोकांचे फार्म-हाउस दाखवण्यासाठी गाइड घेऊन जात होता. तिकीट काढून आम्ही इतरांबरोबर वेटिंग-रूममध्ये बसलो होतो. आमच्या 'अमिश कल्चर टूर'ची वाट पाहात.

अमिश स्वत:चा उल्लेख 'प्लेन' आणि इतरांचा उल्लेख 'इंग्लिश' असा करतात, म्हणजे त्या अर्थाने आम्ही सारे जण 'इंग्लिश' होतो. आम्हाला १५ बाय १५ फुटाच्या खोलीत बोलावले गेले. साधी खोली. बसायला छोटी बाकडी, छोट्या खिडक्या, लाकडी जमीन, भिंतीवर छोटी निसर्गाच्या देखाव्याची पेंटिंग्ज. सारे

बाकावर बसलो. ही घराची पहिली खोली होती. पंधरवड्यातून एकदा रविवारी धार्मिक कर्मकांड (Congregation) करण्यासाठी कुटुंबे एकमेकांकडे जमतात. दोन प्रार्थना म्हटल्या जातात. बायबलचे थोडे वाचन, एक सुरुवातीचा उपदेशपर अभंग – सर्मन (Sermon). मग मुख्य सर्मन! धार्मिकविधी सदस्याच्या घरीच केले जातात, त्यासाठी प्रार्थना मंदिरे, चर्चेस वा हॉल बांधणे त्यांच्या नियमात बसत नाही, त्यासाठी घराची ही बाहेरची खोलीच वापरली जाते.

त्यानंतर होते स्वयंपाकघर. अत्यंत साधे, मोजकी भांडी, चमचे, लाकडी कपाटे, मध्ये मोठे टेबल, भोवताली आठ खुर्च्या, टेबलावर मोठ्या बशा, लोणच्याच्या- मुरंब्याच्या बरण्या. कोपऱ्यात एक शिवणाचे पायमशिन, गॅसवर चालणारा स्टोव्ह व रेफ्रिजरेटर. विजेचा वापर नाही. डिशवॉशर, मायक्रोवेव्ह टोस्टर नाही. हे अमिश स्त्रीचे राज्य. पितृसत्ताक पद्धतीतही तिची भूमिका महत्त्वाची मानली जाते. तिला सन्मानाने वागवले जाते. घराची मालकीण स्त्रीच असते. कुटुंबपद्धतीचा आदर करणाऱ्या या समाजात नातेवाइकांचा मोठा गोतावळा असतो. त्यांच्या अडीनडीला धावणे, त्यांचे आदरतिथ्य करणे, यात घरची स्त्री स्वत:चा सन्मान समजते. पोराबाळांचे करणे, घरकाम उरकणे, घरातील वृद्धांचे प्रेमाने करणे, नातीगोती सांभाळणे, मित्रपरिवारांकडे जाणे-येणे ठेवणे, या साऱ्या बाबी करण्यात ती धन्यता मानते. घरातल्या लेकी आईला साऱ्या कामात मदत करतात. उद्याच्या सुमाता आणि सुगृहिणी होण्यासाठी आवश्यक असलेले शिक्षण आईच्या हाताखाली आणि आजीच्या देखरेखीखाली आपापत: होत राहते.

मोठे कुटुंब सांभाळणारी अमिश स्त्री व्यवस्थापन कौशल्यात फार कुशल आहे. विवाहित स्त्रिया घराबाहेर पडून पूर्ण वेळ नोकरी करीत नाहीत. मुले वाढवण्याबरोबरच घरची बाई बागबगीचा, साठवणीचे पदार्थ, स्वयंपाक, शिक्षण, धुणी-भांडी पाहते. शेतीवाडी असणाऱ्या कुटुंबात स्त्रिया जनावरांना चारापाणी करणे, गोठे साफ करणे, दूध काढणे, अंडी गोळा करणे, मळ्यात तोडणी करणे, धान्यमळणी करणे, ही कामेही करतात. नवऱ्याचे दुकान असणाऱ्या स्त्रिया जमाखर्चाच्या वह्या लिहिण्यात मदत करतात.

मला माझ्या आजोळची बाळंतिणीची खोली आठवली. मी गाइडला विचारले, 'हे घर माझ्या देशातल्या माझ्या आजोळच्या वाड्याची आठवण देते. आमच्याकडे बाळंतिणीसाठी वेगळी खोली असते, तशी इथे आहे का?'

ती हसून म्हणाली, 'नाही! पण इथे बाळाचा जन्म घरीच होतो. हॉस्पिटलमध्ये नाही. गावातल्या बऱ्याच प्रौढ स्त्रिया बाळाच्या जन्माच्यावेळी लगेच गोळा होतात. आजी, आत्या, मावशी, मामी नंतर काही दिवस बाळाच्या आईच्या मदतीला राहतात. नव्या बाळाविषयीचे आरोग्याचे सारे शहाणपण आणि बालगीते त्यांना

ठाऊक असतात.'

'स्त्रियांचे सामाजिक स्थान काय?' एका टुरिस्ट बाईने भुवया उंचावून विचारले.

गाइडने उत्तर दिले, 'स्त्रिया चर्चच्या बिझनेस मीटिंगमध्ये मतदान करू शकतात आणि 'मिनिस्ट्रिअरिल ड्युटी'साठी पुरुषांना निवडून देऊ शकतात, पण 'पॉवर स्ट्रक्चर'मध्ये त्यांना स्थान नाही. 'They can not be ordained nor do they serve as members of special meetings.'

पण हळूहळू व्यावसायिक स्त्रियांची संख्या वाढत आहे. अमिश बिझनेसपैकी १५ टक्के बिझनेसेस आता स्त्रियांकडे आहेत. अन्नप्रक्रिया, कलाकुसरीची उत्पादने इत्यादी उद्योगात स्त्रिया आहेत; पण मेटल, वुडवर्क कन्स्ट्रक्शनमध्ये त्या अजिबात दिसत नाहीत. अलीकडे 'रिअल इस्टेट'च्या व्यवसायात खूप स्त्रियांनी प्रवेश केला आहे.

आधुनिक अर्थाने इथल्या स्त्रिया स्वतंत्र नाहीत. घरापासून व मुलांपासून दूर राहून स्वत:ची करिअर महत्त्वाची समजणाऱ्या स्त्रिया म्हणजे परमेश्वराने निर्माण केलेल्या रचनेत विकृती आहे आणि त्याची परिणती फक्त घटस्फोट, बिघडलेली मुले आणि कौटुंबिक अस्थैर्य यातच होऊ शकते, असा अमिश स्त्रियांचा विश्वास आहे. शेवटी सुख किंवा आनंद आपण कशात मानतो आणि सभोवतालचा समाज तो कशात मानतो, यावर अवलंबून आहे. एकंदरीत स्वत:च्या आणि समाजाच्या संदर्भात अमिश स्त्री सुखी व समाधानी दिसते. एका टूरिस्टने कुतूहलाने विचारले, 'अमिश स्त्रियांत घटस्फोटाचे प्रमाण किती आहे?'

'अमिश लोकांत घटस्फोटाचा कायदाच नाही.' गाइड म्हणाली.

आम्ही दीड-दोन फूट रुंदीच्या लाकडी जिन्याने वरच्या मजल्यावरील खोलीत पोहोचलो. ही मुलींची खोली असावी. भिंतीवर मुलींचे पोशाख लावले होते. बायबलनुसार स्त्रियांच्या पोशाखाला बटणे निषिद्ध मानतात, म्हणून कपड्यांना जागोजागी पिना होत्या. पायातले काळे चामडी बूट ओळीने मांडले होते. पलंगावर गोधड्या पांघरलेल्या होत्या. तशीच दुसरी खोली मुलांची होती. त्यांचे विशिष्ट पोशाख हुबेहूब मुलींसारखेच पण आकाराने मात्र मोठे. पुरुषांचे पोशाख व बूट यांत एकसारखेपणा होता, वैविध्य नव्हते. ना रंगात, ना फॅशनमध्ये!

कपडे शिवणे, केस कापणे, ही कामे घरीच केली जातात. एकाच ठरावीक प्रकारचे कपडे दिवसेंदिवस वापरणे, हे स्वत:च्या आवडीपेक्षा समूहाच्या निर्णयाला स्वीकारल्याचे प्रतीक आहे. हॅटचा आकार-घेर, केसांची, स्कर्टची लांबी, बुटांचा रंग वगैरे सगळ्यांचे सारखे. पोशाखातला सारखेपणा त्यांना एकत्र आणतो आणि बाहेरच्या मुख्य प्रवाहात मिसळून जाणे अशक्य करतो. इतर अमेरिकनांत अमिश वेगळा ओळखता येतो, तो त्याच्या वेशामुळे. आपल्या आजी-आजोबा, आई-वडिलांप्रमाणे पोशाख केल्याने पुढच्या पिढीचे वागणे, विचार करणे व त्यांच्या

संवेदना-जाणिवा तशाच राहतात.

सहा ते पंधरा वर्षे वयोगटातील मुले शाळेत जातात. एका खोलीची एक शिक्षकी शाळा, तीही घरापासून दोन मैलांच्या आत असते. शालेय शिक्षण फक्त इयत्ता आठवीपर्यंतच. लिहिणे, वाचणे, गणित करणे, असे जीवनावश्यक शिक्षण शाळेत मिळते. फक्त अविवाहित तरुण स्त्रियाच शिक्षिकेचा पेशा करू शकतात. मुलांना आठवी इयत्तेपेक्षा जास्त शिक्षणाची आवश्यकता नाही, असे अमिश लोक समजतात. १९७२मध्ये अमेरिकेच्या सर्वोच्च न्यायालयाने आपल्या निकालामध्ये अमिश व तत्सम समाजांना आठवीनंतरच्या सक्तीच्या शिक्षणाच्या शासकीय नियमातून सूट दिली. त्यांना धार्मिक स्वातंत्र्य व जन्मदात्यांचे सर्व संस्कार पालन करण्याचे स्वातंत्र्य मान्य करण्यात आले. अमेरिकनांना दिलेल्या अधिकारांअभावी व उच्च शिक्षणाअभावी इतर अमेरिकन समाजावर अमिश समाजाचा आर्थिक बोजा पडत नाही, असे न्यायालयाचे म्हणणे आहे.

मुले लहानपणी मातृभाषा आपल्या घरातच शिकतात. ही बोलीभाषा पेनसिल्व्हेनियन-जर्मन किंवा पेनसिल्व्हेनियन-डच (beitsch) म्हणून संबोधली जाते. मुले शाळेत इंग्रजी भाषा शिकतात. बोलीभाषेमुळे 'इथनिक आयडेंटिटी' राहते. बोलीभाषा एकमेकांतील नाती-मैत्री घट्ट करायला गोंदासारखी उपयोगी पडते, शिवाय धार्मिक ग्रंथही याच भाषेत असल्याने धर्मभावना दृढ व्हायला मदत होते. अमिश लोक नवीन पिढीने बोलीभाषाच वापरावी, याबाबत आग्रही असतात. बोलीभाषेमुळे 'अनबाप्टिस्ट मूव्हमेंट'मधल्या हुतात्म्यांची आठवण राहायला मदत होते. या भाषेत अमिश साहित्यिकांनी बरेच लिखाण केले आहे, परंतु कुणीही लेखक पुस्तकावर आपले नाव प्रसिद्ध करत नाही. साहित्यनिर्मिती ही ईश्वराची कृती आहे, असे ते मानतात.

शिक्षण पूर्ण झाले की, मुले आपल्या आई-वडिलांचा पेशा स्वीकारतात. शेती-व्यवसायात त्यांना मदत करू लागतात. व्यवसायातून किंवा तांत्रिक तज्ज्ञतेतून मिळालेल्या ज्ञानापेक्षा अमिश लोक अनुभवातून आलेल्या ज्ञानाला व शहाणपणाला जास्त महत्त्व देतात, त्यासाठी वाडवडिलांचे सल्ले घेतात. त्यांना शहाणपण शिकवत नाहीत.

वृद्धांचा आदर करणे; नवी पिढी संस्कारातून शिकते. विवाह होईपर्यंत मुले आई-वडिलांना मदत करतात. लग्नाच्या मुलीचे वय वीस वर्षे व मुलाचे वय सुमारे पंचवीस वर्षांपर्यंत असते. विवाह होण्यापूर्वी वधू-वरांना अमिश चर्चमध्ये जावे लागते. त्यांचा 'बाप्तिस्मा' होतो. रोजच्या जीवनाचे लिखित आणि अलिखित नियम पाळण्याचे बंधन त्यांना स्वीकारावे लागते. लग्नानंतर सुगी सुरू होईपर्यंत त्यांना स्वतःचे घर तयार करावे लागते. तोपर्यंत ते मुलीच्या आई-वडिलांकडे राहतात. घर केल्यावर त्यांचे स्वतंत्र 'अमिश जीवन' सुरू होते.

'अमिश' म्हणून त्यांना (नवीन जोडप्यास) कपड्याचे रंग, पद्धती, हॅटचा प्रकार, प्रार्थनेच्या विधीचा क्रम, चर्चमध्ये विवाह, पेनसिल्व्हेनियन-जर्मन भाषेचा वापर, शेतावर घोड्यांचा वा खेचरांचा वापर या गोष्टी पाळणे अत्यावश्यक असते; त्याचप्रमाणे निषिद्ध गोष्टींची मोठी यादी असते – त्यात विमानप्रवास, घटस्फोट, विजेचा वापर, कॉम्प्युटर, टी.व्ही., रेडिओची मालकी, कार चालवणे वा विकत घेणे, शेतात ट्रॅक्टर वापरणे या गोष्टी वर्ज्य आहेत.

बाह्य सामाजिक, आर्थिक व राजकीय जगापासून सर्व दृष्टींनी अलिप्त राहणे अमिश लोक पसंत करतात. कदाचित सभोवतालच्या जगामुळे आपले विचार, जगणे दूषित होईल, या भीतीने किंवा त्यांच्या पूर्वजांनी शासकीय आणि धार्मिक सत्तेमुळे जे भयानक छळ सहन केले, त्यामुळेही असेल. लष्कर अथवा युद्ध यातला सहभाग ते नाकारतात. अमिश व्यक्ती कोणताही अपराध वा दंगल करणार नाही वा हातात शस्त्र धरणार नाही, यावर त्यांचा विश्वास आहे. बायबलचा अर्थ ते शब्दश: पाळतात. आपल्याकडून कुणावरही अन्याय होऊ नये, यावर त्यांचा कटाक्ष असतो.

विसाव्या शतकाच्या शेवटपर्यंत पेनसिल्व्हेनियात ज्या वेळी सर्रास गुलामगिरीची पद्धत होती, त्या वेळीही अमिश कुटुंबात गुलाम असल्याची जुनी नोंद कोठेही आढळत नाही.

स्वत:चे वेगळेपण ठेवूनही ते मुख्य प्रवाहाच्या समाजाशी सलोखा बाळगून आहेत, पण सुरक्षित अंतरही ठेवून आहेत. ते साधेपणाने राहतात. त्यांचे जीवनमार्ग अर्थपूर्ण आणि उद्देशपूर्ण आहेत. 'आजच्या काळाचे सामाजिक प्रश्न आणि मानवी दु:खे यांवर व्यक्तिस्वातंत्र्य आणि सरकारी यंत्रणेच्या नियंत्रणात वाढ अथवा विज्ञान-तंत्रज्ञानातील प्रगती हे तोडगे नव्हेत; ईश्वरनिष्ठा आणि निसर्गाशी सुसंबद्ध जीवन जगणे, हा त्यावरचा एकमेव उपाय आहे' यावर त्यांचा दृढ विश्वास आहे.

रूढी, परंपरांचे पालन आणि अत्यावश्यक असेल, तिथे आधुनिकतेचा स्वीकार या दोन तत्त्वांवर हा समाज उभा आहे. हा समाज फक्त रूढी-परंपरांनाच चिकटून राहता, तर एव्हाना संग्रहालयातील सांस्कृतिक भग्नावशेष एवढ्याच स्वरूपात तो शिल्लक राहिला असता. अत्याधुनिकतेकडे, संपूर्ण तांत्रिकतेकडे तो वळला असता, तर आज एकसंघ आणि घट्ट कौटुंबिक धाग्यांनी विणलेला हा समाज छोट्या-छोट्या तुकड्यांत विघटित झाला असता. मानसिक, सामाजिक आणि संघटनात्मकदृष्ट्या कार्यकुशलतेच्या नावाखाली त्याची फाळणी झाली असती. आधुनिकता तुमची सामाजिक देवाणघेवाण आणि कार्यकक्षा वेगळ्या करते. दूर फॅक्टरीत काम करणे, शिक्षणासाठी घरापासून दूर राहणे, वृद्धाश्रमात जाणे, या गोष्टी कुटुंबातील व्यक्तींना एकमेकांपासून मानसिक, भावनिकदृष्ट्याही दूर नेतात.

'अमिश' हा शेतीप्रधान समाज घट्ट विणीचा आणि एकसंघ समाजव्यवस्थेचा

आहे. सामाजिक जीवनाचे धागे जन्मवेळेपासून मरणवेळेपर्यंत एकाच धाग्याने प्रत्येकाला बांधून ठेवतात. स्वत:ची वेगळी ओळख जपत, सभोवतालच्या मोठ्या समाजापासून अलिप्त राहून, अमिश समाज स्वत:चे सामाजिक व सांस्कृतिक भांडवल जपतो. सामाजिक भांडवल हे आर्थिक भांडवलाइतके महत्त्वाचे आहे. समाजाच्या व व्यक्तीच्या कल्याणासाठी तसेच आपत्कालासाठी परंपरा, परस्परांतील सख्य व जिव्हाळा, धार्मिक कृत्ये या गोष्टींची ठेव त्यांच्या सामाजिक बँकेत भरपूर प्रमाणात असते. सांस्कृतिक भांडवलात मूल्ये, विश्वास, धारणा आणि परोपरकार यांची साठवणूक असते. समाजोपयोगी कृत्यांसाठी हे भांडवल अमिश व्यक्तीला प्रेरणा देत आलेले आहे.

शेतकरी, फॅक्टरी वर्कर किंवा छोटा व्यावसायिक कोणीही असो; बहुतेक अमिश सधन व संपन्न आहेत. अपवादाने काही गरीब अमिश कुटुंबेही आहेत. त्यांना चर्च, नातेवाईक आणि मित्रपरिवारांकडून आर्थिक आधार मिळतो. निवारा नसलेली किंवा कामधंदा नसलेली कंगाल माणसे अमिश समाजात दिसत नाहीत.

अर्थात अमिश समाजाला कुठल्याच समस्या नाहीत असे नाही, पण एवढे नक्की की, अमिश माणसांचे आयुष्य समग्र आहे आणि इतरांना ते जगावेसे वाटणारे आहे.

सत्याग्रही विचारधारा, दिवाळी (२००५)

दगडावर साठवलेले रंगांचे आभाळ

'त्यावर पडलेला छायाप्रकाशाचा प्रकाश खेळही तितकाच प्रत्ययकारी आणि प्रभावी होता. सभोवतालच्या शांततेतही एक अनाहत नाद होता. सगळीकडे भरून उरलेल्या त्या पुरातन वातावरणाने अलगदपणे हजारो वर्षांचा काळ पार करून अलगदपणे मनाला एका वेगळ्याच कालखंडात पोहोचवले होते. समोर होता, तो सत्याभास की स्वप्न! मी भयचकित होऊन उभी होते. विलक्षण अनुभूती माझ्या साऱ्या शरीरातून नागिणीसारखी सळसळत गेली. समोरचे चित्र विलक्षण नाट्यमय होते.'

सिद्धार्थाला अंतिम सत्याचा लाभ झाला. तो निर्वाणाला पोहोचला. धर्मप्रसारासाठी संचार करत तो 'कपिलवास्तू' नगरीत आला. कदाचित प्रिय पत्नीच्या आठवणीने त्याला पुन्हा स्वत:च्या घराकडे नेले असावे आणि भिक्षापात्र घेऊन आपल्याच प्रासादाच्या दारात येऊन उभा राहिला. प्रत्यक्ष बुद्धदेव समोर उभे पाहून भिक्षा वाढण्यासाठी यशोधरा राजपुत्र राहुललाही बाहेर घेऊन आली. पिता आणि पुत्र भेटीचा हृद्य क्षण अवतरला. दोघेही याचक. कुमारवयाच्या राहुलने हातात भिक्षापात्र घेऊन पित्याच्या आशीर्वादाची याचना केली, असा चित्राचा विषय होता.

या प्रसंगचित्राचे रेखाटन कलाकाराने अत्यंत संवेदनशीलपणे केलेले आहे, अजंठामध्ये चित्रातील प्रत्येक व्यक्तीच्या भावनांशी आपण समरस होतो. याचकापुढे केलेली याचना, पण त्यातला याचक स्वत: भगवान बुद्ध. सर्वश्रेष्ठ आणि सर्वोच्च; म्हणूनच त्यांची भव्य आकृती आकाशाला भिडलेली होती. त्यांनी शुभ्र वस्त्र परिधान केले आहे. पावले कमलदलात विसावलेली आहेत. मस्तकावर प्रत्यक्ष देव छत्रचामर ढाळत होते. भगवान बुद्धांची मुद्रा अतिशय शांत, निश्चल, विरागी! आर्विभाव दृढ आणि ताठ. त्या मुद्रेवर विलसत होता, चराचरांविषयीचा करुणाभाव. भगवान

बुद्धांच्या मानाने कितीतरी लहान दोन आकृत्या यशोधरा आणि राहुलच्या. उदास, थरथरणाऱ्या, उत्सुक आणि आशंक. पाठीमागे कलात्मक रेखीव प्रासादाचा निश्चल, स्तब्ध, निर्विकार भाग तटस्थपणे या दृश्याचा साक्षीदार म्हणून उभा होता. भव्यतेपुढे, दिव्यतेपुढे, महानतेपुढे अतिशय क्षुद्र आणि खुजे, थिटे असणाऱ्या मानवी आयुष्याचा साक्षात्कार घडवणारा प्रसंग. जे उदात्त आहे, उन्नत आहे, त्या मांगल्याच्या आत्म्याचे दर्शन घडवणारा प्रसंग – (हे चित्र १७ क्रमांक लेण्यात येते.). त्यात भर घालणारे रंगांतले वैविध्य आणि रेषांमधले लालित्य!

अशी अनुभूती देणारे अतिशय प्रत्ययकारी चित्रण असलेली असंख्य चित्रे, शिल्पे. शिल्पकलेची, चित्रकलेची परिसीमा दाखवणारी कलाकारांची प्रतिभा; याचा अभूतपूर्व प्रत्यय अजंठा पाहताना आला. प्राचीन कलावैभवाची, अभिरुचीची साक्ष देत मराठवाड्यातले हे शिल्प नव्या बदललेल्या वातावरणात पाहताना या गुंफांच्या जनकाची कलासक्ती, धर्मभक्ती आणि या निर्मितीची भव्य उदात्तता याचा देखणा पुनर्प्रत्यय येतो. अनामिक कलावंतांनी शतकानुशतके सह्यागिरीला आपल्या इच्छेप्रमाणे वाकवले. त्यांच्या अंतरंगात शिरून आपल्या कौशल्याच्या बळावर विविध कला दाखवल्या. उत्कट अशा निष्ठेला, धर्मप्रेमाला मूर्त स्वरूप दिले. त्यांच्या दिव्यतेची प्रचिती ही लेणी पाहताना प्रत्येकाला येईल.

शाळेच्या सहलीबरोबर शालेय वयात अजंठा पाहिलेले होते. तरुणपणी पुन्हा अजंठा पाहिले ते कविवर्य ना. धों. महानोरांचे 'अजंठा' हे प्रेमकाव्य वाचल्यानंतर भारावून जाऊन एका वेगळ्या ऊर्मीने. नंतर कधी कार्यक्रमाच्या निमित्ताने औरंगाबादला, जळगावला जाण्याचा योग आला... त्या वेळी जवळ आहे म्हणून पुन्हा आनंद घेण्याच्या सहजेच्छेमधून!

या वेळी मात्र अजंठा आवर्जून पाहायला कारण अगदी वेगळे होते. वाचनात आले की, बुद्ध धर्माचा पगडा असलेल्या जपान सरकारने अजंठा पूर्वस्थितीत आणण्यासाठी आणि त्याची प्रदूषण, ऊन, वारा, पाऊस आणि माणसांकडून होणारी हानी, पडझड थांबवण्यासाठी, कमी करण्यासाठी विशेष प्रयत्न सुरू केले आहेत. चित्रांना बाधा न येता कोटिंग करणे, मूर्तींना अकृत्रिमरित्या पूर्वस्वरूपात आणणे तसेच लेण्यातील कलाकृतींचे पुनरुज्जीवन करण्याचे कामही वेगात सुरू आहे. लेण्यांचा प्रखर प्रकाशापासून होणारा विनाश टाळण्यासाठी वीसही गुंफांमधून अद्ययावत प्रकाशयोजना केली आहे. कलाप्रेमींच्या राहण्यासाठी अतिशय उत्कृष्ट व्यवस्था केली आहे आणि या सगळ्यासाठी शेकडो कोटी डॉलर्स एवढा अवाढव्य पैसा देऊ केला आहे.

बॅटरीच्या झोतात अंधाऱ्या तुकड्या-तुकड्यांनी पाहिलेली ढपले, उडालेली चित्रे, भग्नावशेषांसह केविलवाण्या दिसणाऱ्या मूर्ती, गुंफेत शिरल्यावर नाकात

भसकन शिरणारा ओलीचा कुबट वास आणि वटवाघळांच्या घाणीचा वास मध्येच फडफडणारी भीतिदायक वटवाघळे... अशा आठवणी अजंठा लेण्यांच्या सौंदर्याशी निगडित होत्या. त्या पुन्हा जाग्या झाल्या.

कुतूहल वाटले. जपान सरकारच्या मदतीमुळे काय बरे फरक पडला असावा? पैशांच्या किमयेने काय कायापालट झाला असावा?

औरंगाबादपासून सुमारे १२० कि.मी. आणि जळगावपासून सुमारे ८० कि.मी.वर अजंठा लेणी आहेत. कुणीकडून जायचे, हे आपण ठरवायचे. औरंगाबादला विमानतळ आहे.

आम्ही औरंगाबादला पोहोचलो. अजंठ्याजवळ राहण्याची उत्तम सोय नव्याने झाली असल्याचे कळले; शिवाय फर्दापूर फाट्यावर चांगले सरकारी रेस्ट-हाउस आहे, अशी माहिती मिळाली. औरंगाबादपासून अजंठ्याकडे जाणारा रस्ता अतिशय उत्तम होता. पोटातले पाणी हलणार नाही असा.

फर्दापूरला आमची राहण्याची सोय झाली. पुढे गाडीने निघालो. सभोवतालचे दृश्य पाहून थक्कच व्हायला झाले. आठवणीतला उजाड, रखरखीत ओसाड माळ नाहीसा झाला होता. हिरवळ, झाडी, फुलबाग, आखीव-रेखीव 'बांधीव पायवाटा. त्यात अजंठा लेण्यातील प्रतिकृती, चित्रे व इतर हस्तकलावस्तू विकणारी छोटुकली, देखणी दुकाने, गाड्यांसाठी भव्य पार्किंग. साराच देखावा मन प्रसन्न करणारा होता. आम्हाला ड्रायव्हरने सांगितले की, आपली गाडी इथेच पार्क करायला हवी. इंधनाच्या गाड्या प्रदूषणाच्या भीतीमुळे लेण्यांच्या डोंगराजवळच्या परिसरात न्यायला बंदी आहे.

बॅटरीवर चालणाऱ्या प्रदूषणविरहित वातानुकूल बसने पुढचा प्रवास सुरू झाला. दुतर्फाची हिरवाई चकित करणारी होती.

इतस्तत: पसरलेल्या डोंगरदऱ्या, त्यात लेणी कुठेच दिसत नव्हती. लेण्यांच्या अगदी पायथ्याशी गेल्यावर अविस्मरणीय देखावा डोळ्यांसमोर आला. सकाळचे दहा वाजले होते. ऊन-सावलीच्या नाट्यमय प्रकाशात अर्धचंद्राकार पहाडाच्या कुशीत एकाशेजारी एक अशा गुंफांची लांबलचक मालिका दिसली. पहाडाने अत्यंत नाजूक, रेखीव, कलात्मक अलंकार घातल्यासारखे वाटले. डोंगराच्या पायथ्याजवळून वाघोऱ्याचा निर्झर मंद पार्श्वसंगीत देत, त्या स्वर्गीय वातावरणाला गूढ अद्‌भुतता आणत होत्या.

चालुक्यांच्या काळात भारतात आलेला सुप्रसिद्ध बौद्ध यात्रिक 'ह्यु एन त्संग'ने लिहून ठेवले आहे, 'मोहाल (महाराष्ट्र) देशाच्या पूर्व बाजूस एक मोठीच पर्वतश्रेणी आहे. एकावर एक उभ्या असलेल्या मजल्याप्रमाणे या पर्वताचे कडे दिसतात. उत्तुंग अशा गिरीशिखरांची शोभा तर अवर्णनीयच आहे. या ठिकाणी एक मठ आहे. उभ्या दरडीमध्ये भव्य असे मंडप व दालने कोरलेली आहेत. ही दालने स्वत: डोंगरावर बसलेली असून आपल्या पाठीवर उंच-उंच पहाड व शिखरे तोलून धरीत आहेत

असाच भास होतो.'

आम्ही डोंगराच्या पायऱ्या चढू लागलो. वाटेत पिण्याच्या पाण्याची सोय म्हणून थंडगार पाण्याचे विजेवरील कूलर्स होते. लेण्यांचा साराच परिसर नुकत्याच न्हाऊ-माखू घातलेल्या – हिरवं आंगडं-टोपडं ल्यायलेल्या बाळासारखा टवटवीत, स्वच्छ आणि निर्मळ होता. कुठे ना कागदाचा कपटा, ना कचऱ्याचा तुकडा, ना कुणी फेरीवाला, ना विक्रेता, ना त्यांच्या आरोळ्या. सारा परिसर प्रशांत, प्रसन्न होता. आम्ही एक क्रमांकाच्या लेण्याजवळ पोहोचलो. दाराबाहेर गाइड होता. हा गाइड पगारावर होता. उत्तम प्रशिक्षण घेतलेला होता. तो प्रवाशांकडून पैसे मागत नव्हता. प्रसन्न मुद्रेचा आणि चांगला स्मार्ट होता.

चित्र आणि शिल्प या दोन्ही दृष्टींनी विशेष प्रेक्षणीय अशा ज्या गुंफा आहेत त्यांपैकी हे एक क्रमांकाचे लेणे. वास्तुशिल्प म्हणून तर हे साऱ्या लेण्यांत उजवे आहे. ठसठशीत, सुबक आतली भव्यता पाहून प्रथम जाणीव झाली, ती स्वत:च्या खुजेपणाची. त्यातून जरा सावरल्यावर दुसरी जाण आली, ती आत मंदपणे तुकतुकणाऱ्या शेकडो दिव्यांमुळे झालेल्या अतिशय उठावदार प्रकाशयोजनेची. दिव्यांच्या प्रखरतेने चित्रांना, शिल्पांना हानी तर पोहोचू नये, पण त्याचबरोबर ती उत्तमपणे प्रकाशमान व्हावीत, त्या प्रकाशात त्यांनी आपल्या सौंदर्याचे सारे पैलू रसिकांना खिळवून उलगडावेत, अशी ताकद त्या प्रकाशयोजनेत होती.

त्या प्रकाशात एक वेगळेच विश्व नजरेसमोर साकार झाले. दर्शनी, अतिशय वैविध्यपूर्ण देखणे स्तंभ आहेत, त्यावरून मी हळुवारपणे हात फिरवला. त्या स्पर्शातून त्या काळाशी, त्या कलाकारांशी स्वत:ला मी जोडू पाहात होते. पैलू पाडलेल्या त्या खांबांनी हजारो वर्षांच्या इतिहासाला तोलून धरले होते.

काही अष्टकोनी खांब, तळखडा आणि माथा चौकोनी व नक्षीदार, त्यांच्या खांद्यापाशी बहुकोनी असा भाग, त्यावर पुन्हा चौकोनी स्तंभशिर. खांबांवर वरच्या भागात बुद्धजीवन आणि बाजूच्या भागावर आकाशगामी गंधर्वयुग्मे आहेत. ती वरचे छत तोलून धरीत होती. खांबांच्या वर्तुळाकृती भागांवर लहरी-लहरींचे धाट करून ते अधिक देखणे केले होते.

काही स्तंभ वरच्या बाजूस निमुळते होतात, फुलांच्या पाकळ्या मिटाव्यात तसे. त्यावर पूर्ण कलश आणि त्यांना आधार देणारे यक्ष. पाण्याने भरलेले पूर्ण कलश व त्यातून बाहेर झुकलेली पाने-फुले हे भारतीय कलेतील समृद्धीचे रूपक. त्याचा कलापूर्ण उपयोग इथे केलेला आहे. जेथे पाने असतात तेथे छोटे यक्ष आहेत. मोठे गमतीदार दिसतात. स्तंभांवर पट्ट्यांची बंधने व त्यावर फुलाफुलांची नक्षी ठिकठिकाणी आहे.

गणेशपट्टीवर पाच युग्मे दिसतात. काहींच्या हातात वाद्ये आहेत. गणेशपट्टी

तोलायला गंगा-यमुनांच्या कमनीय मूर्ती उभ्या आहेत. दरवाज्यातून आत गेल्यावर चित्रांसाठी प्रसिद्ध असलेला मोठा चौक आहे. सोपे आणि चौक यामध्ये नक्षीदार खांब आहेत. गाभाऱ्यात अतिभव्य बुद्धप्रतिमा धर्मचक्रमुद्रेत बसली आहे. तिच्या डाव्या हाताला वस्त्राचे टोक आहे. बाकीचे वस्त्र अंगाभोवती लपेटलेले आहे. त्या भव्य मूर्तीच्या आकाराला शोभतील, असे दोन भव्य रक्षक दोन्ही बाजूंना उभे आहेत. वरच्या बाजूला गंधर्वयुगुले आहेत. मूर्तीच्या चेहऱ्यावरील सौम्य भाव हृदयाला स्पर्श करतो. गाइडने या मूर्तीच्या उजव्या बाजूने प्रकाश टाकला तशी प्रसन्न मुद्रा दिसली. हास्य उमटल्याचाही भास झाला. समोरून उजेड पाडला, तर तीच मुद्रा ध्यानमग्न होती आणि डावीकडून प्रकाश पाडला, तसे खिन्नतेचे भाव त्या मुद्रेवर पसरले.

गुंफेतील वेगवेगळे भाग अधिक शोभिवंत करण्यासाठी छताच्या किनारी स्तंभांचे भाग द्वारशाखा यांच्यावर फुले, पाने, बेलपत्त्या तर आहेतच; पण हत्ती, वाघ, मासा, मगर असेही प्राणी आहेत, तसेच पोपट, मोर, बदके, हंस या पक्ष्यांच्या आकृती अतिशय कौशल्याने गुंफलेल्या आहेत.

अजंठ्याच्या चित्रकाराला कमळवेल आणि हत्ती फार प्रिय असावेत. मुख्य भिंतीवर बौद्ध पुराणातील आणि बुद्धाच्या विविध जन्मांतील कथा चित्रे रेखाटली आहेत. यांना 'जातककथा' म्हणतात.

मुख्य मंडपात शिरले की, गाभाऱ्याकडे तोंड करून उभ्या असलेल्या भिंतीवर एक जातककथा आहे. 'शिबी राजा'ची महाभारतात सापडणारी ही कथा, त्यानंतर झालेल्या बौद्ध वाङ्मयात जशीच्या तशी दिसते. शिबी राजाचे सत्त्व पाहण्यासाठी इंद्र आणि अग्नी या दोन देवांनी कबुतर आणि ससाण्याचे रूप घेतले. भयभीत कबुतर राजाच्या मांडीवर बसून मानवी वाणीने आश्रय द्या, असे विनवू लागले. राजाने शरणागताला अभय दिले. थोड्या वेळात ससाणा तिथे आला. कबूतर माझे स्वाभाविक भक्ष्य आहे. ते माझ्या स्वाधीन कर, नाही तर मला उपाशी मारण्याचे पातक तुझ्या माथी येईल, अशी मागणी त्याने राजाकडे केली. ससाणा उपाशी राहणार नाही आणि कबुतर जिवंत राहील, असा मार्ग राजाने काढला. कबुतराच्या भारंभार मास आपल्या शरीरातून कापून देण्याचे त्याने मान्य केले. राजाची कर्तव्यनिष्ठा पाहून इंद्र आणि अग्नी प्रसन्न झाले. हे चित्र तीन दृश्यांत आहे. पहिला देखावा राजदरबाराचा आहे. राजाची आकृती इतरांच्या मानाने मोठी आहे. त्याचा मुकुट, गळ्यातला हार, बाहुभूषणे रत्नखचित सुवर्णाची आहेत. त्याच्या मांडीवर पांढऱ्या-निळ्या रंगाचे सुंदर कबुतर आहे. दुसऱ्या चित्रात राजगृहाचे अंत:पूर आहे. कबुतरासाठी राजाने जो त्याग करायचे ठरवले, त्याला राणीची संमती मिळवण्यासाठी मन वळवण्याचा राजा प्रयत्न करीत आहे. सगळ्यात उजवीकडील चित्रात मोठ्या पिंपळ-वृक्षावर तराजू टांगलेला आहे. शिबी राजा कपोताच्या (कबुतराच्या) भारंभार

मास काढून देण्यासाठी उभा आहे.

'मूर्च्छित राजश्री', 'मोहवश भिक्षू नागदंपती' अशा अनेक जातककथा अस्पष्ट स्वरूपात भिंतीवर दिसतात. अजंठा चित्रकृतींपैकी सर्वांत अप्रतिम कलाकृती म्हणून प्रसिद्ध असलेला 'बोधिसत्त्व' पाहून चकित व्हायला होतं. त्याची उभी राहण्याची ढब पाहताना त्यातल्या गतिमानता व लयबद्धतेमुळे चित्रकार हेब्बरांच्या चित्रांची आठवण होते. तो डौलदारपणा मनात रुततो खंजिरासारखा. अंगावरचे मोजकेच पण सुंदर अलंकार, नक्षीदार मुकुट आणि त्याची प्रसन्न मुद्रा डोळ्यांद्वारे मनात जशीच्या तशी उतरते आणि कायम राहते. चंद्रासारखा गोल चेहरा, धनुष्याकृती भुवया, कमळपाकळीसारखे अर्धे मिटलेले डोळे, हत्तीच्या मस्तकासारखे खांदे, सोंडेसारखे बाहू, 'पद्‌मपाणि'च्या शेजारील शक्ती, शामवर्णी. तिचे सौंदर्य वर्णन करता येणे शक्यच नाही. ती प्रत्यक्षातच पाहायला हवी.

पद्‌मपाणिसारखाच उजव्या बाजूला 'वज्रपाणि बोधिसत्त्व' आहे, पण ही आकृती अगदीच पुसट झाली आहे. 'मार' नावाच्या विघ्नकारी दैत्यप्रमुखाने प्रलोभने, भय, दंड इत्यादी मार्गांनी बुद्धाचे तपोहरण करण्याचा प्रयत्न केला. गौतमाची मांडी घालून बसलेली दृढनिश्चयी, ध्यानमग्न मूर्ती चित्राच्या मध्यभागी चितारलेली आहे. मूर्तीच्या सर्व बाजूंस माराचे सैन्य दिसते. हरतऱ्हेचे अक्राळविक्राळ प्राणी, लढवय्ये एकाबाजूने गौतमावर हल्ला करत आहेत. दुसऱ्या बाजूने बुद्धाला आकृष्ट करण्याचा प्रयत्न करणाऱ्या माराच्या कन्या दिसतात. त्यांचे हावभाव, संभ्रम, अनावृत शरीरे किती वास्तवपूर्ण रेखाटली आहेत, हे प्रत्यक्ष पाहिल्याशिवाय कळणार नाही. छतावरील लहान-लहान चौकटी, त्यातील अनेक चित्रे मती गुंग करून टाकणारी आहेत.

शिंगे एकमेकांच्या कपाळात रुतवून शेपट्या वर करून एकमेकांवर धावणारे दोन बैल, नसानसांतून ओसंडणारा त्यांचा आवेश युरोपियन शिल्पकलेची आठवण करून देतो. एकाच चौकटीला चार हरणे कोरलेली आहेत. दोन उभी, दोन बसलेली! पण या सर्वांना मिळून तोंड एकच आहे. प्रत्येक हरणाचे चित्र अलग-अलग पाहिले, तरी ते डोके याच हरणाचे याची खातरी होते.

इथल्या प्रत्येक चित्रात, शिल्पात प्रत्यक्षात आकारलेल्या, चितारलेल्या प्रसंगापेक्षा काहीतरी अधिक, काहीतरी जाणिवेपलीकडचे सांगण्याची ताकद आहे. बुद्धमूर्तीच्या डाव्या बाजूला गुडघे टेकून बसलेल्या पूजकांत आपण स्वत:लाही पाहू लागतो. ग्रंथपठण, धर्माभ्यास वर्षानुवर्षे करून जे साध्य होणार नाही, ते इथे काही काळात होते. तुम्ही बौद्धधर्मीय असा किंवा नसा, हिंदूधर्म अभिमानी असा वा निधर्मी असा, तुमचे हात आपोआप जोडले जातात.

अजंठ्याची सारी लेणी पाहून, तिथे काही तास घालवून जेव्हा आपण बाहेर पडतो, तेव्हा सुवर्णरसात बुडवून काढलेली वस्तू जसे वेगळे रूप धारण करून

बाहेर येते, तसेच काहीसे होते. मनाला, आत्म्याला आलेल्या झळाळीमुळे आत शिरताना जे होतो, त्यापेक्षा कितीतरी वेगळे व्यक्तिमत्त्व घेऊन बाहेर पडतो. तिथल्या विलक्षण अनुभवांनी अंत:करणात प्रकाश निर्माण होतो. प्रफुल्लता, करुणा, पावित्र्य, उदात्तता, मांगल्य, सौंदर्य भरून राहतं. स्वत:मध्येच इथल्या उदात्त सौंदर्याचा, करुणेचा आणि ममतेचा काही भाग घेऊन आपण बाहेर पडतो. आज माझ्या आतही अजंठ्याचा एक भाग आहे आणि त्याबद्दल मी फार-फार कृतज्ञही आहे.

अजंठ्याच्या लेण्यांचा आस्वाद साऱ्यांनी घ्यावा, हा या लेखाचा हेतू! आपली संस्कृतीच सांगते की, 'सहना ववतु सहनौ भुनक्तु सहवीर्य करवावहे।' – 'जे करायचे ते साऱ्यांनी मिळून करू या...' ही लेणी कशी निर्माण झाली, याची उत्सुकताही आस्वाद घेताना मनामध्ये असतेच.

बौद्ध मतप्रसारासाठी धर्मोपदेशकांची, प्रचारकांची 'संघ' ही संघटना निर्माण केली गेली. अज्ञ, पाखंडी जन उदंड असल्यामुळे अधिकाधिक भिक्षू, प्रचारक यांची गरज होती. या प्रचारकांना बौद्ध धर्मात पारंगत करणे आवश्यक होते, शिवाय इतर धर्मांचे खंडन करायचे, तर त्या धर्मांचा अभ्यासही आवश्यक होता. या सगळ्या धर्मशिक्षणासाठी पाठशाळा व भिक्षूंच्या राहण्याच्या सोईची आवश्यकता होती. या हेतूला अनुसरून 'विहार' (राहण्याच्या खोल्या) व 'चैत्यमंदिरे' (पाठशाळा) निर्माण झाली. लांब ओसरी वा सोपा, राहण्यासाठी अनेक छोट्या खोल्या, त्यात दगडांची शय्यासने व वस्तू ठेवण्यासाठी कोनाडे. सामुदायिक पाठासाठी, चर्चेसाठी मधले मोठे दालन (चैत्य) अशी व्यवस्था असे.

ख्रिस्ती शकाच्या प्रारंभीच्या आधीच बौद्धमतात भेद झाले. आणि 'हीनयान' व 'महायान' पंथ पडले. 'हीनयान' म्हणजे आधीच्या पद्धतीप्रमाणे 'स्तुपाला' (म्हणजे स्मारकाला) वंदन करण्याची प्रथा होती. 'महायान' सांप्रदायाने बुद्धाला देव मानून बुद्धमूर्तीची पूजा सुरू केली, त्यामुळे आधीच्या 'चैत्य' व 'विहारां'च्या गुंफांमधेही फरक झाले. मूर्तीच्या पूजेसाठी गाभारा आला. गाभाऱ्यापुढचा भाग मोकळा ठेवण्यात येऊ लागला, त्याला 'अंतराळ' ही संज्ञा मिळाली. गाभाऱ्याभोवती 'प्रदक्षिणापथ' निर्माण झाला.

अजंठ्यामध्ये हीनयान व महायान गुफांमधली ही विविध स्थित्यंतरे पाहायला मिळतात. अजंठ्याला अपूर्णावस्थेतली धरून एकूण ३० लेणी आहेत, त्यात पाच (क्र. ९,१०,१९,२६,२९) चैत्यगृहे आहेत आणि बाकीचे २५ विहार आहेत, त्यात पुन्हा 'हीनयानी' आणि 'महायानी' असे दोन भाग आहेत. सातवाहनांच्या काळातली ८,९,१०,१२,१३,१५,२६,२९ या लेणी आहेत. बाकीची वाकाटक आणि त्या नंतरच्या काळातली आहेत. क्र. ९ आणि क्र. १०ची चैत्यगृहे अजंठ्याच्या सर्व लेण्यांत प्राचीन इ.स.पूर्व दुसऱ्या शतकातली आहेत.

नवमतवादी महायानांनी पूर्वीचे म्हणजे हीनयान पंथीयांचे विहार वापरलेच, पण त्यात मूर्तींची रेलचेल करून टाकली, शिवाय स्वतंत्र गुंफाकारही अस्तित्वात आणला. सांघिक प्रार्थनेपासून ते वैयक्तिक उपासनेपर्यंत स्मरणरूप चिंतनापासून ते मूर्ती स्वरूपातील पूजेपर्यंतचा हा सगळा तात्त्विक प्रवास अजंठा लेण्यात चिरंजीव झाला आहे.

कलाकारांचे कलाकौशल्य हवेच व त्याचबरोबर बौद्धधर्माची आंतरिक ओढ असल्याशिवाय अशी निर्मिती होणार नाही. जो संदेश चित्र, शिल्पाद्वारे प्रसारित व्हावा, अशी धर्मोपदेशकाची इच्छा होती, त्या संदेशावर कलाकाराचीही निष्ठा असणारच, म्हणून तो आशयाशी समरस झालेला दिसतो. या कलावंतांना गुणग्राही, निष्ठावान, धार्मिक समाजाची तितकीच साथ हवी. पिढ्यान्पिढ्या श्रद्धेने हे काम करणारी कुटुंबे हवीत. हे सारे असल्याशिवाय 'अजंठा' निर्माण झाले नसते.

अजंठा निराळे, अद्भुत भासते हे खरे. कुठल्याही धर्मासाठी 'धर्ममंदिरे' हवीत, प्रचार हवा हेही मान्य. धर्मशिक्षण व प्रचारासाठी राहण्या-जेवण्याची, पाठशाळांचीही आवश्यकता आहे, त्यासाठी मोठाल्या इमारती, आश्रम लागतात, हेही पटण्याजोगेच आहे. मंदिरे, इमारती, आश्रम देखणे, कलात्मक असावेत, हा आग्रहही बरोबर आहे; पण नगरातून विटा, चुना, दगडातून हे उभारण्याऐवजी डोंगर पोखरून दूर अवघड जागी हा सारा खटाटोप का मांडला?

स्थापत्यशास्त्र सांगते की, दगड, लाकूड, चुना, गवंडी, सुतार घेऊन बांधीव वास्तू उभारण्यापेक्षा खोदीव वास्तू स्वस्तात पडते. लोकवस्तीची वर्दळ नको, एकांत हवा अशी कल्पना असेल, तर शहरापासून दूर निर्जन जागी चैत्य उभारता आले असते, मग हा प्रचंड उद्योग का मांडला? नित्याच्या चाकोरीपेक्षा वेगळे, भव्य अद्भुत, अवघड दैवी शक्तीचे काही करावे, ज्यायोगे आपल्या पंथाची जनमानसावर छाप पडावी, असा उद्देश असू शकेल.

कदाचित नैसर्गिक सौंदर्य आणि मानवी नगर व्यापारांपासून उच्च असे स्थान याची भुरळ कलावंतांना व धर्मप्रचारकांना पडली असेल. दोन हजार वर्षांपूर्वीच्या या काळात काष्ठशिल्प व इष्टिकाशिल्प प्रचलित होते. राजप्रासाद, कोट, मंदिरे लाकूड-विटांचेच होते. दगडी-शिल्पांची विद्या सम्राट अशोकाच्या काळात भारतात आली असावी असे मानले जाते. सगळ्यात महत्त्वाचे म्हणजे लाकूड-विटांपेक्षा गिरीशिल्प प्रदीर्घ काळ टिकेल, हा विचारही यामागे असण्याची शक्यता आहे.

प्रचलित काष्ठशिल्पांचा चेहरा-मोहरा या गिरीशिल्पात दिसतो, पण तंत्र व पद्धत वेगळी वापरावी लागली. आधी पहाडाची पाहणी, तपासणी करून त्यातला एकसंधपणा, खोदाईची शक्यता तपासून पाहिल्या गेल्या, 'प्लॅन्स' तयार झाले. दरड घासून सपाट करण्यात आली, त्यावर लेण्याची दर्शनी भागातील आकृती

रेखाटून प्रत्यक्ष गुंफा कोरण्याच्या कामाला आरंभ होई. शिड्या, दोर यांच्या साहाय्याने शिल्पी गुंफेचे सगळ्यात उंच टोक असेल, तिथे हत्याराने खोदण्यास सुरुवात होई. दोन-चार माणसांना बसून किंवा उभे राहून काम करता येईल, एवढ्याच उंचीचा बोगदा तयार करण्यात येई. आधी छताचे भाग, नक्षीकाम, तुळ्या, मूर्ती क्रमाक्रमाने केले जात. एक-एक भाग संपवत ते खाली उतरत, त्यामुळे माचाडे, कोरीव मूर्ती उभ्या करण्यासाठी ढिगारे रचणे, हत्ती, मोठाले दोर अशी जमीनीवर शिल्पे उभारण्यासाठी लागते, ती सामग्री लागत नसे. फक्त छिन्नी व टिकाव हीच आयुधे. एक तज्ज्ञ, एक कामगार असे दोन तऱ्हेचे कारागीर लागत. मनुष्यबळही मोठ्या प्रमाणात लागत नसे.

कमीतकमी तेरा लेण्यांत चित्रकाम असावे. आता चार लेण्यांतच ते शिल्लक आहे. ही चित्रे जगभर गाजली. सिंहलद्वीप, अफगाणिस्तान, मध्य आशिया, चीन इथून चित्रकार नैपुण्य मिळवण्यासाठी अजंठ्यास येऊ लागले.

सिंहलद्वीपमधल्या सांगिरीया, अफगणिस्तानातील बामियान (इथल्या प्रचंड बुद्धमूर्ती तोफांनी उडवण्यात आल्याचे आपण वाचले आहे.) मध्य आशियातील तुरफान आणि चीनमधल्या 'तुन हआंग' इथल्या भित्तिचित्रांत अजंठ्याच्या कलेचे अनुकरण दिसून येते. थायलंडमधल्या बँकॉक येथील अतिभव्य बुद्धमंदिरात अंजिठा शैलीतले सुरेख चित्रकाम संपूर्ण छत व भिंतीवर केलेले नुकतेच मी पाहून आले.

गुहेची भिंत छिनून सपाट करून त्यावर शेण-कडब्याचा भुसा, तांदळाची तुसे यांचा लेप करून लावला आहे. त्यावर चुना लावून, नैसर्गिक रंगाचा वापर केला आहे. एकाच चित्रात विविध वस्तू, व्यक्ती एकमेकांपासून वेगळ्या दाखवण्यासाठी रंगाबरोबरच छायाप्रकाशाचाही वापर केला आहे. रंग टिकावेत म्हणून विशिष्ट प्रकारचा डिंक वापरला आहे.

अंजिठामध्ये एका शेजारी उभी असलेली माणसे लहान-मोठी काढलेली आहेत. नायक, नायिका, देव, गंधर्व, अप्सरांचा आकार सामान्यजनांपेक्षा मोठा आहे. जात आणि वर्गानुसार शरीराचे रंग व छटा बदललेल्या आहेत. जातकातले प्रसंग रंगवताना चित्रपटाप्रमाणे एकापुढे एक प्रसंग आहेत. रेघा मारून किंवा चौकटी करून प्रसंगचित्रे वेगळी केलेली नाहीत. मोठे वृक्ष आणि पर्वतकडे काढून त्यांना विभागले आहे.

आज काळाच्या ओघात भंगलेल्या मूर्ती, मानवाने विध्वंस केलेल्या मूर्ती, चित्रे जपान सरकारने पुन्हा आणि अकृत्रिमपणे व तेवढ्याच कलात्मकपणे उभ्या सांधल्या आहेत. अनेक भव्य मूर्तींना सलाइनसारख्या बाटल्या व स्टँड्स होते. बाटल्यांतील सुयांमधून एक रसायन अत्यंत सावकाश मूर्तीत सोडले जाते, त्यामुळे मूर्तींच्या अंतरंगात पडलेल्या सूक्ष्म भेगा सांधल्या जातात. पुढील अनेक वर्षे मूर्ती भंगणार नाहीत, याची दक्षता घेतली जाते. हे रसायन जपानहून पाठवले जाते. चित्रांचे ढपले

पडू नयेत, म्हणून सभोवती लेपन करण्यात आले आहे.

सुमारे २२०० वर्षांपूर्वीची ही लेणी आधुनिक जगाला १८१९मध्ये माहिती झाली. मद्रास तुकडीतील गोरे अधिकारी या भागात हिंडत असताना त्यांनी ही लेणी पाहिली. त्याची वर्णने मायदेशी पाठवली. पुढे शासकीय संस्था, खासगी व्यक्तींद्वारे या लेण्यांवर संशोधन सुरू झाले. ग्रिफिथ व फर्ग्युसन यांनी या चित्रांच्या प्रतिकृती करवण्याचे काम केले. त्यांचे प्रदर्शन इंग्लंडमध्ये भरले असताना आग लागून त्या प्रतिकृती जळाल्या.

औंध संस्थानचे माजी अधिपती कै. बाळासाहेब पंतप्रतिनिधींनी अजंठ्याच्या चित्रांची छायाचित्रे घेऊन त्याच्या स्लाइड्सवरून चित्रे तयार केली. ती औंधच्या संग्रहालयात पाहायला मिळाली. लंडन, हैदराबाद, मुंबई, कोलकातामधील म्युझियममध्ये अजंठ्याच्या काही चित्रांच्या प्रतिकृती पाहायला मिळतात. चित्रांसाठी अजंठा श्रेष्ठतम मानले गेले आहे हे सत्यच आहे, पण अजंठा पाहताना सव्वीस क्रमांकाच्या चैत्यगृहाच्या लेण्यात कोरलेला महापरिनिर्वाणाचा प्रसंग रसिकांच्या आठवणीवर जसाच्या तसा कोरला जातो, अगदी नकळत.

मी शाळेत असताना पाहिलेला हा प्रसंग आजही मनात राहिला आहे. मंचकावर तेवीस फूट लांब शयनासनातील मूर्ती. उजवा हात उशाशी आणि डावा अंगावर आहे. मुद्रा शांत झोपेमधली. मंचकापाशी दु:खी चोवीस आकृत्या. कुणी हात हनुवटीखाली घेऊन गौतमबुद्धाच्या चेहऱ्याकडे सर्वस्व गमावलेल्या मुद्रेने पाहतो आहे. कुणी जमिनीकडे पाहात अश्रू ढाळतो आहे. किती नाना प्रकारांनी दु:ख व्यक्त होते आहे! गौतमबुद्धाला स्वर्गात नेण्यासाठी गंधर्व अप्सरांचे थवे जमले आहेत.

आज पुन्हा हे दृश्य पाहताना कवी ना. धों. महानोरांच्या 'अजिंठा'तल्या काव्यपंक्ती आठवल्या –

'अजिंठा,
अद्‌भुत भव्य-दिव्य स्वप्नातला
प्रतिभावंताच्या छिन्नी-छिन्नीतला
जगङ्व्याळ चिरंतन नाजूक रेषांमधला
रंगाचें आभाळ साठवून दगडांवर
कभिन्न कातळातलं जगभरचं दु:ख
घोटवून निर्यमक बुद्धाच्या कहाणीत
शांत सचेतन पद्मासनातल्या गाभाऱ्यातला....'

पुढारी, दिवाळी (२००५)

'मेरे कमरेमें आसमान भी है...'

'...दिवस कलला होता. सभोवतालच्या झाडांवर पाखरांचा गलका सुरू झाला होता. एव्हाना बरंच काही गोळा झालं होतं; अनुभवाच्या शिदोरीत. अनू जाणिवेच्याही... अनुभवाचे असे तुकडे मिळतील तिथून अधाशीपणे वेचत राहिले, तर स्वत:च्या विवेकाने वाटचाल करणे सहजसुंदर होते. आपली जीवनशक्ती सर्जनाच्या मार्गाने गतिमान होते... परतीच्या मार्गाला लागलो.' मन म्हणत होतं –

'आयी चिड़िया, तो मैंने ये जाना,
मेरे कमरेमें आसमान भी है...'

चकचकीत उन्हात आम्ही जहांगीर आर्ट गॅलरीच्या पायऱ्यांसमोर गाडीतून खाली पाय ठेवला. उन्हाच्या झळांबरोबरच भोवतीच्या वातावरणातला आनंद, उत्साहही एकदम अंगावर आला. हवेतच स्वातंत्र्य आणि मनस्वीपणाचे काहीतरी संसर्गजन्य असे होते. अंगावरची अन् चेहऱ्यावरची नेहमीची स्टार्च असलेली कडक इस्त्री नाहीशी झाली. आत खोल कुठेतरी तारा झंकारल्या गेल्या. चैतन्याला उधाण आलं. कवी महानोरांच्या शब्दांत सांगायचे तर, 'लागिरं झालं जीऽऽऽ'

समोरच होता, एक ४० फूट उंच टॉवर..., त्यावर लटकल्या होत्या शेकडो प्लॅस्टिक बाटल्या आणि रंगीत बादल्या. सगळ्यांवर संदेश होता, 'पाणी वाचवा!' इथून सुरुवात होत होती, 'काळा घोडा उत्सवाची! महाराष्ट्रातूनच नाहीतर भारतातल्या अनेक राज्यांतून कलावंत इथे – पंढरपूरला भक्तांनी ज्या श्रद्धेने यावे – तसे आले होते. गेली काही वर्षे मीही इथली वारकरी आहे.

दर्शनी भागातच आठ ते दहा वर्षे वयाच्या मुलांनी काढलेल्या छायाचित्रांचे प्रदर्शन मांडले होते. उंच इमारतीवरचा तिरक्या नजरेने जगाकडे पाहणाऱ्या कावळ्याचा फोटो लक्ष वेधून घेत होता. सुरेंद्र राव नावाचा कुणी कवी-चित्रकार

आपल्याला शिकवत होता, 'पोएट्री पेंट' करायला. त्यातल्या ओळी मनात रेखाटल्या गेल्या...

'आयी चिड़िया तो मैंने ये जाना, मेरे कमरेमें आसमान भी है।'

एक दालन – छोटेसे. बाहेर पाटी. 'रॅटरेसमध्ये संवेदनशीलता हरवलीय. थांबा, श्वास घ्या. आयुष्यातले निघून गेलेले आनंदी क्षण आठवा.' आणि मग निर्वाळा दिला होता, 'पुन्हा आनंद मिळेल!' आत काचेच्या चौकटीत बंद होता, एक कंदील, जुने घड्याळ, कागदी होड्या, भली थोरली कोरीव किल्ली आणि कठपुतळीतले राजा-राणी. मनातले वाहून गेलेले, अंधारात लोप पावलेले आनंद पुन्हा खोलण्याची कोरीव किल्ली स्वत:जवळच नसते का? लहानपणाच्या विश्वातले राजा-राणी. भातुकलीचा खेळ आणि कहाण्या पुन:पुन्हा जागत्या ठेवायच्या असतात. आपणही मग हळुवारपणे फुलपाखराचे पंख लावून जातो – आठवणींच्या कोवळ्या, हळव्या जगात. तोवर पुढे उभा राहतो, कचरा बांधलेल्या प्लॅस्टिकच्या गार्बेज बॅग्जचा, पंचवीस फूट उंचीचा काळाकभिन्न भीतिदायक ढिगारा...! आणि आपल्यावर आदळतात शब्द... कोणीतरी हे जग साफ करायला हवं. जुनं दिसतंय ते जरा दिसू द्या नवं...

कोणीतरी जपायला हवा... हवाहवासा रंग आणि मग सुरू होते, रंगांची उधळण... सभोवताल सारी रंगांची दुनिया – लाल, पिवळा, हिरवा, निळा, जांभळा, नारिंगी, काळा, पांढरा... मोरपंखी... राजवर्खी. त्या रंगांना आकार आहेत, नाद आहेत, स्पर्श आहेत, रूप, रस आणि गंधही आहे. अनेक कलाकार. खेडोपाडीचे, संस्कृती जपणारे, समद्ध वारसा सांगणारे. त्यांची प्रात्यक्षिके चालू होती. उत्साही बघे सहभागी होत होते, त्या कलानिर्मितीच्या सळसळत्या प्रवाहात.

'फ्रजाईल'ची मोठी चिकटपट्टी असलेले दालन. आत होत्या; प्रत्येकाच्या मनात खदखदणाऱ्या भावना, वीतभर कागदावर लिहिलेल्या, चहूबाजूंनी भिंतीवर चिकटवलेल्या भाषा – इंग्रजी, उर्दू, मराठी, हिंदी; पण हृदय एक. 'सुन ले बेटा पाकिस्तान, बाप है तेरा हिंदुस्थान' – नरेंद्र, 'वसुधैव कुटुंबकम्' – अजित, 'Let's be friends stop terror – Anthony' येणारा प्रत्येक जण 'मनकी बात' डकवून जात होता. समंजस, संतप्त, द्वेषपूर्ण, मित्रत्वाच्या... अशा कितीतरी प्रतिक्रिया. बॉंबस्फोटाची विदारक आठवण करून देणाऱ्या....

सुन्न झाले मन! बाहेर पडल्यावरही, ती पत्रं डोळ्यांसमोर तरळत राहिली.

स्त्री भ्रूणहत्येच्या त्या चिमुकल्या गल्ल्याबोळांतून उन्हात झळकणाऱ्या रंगीबेरंगी साड्यांच्या जेमतेम दीड-दोन फूट अरुंद रस्त्यातून हिंडताना श्वास गुदमरला.

उकळत्या दुधात बुचकळलेले आर्त रडणे कानात घुमत राहिले. स्त्री भ्रूणहत्येची वेगवेगळ्या राज्यांतील आकडेवारी अक्राळविक्राळ रूप घेऊन भेडसावत होती. त्यातून बाहेर पडणे मुश्कील!

डावीकडे आर्ट आणि क्राफ्टचे स्टॉल्स होते. उजव्या हाताला जहांगीर आर्ट गॅलरीच्या सभोवताली चित्रकार, शिल्पकार आपल्या प्रतिभेला रसिक जाणकारांची दाद घेण्यासाठी शिल्पचित्रे मांडून बसले होते, तिकडे पाय वळले नाहीत. विषण्ण वाटत राहिले. आपल्या देशापुढील प्रश्नांचा आणि देशातील सामाजिक प्रश्नांचा सुन्न करणारा, तो कलात्मक आविष्कार आणि त्याचा मनावर झालेला प्रचंड परिणाम. खूपच थकल्यासारखे झाले. कलेचा मानवी विचारशक्तीवर किती विलक्षण प्रभाव पडतो, याचा अनुभव घेतला. काही करू नये, पाहू नये वाटले. मी, माझी मैत्रीण स्नेहल आणि कॉलेजमध्ये शिकणारी लेक आर्या; आम्ही एकमेकींशी बोलू शकत नव्हतो. काही पाहण्याची, कला आस्वादाची इच्छा मरून गेली होती. मुंबईच्या भर बाराच्या टळटळीत उन्हात आम्ही जहांगीरच्या पायऱ्यांवर गप्प बसून राहिलो. स्वत:मध्ये बुडून, मनाच्या सावटात थिजलेल्या आम्ही किती वेळ बसलो ठाऊक नाही. आर्याने विचारले, 'लिंबूसरबत किंवा काहीतरी थंड पिऊ या?' आम्ही माना हलवल्या. मसाला लिंबू सरबताची बाटली रिचवल्यावर मात्र पुन्हा उत्साहाने उठलो. वर पाहिले, तर झाडांना असंख्य रंगीबेरंगी कंदील. फुग्यांच्या माळा. काही ठिकाणी फडफडणाऱ्या रंगीत पट्ट्या. सारे रंगमय, चैतन्यमय... आनंदमय. मनातल्या मळभाने आनंद लपेटून घेतला होता.

पत्र्यांच्या तुकड्यांपासून केलेला भव्य पक्षी आपल्या पिल्लांना पंखाशी घेऊन बसलेला होता. भव्य म्हणजे केवढा? पंचवीस-तीस फूट उंच आणि रुंद. शाळेत पंचनदीकर सर सांगायचे, 'कुतुबमिनार पाहायला गेलो. अहो, केवढा उंच! आमची टोपी मागे पडली पाहताना!' तशीच काहीशी गत झाली आमची. शिल्पकाराने केवढा भव्य पक्षी निर्माण केला होता, एवढ्या-एवढ्या पत्र्यांच्या तुकड्यांमधून, तोही किती देखणा! त्याची पिल्ले गोजिरवाणी होती. पक्ष्याला वळसा घातला आणि अप्रतिम कलापूर्ण वस्तूंनी मोहिनी घातली. काय-काय होते तिथे? स्नेहलच्या कलासक्त मनाला 'सिरॅमिक पॉटरी' एखाद्या कंचनीसारखी डोळा घालून सारखी खुणावत होती. लाकडाची रेखीव भांडी पाहताना नजर गेली, वरून लटकणाऱ्या, कापलेल्या झाडाच्या विशाल बुंध्याकडे. भव्य बुंधा, त्याला फुटलेल्या नाना आकाराच्या जाड-बारीक मुळ्यांचे सभोवताली परसलेले आणि खाली लोंबणारे जाळे. टाचा उंच करून स्पर्श केला तसे लक्षात आले की, फायबर ग्लासचे ते शिल्प होते. शिल्पकाराला वृक्षाचे देखणेपण, फांद्यांचा डेरेदार आकार, त्यांचा तोल साधणारा कलापूर्ण विस्तार याचा मोह पडलेला नव्हता. त्याला भुरळ घातली ती झाडाच्या

बुंध्याने. त्याचे कलावंताचे हृदय कळवळले कुणा कुऱ्हाडीने घाव घालून विच्छिन्न केलेले ते खोड पाहून. त्याची कला अवतरली त्या तुटलेल्या, मानवी संहाराचे प्रतीक बनलेल्या प्रचंड ताकदवर शक्तीचा आणि ऊर्जेचा स्रोत असणाऱ्या बुंध्याच्या प्रकटीकरणात.

कुठे वारली चित्रे, कुठे पट्ट चित्रे, कुठे आदिवासींनी विणलेले कपडे, शाली, साड्या, शबनम पिशव्या असे नाना स्टॉल्स. त्यात उत्साहाने खरेदी करणारी सळसळती तरुणाई. एके ठिकाणी अनेक सायकली एकमेकांवर विविध कोनांतून बसवून ४०० किलो वजनाचे मोठे शिल्प केले होते. सारे रस्ते कलाबाजारात रूपांतरित झाले होते. मध्येच भव्य स्टेज होते. माइक्स, स्पॉटलाइट्स, खुर्च्या.. जय्यत तयारी होती. संध्याकाळी सुरू होणाऱ्या नृत्य-नाट्य प्रयोगाची. वर उंचावर टांगलेले आकार, रंग, मन मोहवत होते. वातावरणाला वेगळीच 'झिलई' आणत होते. चित्रकारांची अनेक पुस्तके, मार्ग, पब्लिकेशनचे अंक, चित्राकृतींच्या प्रिंट्स अशी अलीबाबाची गुहाच एके ठिकाणी मिळाली. मग काय विचारता? तुटून पडलो अधाशासारख्या. मग मात्र कलाबाजारातला इंटरेस्ट संपला आणि पावले वळली चित्रकारांच्या मोहमयी स्वप्नील 'स्ट्रीट गॅलरी'कडे.

अख्खाच्या अख्खा फूटपाथ नटला होता, लहान मोठ्या कॅनव्हासेसनी! ऑइलपेंटिंग्ज, कुठे ऑइल पेस्टल्स, जलरंग, पोस्टर कलर्सवर, कुठे फोटोइंकची चमक. काही पेंटिंग्ज त्या रंगील्या गर्दीत वेगळेपणाने डोळ्यांत भरत होती. ती होती, चारकोल पेंटिंग्ज. फक्त काळा-पांढरा रंग अन् त्याचीच सारी किमया. छायाप्रकाशाचा चमत्कार, चित्रकाराने केवढ्या प्रगल्भतेने चितारला होता. चित्रांची माध्यमे वेगळी होती, आकार विविध होते आणि विषय अनेक होते. निसर्गचित्रांनी भारावलेले चित्रकार, तर कुणी इमारतींच्या वास्तुकलेवर फिदा असलेले चित्रकार. ॲबस्ट्रॅक्ट चित्रांतून खूप काहीतरी सांगण्याचा प्रयत्न करणारे कलावंत, तसेच थेट रवी वर्म्याशी नातं सांगणारी चित्रे. पक्ष्यांसारखी हारीने बसली होती, सारी चित्रे रसिकांच्या स्वागतासाठी. पूर्वी अनेकदा या उत्सवात पाहिलेली एक वेगळीच शैली याही 'काळा घोडा' फेस्टिवलमध्ये होती.

हा चित्रकार अतिशय प्रखर रंग वापरतो, ठळक रेषा काढतो आणि चित्रांसाठी कॅनव्हास सोडून इतर सगळ्या गोष्टींचा वापर करतो. म्हणजे काय, तर एका लाकडी खिडकीवर त्याचे चित्र काढले होते. बाकावर पेंटिंग होते. दरवाज्यावर पोर्ट्रेट होते, इतकेच नाहीतर चक्क गोदरेजच्या कपाटावर मशीनवर कपडे शिवणारा दर्जी आणि मोठ्ठा झालरचा पायघोळ पांढरा झगा घातलेली सुंदर तरुणी रंगवले होते. कुणाचेही लक्ष वेधून घेईल, असे ते पेंटिंग होते. माझी नजर त्या चित्रकाराला शोधत होती. सगळे आपापल्या पेंटिंग्जच्या आसपास बसले होते, पण हा 'झक्की' चित्रकार

त्याच्या कॅनव्हासच्या निवडीसारखाच वेगळ्या रस्त्याने जाणारा असावा. आम्ही पुढच्या चित्रांकडे वळलो. मोठा कॅनव्हास होता, त्यावर फक्त दोन पावले, अतिशय देखणी, रेखीव पावले तैलरंगांनी चितारलेली होती आणि त्यात ठोकलेले दोन खिळे, त्यांतून ठिबकणारी रक्ताची धार. त्या चित्रासमोर आम्ही तिघीही थांबलो. सगळ्या चित्रांत वेगळे आणि वेगळीच ताकद असलेले चित्र. चित्रकार त्या चित्रामधून खूप काही व्यक्त करीत होता....

एवढ्यात बाजूने आवाज आला, 'एक्सक्यूज मी लेडी!' आर्याकडे पाहून एक व्यक्ती म्हणाली, 'माझी एक रिक्वेस्ट आहे. ही काही चित्रे माझी आहेत. तुम्हाला जे चित्र आवडेल ते निवडा. ती माझी तुम्हाला भेट आहे.' आम्ही तिघी सर्द झालो. हा काय प्रकार? कोण हा? कशासाठी आर्याला चित्र द्यायला निघालाय? खरंच याची चित्रे आहेत, का रस्त्यावरचा कुणी वेडा माणूस आहे? सामान्यपणे कुणालाही हे प्रश्न पडले असते. त्याला आमचे चेहरे वाचता आले. 'माझ्या चित्रातली मुलगी पाहा, हीच आहे ना?' त्याने विचारले. खरंच बरंचसं साम्य होतं, त्याच्या चित्रातल्या मुलीमधे आणि आर्यात. चेहरेपट्टी, जिवणी, डोळे आर्याने एक – हिरव्यागार फांदीवर पोपट आणि पंधरा-सोळा वर्षांची मुलगी असलेले – २ फूट बाय ३ फूट कॅनव्हास निवडले. मी विचारले, 'किंमत?' तो म्हणाला, 'काही नाही. माझी भेट.' त्याची कला विकाऊ नव्हती. सगळेच विलक्षण. तृष्णेपासून तो मुक्त होता?

''खूप आनंद वाटला तुला भेटून,'' मी त्याला म्हणाले.

''खूप आनंद झाला, तुमची चित्रे पाहून.'' स्नेहल. आर्या मात्र काही न बोलता पेंटिंग्ज हातात धरून गोंधळून उभी होती. कदाचित ती आनंदाचा फक्त अबोल अनुभव घेत असावी.

'आनंद?' तो म्हणाला, 'आपण आनंदाच्या शोधात भटकत असतो. कधी-कधी आनंदाचा अनुभव घेतो, पण आनंद शोधणं मुळी चुकीचे आहे. आपल्या आतच तो असतो.' त्या कलावंताचे शब्द आम्हाला एक निखळ जीवनसत्य सहजपणे देऊन गेले. मी पर्समध्ये हाताला लागल्या तेवढ्या नोटा काढून त्याच्या एका चित्राजवळ ठेवल्या. वाटले, याला काय मोबदला देणार? सर्जनासाठी, निर्मितीसाठी याने स्वत:लाच कुंचला बनवलेय; याचे मोल कसं करणार आपण सामान्य?

दिवस कलला होता. सभोवतालच्या झाडांवर पाखरांचा गलका सुरू झाला होता. एव्हाना बरंच काही गोळा झालं होतं, अनुभवाच्या आणि जाणिवेच्या शिदोरीत. अनुभवाचे असे तुकडे मिळतील तिथून अधाशीपणे वेचत राहिले, तर स्वत:च्या विवेकाने पुढची वाटचाल करणे, सहज सुंदर होते. आपलीही जीवनशक्ती

सर्जनाच्या मार्गाने गतिमान होते.

'काळा घोडा' उत्सवाचा निरोप घेऊन आम्ही परतीच्या मार्गाला लागलो. मन म्हणतं होतं....

'आयी चिड़िया तो मैंने ये जाना,
मेरे कमरेमें आसमान भी है।'

साधना (२१ मार्च, २००९)

दरिद्री नारायणाची श्रीमंती

'नागाची लवचिकता, हत्तीची बलाढ्यता आणि या दोन्ही विलक्षण प्राण्यांसमोर दुर्बळ दिसणाऱ्या राजपुत्राची भीती, आश्चर्य, शौर्य, आत्मरक्षणाचा पवित्रा याचे मिश्रण असलेली शारीरिक स्थिती त्या नटाने विलक्षण सामर्थ्याने आपल्या जोशपूर्ण नृत्यातून, गतिमान हालचालींतून, डोळ्यांमधील भावांतून, भुवया व चेहऱ्याच्या स्नायूंच्या विविध हालचालींतून आणि हस्तमुद्रांतून साकार केली होती....'

आम्ही कोचीनमध्ये प्रवेश केला. केरळच्या प्रवासात इतरत्र दिसलेला निसर्ग, त्याची हिरवाई आणि प्रसन्नता प्रवेशद्वाराबाहेरच राहिली. इथे वृक्ष होते, ते सिमेंट काँक्रिटच्या उंच इमारतींचे. नद्या होत्या धो-धो वाहणाऱ्या वाहनांच्या आणि गर्दीच्या. भले थोरले जाहिरात फलक, प्रचंड भपका, झगमगीत दुकाने यांनी भरलेला आसमंत. इथे पक्ष्यांचे गुंजन आणि पशूंच्या डरकाळ्या ऐवजी होते – टी.व्ही., रेडिओवरचे संगीत आणि वाहनांचा कोलाहल. महानगराचे हे रुपडे निसर्गाच्या साजिऱ्या, वेल्हाळ स्वरूपापुढे एकदम छातीत धडकी भरवणारे भासले. कधी नव्हे, तो मानवाची निर्मिती आणि निसर्गनिर्मितीतला हा प्रचंड फरक एवढ्या तीव्रपणे जाणवला होता.

केरळचा प्रवास संपला होता. कोचीनहून दुसऱ्या दिवशी परतीचा प्रवास सुरू होणार होता. शहराचे रूप आम्हाला नित्याचं. काय पाहणार? 'बसू या झालं हॉटेलातच दिवसभर' असा विचार ठरला. कडक काळी वाफाळलेली कॉफी, सोबत 'टॅपिओका' हे कंदमूळ. त्याचे चिप्स चविष्ट होते, तोंड चाळवणारे. कितीही खाल्ले तरी समाधान होईना.

हॉटेलच्या मॅनेजरकडून कळले, शहरात प्रवासकांसाठी आणि अभ्यासकांसाठी कथकली नृत्याचा कार्यक्रम असतो. अत्यंत निष्णात 'कथानर्तक' हा कार्यक्रम करतात.

आमची धावाधाव... पत्ता विचारला. तिकिटे मिळवली आणि रात्री आठ वाजता निघालो.

गल्ल्या-बोळं सारे अंधारलेले, भाषा हे माध्यम निरुपयोगी. खाणाखुणा करत पत्ता विचारत-विचारत इच्छित स्थळी पोहोचलो. वाटले होते, छोटे नाट्यगृह वगैरे असेल, पण एक केरळी पद्धतीचे घर समोर उभे होते. अंगणात चार खांब उभारून त्यावर छत ताणून लावलेले होते. टांगलेल्या पितळी दिव्याचा प्रकाश निळ्या रंगाच्या छताला उठाव आणत होता. मंडपाला पांढऱ्या रंगाची झालर लावलेली होती. मृदुंगवादनाचे आणि सनईचे सूर कानावर पडले.

पायऱ्या चढून आम्ही घरात गेलो. मध्यभागी चौकात अंगणातल्यासारखाच मंडप घातलेला होता. बसायला बाक. जेमतेम पन्नास प्रेक्षक बसतील, एवढा आवाका. समोर दगडी चौथरा – त्यावर लावलेला मखमली पडदा.

संगीत बंद झाले. माणसाच्या उंचीची भलीथोरली समई रंगमंचावर आणली गेली. तिचे चाड चांगलेच भलेभक्कम होते. चार-पाच लिटर तेल त्यात सहज मावत असावे. दोन जाडजूड वाती पेटवल्या गेल्या. एक प्रेक्षकांच्या बाजूची आणि दुसरी बरोबर विरुद्ध अंगाला रंगमंचाकडची. पाठीमागे सरोवर आणि नारळी-पोफळी चित्रित केलेला पडदा केरळचा निसर्ग उभा करत होता. फक्त समईचा प्रकाश, पण तो भरपूर वाटत होता. प्रेक्षक अंधारात होते. आम्ही तिघी म्हणजे मी अन् माझ्या दोन लेकी सोडून बाकी सारे प्रेक्षक परदेशी होते.

पाश्चात्त्य प्रेक्षकांसाठी नुसते भारतीय नृत्याचे महत्त्व सांगून चालणार नव्हते. आधी भारतीय संस्कृतीची ओळख, भारतीय कलेची ओळख, भारतीय नृत्याची ओळख, शेवटी कथकलीची. कथकलीचे थोर केरळी नर्तक पण्णीकर यांचे नातू देवेन यांनी स्वतःच्या घरी हा कार्यक्रम आयोजित केला होता.

'एम.टी.व्ही', 'झी टी.व्ही', 'सोनी टी.व्ही.' यांच्या जमान्यात वाढणाऱ्या माझ्या दोन्ही लेकी नव्या पिढीच्या, केवळ एक मनोरंजक नृत्य म्हणून त्यांनी कथकलीकडे पाहू नये, असे मला वाटत होते. कथकलीची प्रेरणा, त्याचा इतिहास या पोरींना ठाऊक झाला, तर हे अभिजात नृत्य खऱ्या अर्थाने समजेल.

ब्रह्मदेवाने भरत ऋषीला नाट्यवेद शिकवला. शिक्षण पूर्ण झाल्यावर भरताने नाट्यप्रयोग बसवला. शंकराने त्रिपुरासुरांचा संहार केला, हे कथानक नाट्यासाठी निवडले.

तारकासुराचे तीन पुत्र ताराक्ष, कमलाक्ष आणि विद्युन्मालिन 'त्रिपुर' या सामूहिक नावाने ओळखले जात. मयुरासुराने ब्रह्मादेवाच्या कृपेने लोहमय, रौप्यमय आणि सुवर्णमय अशा तीन नगरांची रचना करून या तिघांना दिली होती. ते अधर्मी झाले. शिवाच्या नेतृत्वाखाली देवांनी त्यांच्यावर हल्ला केला. त्यांच्याशी युद्ध करताना

शिवाच्या अंगावर जे घर्मबिंदू उत्पन्न झाले ते कालांतराने रुद्राक्ष बनले, अशी कथा पद्मपुराणात आहे. तेच कथानक भरत ऋषीने नाट्यरूपात साकार केले. कैलासावर प्रत्यक्ष शंकरासमोर हा नाट्यप्रयोग झाला. ते पाहून शंकर प्रसन्न झाले.

त्यांनी भरताचे कौतुक केले, पण त्याचबरोबर एक मौलिक सूचनाही केली, 'नाट्य उत्तम आहे, पण एक उणीव राहिली आहे. भरता, तुझ्या या नाट्याला नृत्याची जोड नाही, ती तू दे.'

भरत चिंतित झाला. काय करावे, असा प्रश्न त्याला पडला. त्याला नृत्यकला अवगत नव्हती. शिवाला भरताची चिंता समजली. आपला परमशिष्य तंडू याला त्याने आज्ञा केली. 'तू भरताला नृत्य शिकव.' तंडूने भरताला नृत्य शिकवले. तंडूचे नृत्य म्हणून त्या नृत्याला 'तांडव नृत्य' नाव पडले. शिवाचे तेवढ्याने समाधान झाले नाही. त्याने पार्वतीला प्रेरणा दिली. 'लास्य' नावाच्या नाजूक नृत्यकलेत पार्वती निपुण होती. ते नृत्य तिने भरताला शिकवले. आक्रमकता आणि कोमलता या भावना व्यक्त करणारी 'तांडव' आणि 'लास्य' ही दोन्ही नृत्ये भरताने आत्मसात केली. या भरतमुनींनी नाट्यशास्त्रावर ग्रंथ लिहिला. हा ग्रंथ आजही नाट्यशास्त्र शिक्षणात महत्त्वाचा मानला जातो.

या दोन्ही नृत्यकलांचा भारतात प्रसार झाला. तांडव नृत्य करून 'बाणासुर' नामक दैत्याने शंकराला संतुष्ट करून अमरत्वाचा वर मागून घेतला. बाणासुर उन्मत झाला. तेव्हा विष्णूने मोहिनीच्या रूपात 'लास्य' नृत्य करून बाणासुराला मोहात पाडले. नृत्यप्रेमी बाणासुर मोहिनीबरोबर नृत्य करताना नृत्यकलेच्या आनंदात इतका तल्लीन झाला की, चुकून स्वतःच्या मस्तकावर हात ठेवून भस्मसात झाला. अमरत्वाचा वर देताना शंकराने त्यात एक खोच ठेवली होती. बाणासुर जर स्वतःच्या मस्तकावर हात ठेवेल, तर तात्काळ भस्मसात होईल. बाणासुराचे अमरत्व संपेल. नृत्याचा प्रभाव एवढा होता की, बाणासूर स्वहित विसरला; यावरून आणखी एक गोष्ट लक्षात येते की, भारतात प्राचीन काळात नृत्यकलेचा बराच प्रसार झालेला होता.

'नृत्यकला माणसाबरोबरच जन्माला आली आहे.' प्रत्येकात ही कला असतेच. अगदी तान्हे बाळ घ्या. शब्दांचे माध्यम त्याला अवगत नसते. स्वतःच्या भावना हातापायांच्या हालचालींतूनच ते व्यक्त करते. जरा कळते झाले की, रडून हातपाय झाडून, उड्या मारून, मुले आपल्या भावना व्यक्त करतात. 'नृत्य' हा माणसाच्या अभिव्यक्तीचा नैसर्गिक अविष्कार आहे. माणूस जसा-जसा सुसंस्कृत होत जातो तसतसा दुसऱ्याला भावना दाखवण्यावर नियंत्रण ठेवू लागतो. रांगडा माणूस मात्र आनंदोत्सव नाचून साजरा करतो, विजयोन्माद धांगडधिंग्याने दाखवून देतो, म्हणजे 'नृत्य' ही मूलभूत प्रेरणा आहे.

ही प्रेरणा निसर्गही प्रत्येक गोष्टीतून आपल्याला देत असतो. वाऱ्यामुळे वेली, पाने, झाडे नाचू लागतात. वर्षा ऋतूत जलधारा आणि विजेचे नृत्य चालू असते. कमलपत्रावर जलबिंदूंची लयदार हालचाल होत असते. सागरात लाटांचे तांडव चालू असते. मोराचा पदन्यास, राजहंसाची चाल, पक्ष्यांचे पिसारा फुलवणे, या साऱ्या गोष्टींत नर्तनाचा रम्य आविष्कार निसर्गात कायम होत राहतो.

निसर्गाचे अनुकरण माणूस करायला लागला आणि ते करताना हळूहळू नृत्यकलेचा विकास होत गेला. निसर्गातल्या लयी, ताल, नाद, हालचाली पाहून काही संकेत रूढ झाले. काही विधिनिषेध निर्माण झाले आणि त्या साऱ्यांचे मिळून नृत्यशास्त्र बनले. या शास्त्राने नृत्यकलेचे नियम केले, संकेत सांगितले व त्या कलेला मनोज्ञ असे रूप दिले. गायन-वादनाची जोड देऊन 'नृत्यकला' अधिक मनोहर केली. शास्त्र निर्माण झाल्यावर गुरू-शिष्य परंपरा सुरू झाली. संप्रदाय निर्माण झाले. नृत्याला श्रेष्ठ दर्जा मिळाला. सांस्कृतिक विकासाबरोबर नृत्यकला प्रगत होत गेली.

भारत हा एकमेव देश असेल की, ज्याने नृत्यकला केवळ मनोरंजनासाठी न वापरता ईश्वरसेवेत तिला स्थान दिले. मंदिरात नृत्यकलेला स्थान मिळाले. मंदिराच्या आश्रयाने, देवांच्या साक्षीने नृत्यकलेची उपासना होऊ लागली. केवळ राजाश्रयावर जगणारी 'कला' असे तिचे स्वरूप राहिले नाही. भारतात नृत्यकलेला सांस्कृतिक महत्त्वही खूप मिळत गेले. राजदरबाराबरोबर नृत्यकलेची पावले 'पुत्रोत्सव', 'देवोत्सव', 'नित्यपूजा', 'पालखी सोहळा', 'यज्ञसंस्था' अशा ठिकाणीही प्राचीन काळापासून झंकारत आहेत.

'नृत्य', 'गायन', 'वादन' या तिन्ही कलांचा संस्कृत वाङ्मयात एकत्र उल्लेख आढळतो; म्हणजे वेदकालात या तिन्ही कला आर्यांना माहीत होत्या. 'उषा' ही देवता नृत्य करीतच अवतरते, असा उल्लेख उषासूक्तात आहे. वैदिक कालात नृत्यादी कलांना 'शिल्प' म्हणत. 'नृत्य', 'गीत' व 'वाद्य' असे तीन प्रकारचे शिल्प आहे असे 'कौषितकी ब्राह्मण' या ग्रंथात म्हटले आहे. यज्ञविधीत या तिन्ही कला आवश्यक व उपयुक्त ठरल्या होत्या. तैत्तरीय संहितेत दासींनी फेर धरून केलेल्या नृत्याचा उल्लेख आहे. उपासना मार्गातही शिव, विष्णू व इतर देवतांना संतुष्ट करण्यासाठी नर्तन, वादन इत्यादी गोष्टी अवश्य कराव्यात, असे वारंवार सांगितल्याचे आढळते.

वैदिक काळात नृत्याचा प्रसार झाला असला, तरी त्या काळातला नृत्यावरचा ग्रंथ उपलब्ध नाही. नृत्यावरचा उपलब्ध असलेला सर्वांत प्राचीन ग्रंथ 'नटसूत्र'. 'शिलाली' हा याचा ग्रंथकर्ता. सन पूर्व ५०० वर्षांच्या सुमारास हा लिहिला गेला. यात नृत्याचे हावभाव, अवस्था, पद्धती इत्यादींचा विचार केला गेला आहे.

विविध ग्रंथांतील माहितीचे संकलन करून शांङ्गदेव या काश्मिरी पंडिताने

इ.स.१३व्या शतकात 'संगीत रत्नाकर' आणि धनंजयाने 'दशरूपक' हे संस्कृत ग्रंथ लिहिले, यात नृत्याचा खूप ऊहापोह आहे.

तामिळ भाषेत 'शिलप्पधिकारम' हा ग्रंथ नृत्य या विषयावर आहे. हे महाकाव्य आहे. 'इळंगो आर्डगळ' या राजपुत्राने हे महाकाव्य इ. स.च्या दुसऱ्या शतकाच्या सुमारास लिहिले. खरं तर हा नृत्यशास्त्रावरचा ग्रंथ नाही, पण तरीही त्यात नृत्याचा बराच विचार केला आहे, कारण याची नायिका 'माधवी' ही एक देवदासी नर्तिका असते, त्यामुळे या ग्रंथात नृत्याच्या विचाराला वाव मिळाला. राज्यसभेतले नृत्य कसे असावे, गीताची साथ कशी असावी, गुरूने शिष्याला नृत्य कसे शिकवावे, देवालयातील नृत्ये कोणती, असे अनेक विषय यात आहेत.

आज भारतामध्ये अनेक नृत्यसंप्रदाय प्रचलित आहेत. मुख्यत: 'कथक', 'कथकली', 'भरतनाट्यम' व 'मणिपुरी' हे चार शास्त्रीय नृत्य संप्रदाय आहेत. याशिवाय 'यक्षगान', 'विधी भागवतम', 'कुटियाहम', 'ओडिशी', 'कुचीपुडी', 'गरबा', 'रास' असे उपसंप्रदाय आहेत.

'कथकली' म्हणजे कथा सांगणारा; यात एखादी कथा किंवा प्रसंग नृत्याद्वारे सांगितला जातो. हे केरळातील शास्त्रीय नृत्य आहे. नंपुतिरी ब्राह्मण या संप्रदायाचे प्रवर्तक. कथकलीत गंमत अशी की, कथा सांगायची, पण शब्द वापरायचे नाही. जे सांगायचे ते शरीराच्या माध्यमातून. कथकलीचे आणखी एक वैशिष्ट्य म्हणजे मुखवटे. सात्त्विक मुखवटा म्हटले की राम. तामस मुखवटा म्हटले की राक्षस. प्रतिकात्मकतेतील कल्पकतेचा उच्चांक. दोन हजार वर्षांपूर्वी केरळात जी विविध लोकनृत्ये रूढ होती, त्यातील काही-काही गोष्टी उचलून कथकलीचे शास्त्रीय स्वरूप तयार झाले. 'चाक्यरकुत्तू' हा केरळातला सर्वांत जुना नृत्य-नाट्य प्रकार. 'चाक्यार' जातीचे लोकच हे नृत्यनाट्य करत; ते पुराणातून किंवा महाकाव्यातून कथानक निवडत. कथकलीने अशीच कथानके घेतली. 'कुडियाट्टम' हाही एक प्रदीर्घ नृत्य-नाट्य प्रकार. या 'कुडियाट्टम'मधून कथकलीने 'हस्ताभिनय' व 'मुखाभिनय' या गोष्टी उचलल्या. कथेतील भूमिकेला अनुसरून पात्रांचे चेहरे रंगवणे, ही प्रथा कथकलीने कुडियाट्टममधूनच स्वीकारली. केरळातील द्रविड लोक शक्तीचे उपासक, शक्तिपूजेसाठी ते 'मुटिपेट्टू' नावाचे नृत्य करतात. या नृत्यात देवदानवांची पात्रे मुखवटे घालतात. या नृत्यात 'चेंडा' नावाचे ढोलकासारखे वाद्य वापरले जाते. गाणारे वेगळे व नृत्य करणारे वेगळे असतात आणि हे नृत्य पुरुषच करतात, कारण ताकद आणि जोम ही याची वैशिष्ट्ये आहेत. कथानकातील स्त्रियांच्या भूमिकाही पुरुषच वठवतात –

अनेक प्राचीन कलांचा ऱ्हास होत गेला त्याप्रमाणे या नृत्यालाही वाईट दशा आली होती, पण केरळीय महाकवी 'वळ्ळतोळ' यांनी इ.स. १९९०मध्ये 'केरळकला

मंडलम' नावाची संस्था सुरू केली. या संस्थेद्वारे कथकली नृत्याला जनलोकांत महत्त्व मिळवून दिले.

निवेदक होता, थोर नर्तक पण्णीकरांचा नातू देवेन पण्णीकर. रंगमंचावर भलीथोरली समई आणली गेली. देवेन प्रेक्षकांना सांगत होता की, पंधराशे वर्षांची परंपरा असलेला हा नृत्यप्रकार आत्मसात करणे, ही आयुष्यभराची साधना आहे. बाराव्या वर्षापासूनच 'कलरी'मध्ये या नृत्याचे शिक्षण घ्यावे लागते. 'कलरी' म्हणजे पूर्वीची युद्धशाला, आजची कलाशाला. देवेनचे बोलणे चालू असतानाच एक नर्तक रंगमंचावर आला. देवेनने सांगितले, 'हा काही नेत्रविभ्रम आणि मुद्रा करून दाखवेल. त्यांचे अर्थ मी तुम्हाला सांगेन.'

दु:ख, राग, लोभ, कपट असे विविध भाव डोळे आणि शरीराच्या साहाय्याने त्या नटाने प्रेक्षकांना दाखवले. चित्रपटात जो अभिनय अतिशय सूक्ष्मपणे दाखवला जातो, तो इथे कितीतरी पटीने मोठा करून दाखवला जात होता. भुवयांची हालचाल, डोळ्यांतील बाहुल्यांची हालचाल, डोळ्यांच्या पापण्यांची हालचाल, चेहऱ्याच्या प्रत्येक स्नायूंची हालचाल पाहताना वाटले की, कथकलीचा अभ्यास ही नक्कीच जन्मभराची साधना आहे. विशिष्ट अर्थ व्यक्त करणाऱ्या मुद्रांना कथकलीत केवढे तरी महत्त्व आहे.

नंतर तो नर्तक प्रेक्षकांना नमस्कार करून रंगमंचावर आडवा झाला. त्याच्या डोक्याच्या बाजूला मांडी घालून त्याला रंगवणारा रंगभूषाकार बसला आणि एकाग्रपणे रंगभूषा करण्यात गढून गेला.

परंपरेने चालत आलेले रंग कथकलीत रंगभूषेसाठी आजही वापरले जातात. ते सर्व नैसर्गिक रंग असतात, त्यामुळे त्वचा खराब होत नाही. निळा रंग निळीपासून, पांढरा रंग तांदळाच्या पिठीपासून, पिवळा रंग हळदीच्या पिठीपासून, हिरवा रंग हळद व निळी एकत्र करून तयार केले जातात. नारळाची करवंटी जाळून त्याची काजळी नारळाच्या तेलात खलून काळा रंग तयार करतात आणि गेरूने तांबडा रंग देतात.

नर्तकाच्या चेहऱ्याची रंगभूषा चालू होती. देवेनचे निवेदन माहितीची नवीनवी दालने उघडत होते. तो सांगत होता, कथकलीत रंगरंगोटी पात्रांच्या स्वभावानुसार होते.

त्यातला पहिला प्रकार 'पच्चा' म्हणजे हिरवा. सात्त्विक, सद्गुणी आणि उच्च दर्जाच्या पात्राच्या मुखावर हा रंग चढवतात, त्यानंतर नटाच्या चेहऱ्याला पांढरी धनुष्याकृती पट्टी हनुवटीवरून दोन्ही कानांपर्यंत चिकटवतात. ओठांचा रंग अधिक लाल, भुवयांचा व डोळ्यांचा रंग अगदी गडद काळा करतात.

'कट्टी' हा दुसरा रंग. हा हिरवाच असतो, पण कातरकाम करावे, तसा तो लावतात. त्याच्या जोडीला पांढरा आणि लाल. रावण, दुर्योधन इत्यादी दुराचारी पात्रे

या रंगाने रंगवतात.

'थडी' यात पात्रांना त्याच्या स्वभाव, धर्माला अनुसरून लाल, पांढरा किंवा काळी अशी एका रंगाची दाढी लावली जाते. निषाद, किरात, गुहावासी पात्रांची रंगभूषा या पद्धतीने केली जाते.

'करी' म्हणजे काळा रंग. हा चौथा प्रकार – याचा अर्थ घोटीव असा आहे. ही रंगभूषा साधी आणि सौम्य आहे. ती करताना रंगात अभ्रक मिसळतात. डोळ्यांना व भुवयांना काळा, ओठांना लाल रंग देतात. ब्राम्हण, ऋषी, कुलवान, चारित्र्यवान स्त्रिया अशा सात्त्विक आणि आध्यात्मिक पात्रांची रंगभूषा या पद्धतीने होते.

रंगमंचावरील आडवा झालेला नट स्तब्धपणे पडून होता. कथकलीची रंगभूषा करायला कित्येक तास लागतात. या अवधीत नट आपल्या भूमिकेचे चिंतन करत राहतात. रंगभूषेप्रमाणेच वेशभूषा आणि अलंकार यातही कथकलीचे वैशिष्ट्य आहे. 'पच्चा' आणि 'कट्टम' रंगभूषेचे पोशाख फुगीर – शुभ्र घागरा, लाल डगला आणि भपकेदार शिरस्त्राण- असा असतो. 'करी' पात्रांचा पोशाख काळा आणि थडी पात्रांचा करडा असतो. सर्व पात्रांचे केस लांबसडक, अगदी कमरेपर्यंत असतात. नटांचे डोळे भोवताली लाल रंगवलेले असतात, ते चेहऱ्याच्या हिरव्या किंवा काळ्या रंगात उठून दिसत होते.

पच्चा आणि कट्टी पात्रांना किरीट, कुंडले चढवतात. हे किरीट लाकडाचे आणि नक्षीदार असतात. सोन्याच्या वर्खामुळे ते दिव्यांच्या प्रकाशात झळकतात. कुंडले दोन प्रकारची असतात.

घुंगरांचे आवाज ऐकू येऊ लागले. प्रयोगाला सुरुवात होत होती. 'चेंडा' आणि ढोल वाजू लागले. वादन थांबले. दोन पुरुष रंगमंचावर आले. सॅटिनचा हिरव्या रंगाचा एक चकचकीत पडदा त्यांनी आंतरपाटासारखा धरला. पडद्याच्या एका बाजूला प्रेक्षक, दुसऱ्या बाजूला गायक. गायक 'वंदनश्लोकम्' म्हणू लागले.

दोन नटांनी पडद्याआडच एक भक्तिनृत्य केले. आमच्या कानांवर त्यांच्या घुंगरांचे लयबद्ध आणि नादमधुर आवाज येत होते.

नर्तकसंघात एकूण बारा जण होते. चार गाणारे, चार नाचणारे, चार वाजवणारे. सनईसारखे दिसणारे वाद्य, एक मृदुंग, 'नीलम' नावाचे एक वाद्य. बिन आणि मुरली वाद्य साथीला होती. एक विलक्षण वातावरण त्या प्रकाशात तयार होत चालले होते. आम्ही वेगळ्याच विश्वात पोहोचलो होतो. भोवताली काळोख होता. समोर प्रकाशमान रंगमंच. प्रमुख नर्तक रंगभूमीवर आल्यावर कला आणि नृत्याची नांदी सुरू झाली.

'कुडामट्टा' या प्रकाराने त्याने अभिनयाला प्रारंभ केला. नर्तकाचे दोन्ही पाय दूर होते. डोळे बाहेरच्या बाजूला वाकवलेले, पायाच्या टाचा भूमीवर पूर्णपणे टेकलेल्या. उड्या, गिरक्या, घसरण, झेप. अगदी सहजपणे अलगद शरीराचे वजन एका

पायावरून दुसऱ्या पायाकडे जात होते. मुखावरील प्रत्येक स्नायू स्वतंत्ररीतीने वापरला जात होता. नृत्याची लय पकडून गतिमान हालचाली सुरू झाल्या. कुंडलम् व चेंडा यांची साथ वाढत गेली. नर्तक ताल धरून नाचत होता. त्या अंधाऱ्या वातावरणात समोरचा नृत्यानुभव विलक्षण वाटत होता.

नंतर घटनापर नृत्य सुरू झाले. यात नेहमीच सुजन, नीतिमान अशा पात्राच्या जोडीने दुष्ट, आढ्यताखोर व आक्रमक पात्रे प्रवेश करतात. सुष्ट विरुद्ध दुष्ट असे द्वंद्व राहते.

चेंडे आणि मड्डलम मोठ्याने आणि द्रुत लयीत दुमदुमत राहिले. आवाज मोठा होत गेला, लय वाढत गेली. नटांचा घणाघात रंगभूमी दणाणून सोडत होता. मुख्य कथानक सुरू झाले. एक राजपुत्र महालात येतो. घनदाट जंगलात मत्त हत्तीची आणि नागाची तुंबळ लढाई चालू असते. राजपुत्र लढाई पाहत उभा राहतो. त्याच्या चेहऱ्यावरचे भाव बदलत राहतात, असा त्याचा पहिला भाग होता. एकच नट शिकारी राजपुत्र, मदोन्मत्त हत्ती आणि डिवचला गेल्याने फुत्कारणारा नाग अशा तिन्ही भूमिकांमध्ये नृत्य करत होता. आपल्या अभिनयातून त्याने राजपुत्राची भयचकितता, हत्तीची बलाढ्य शक्ती आणि त्याने मांडलेला विध्वंस, नागाचे क्रौर्य या भावना अतिशय प्रभावीपणे व्यक्त केल्या. साऱ्या प्रसंगातील भयानकता आणि क्रौर्य मनावर प्रतिबिंबित झाले.

बराच वेळ ते विलक्षण युद्ध वाद्यमेळांच्या दणाणणाऱ्या पार्श्वभूमीवर चालू होते. मनाचा थरकाप होत होता. हृदयाचे ठोके वाढत होते. निमिषभरही पापणी न हलवता समोरचे दृश्य सारे प्रेक्षक पाहात होते.

नागाची लवचिकता, हत्तीची बलाढ्यता आणि या दोन विलक्षण प्राण्यांसमोर दुर्बळ दिसणाऱ्या राजपुत्राची भीती, आश्चर्य, शौर्य, आत्मरक्षणाचा पवित्रा यांचे मिश्रण असलेली शारीरिक स्थिती त्या नटाने सामर्थ्याने आपल्या जोशपूर्ण नृत्यातून, गतिमान हालचालींतून, डोळ्यांमधील भावांमधून, भुवया व चेहऱ्याच्या स्नायूंच्या हालचालींतून आणि हस्तमुद्रांमधून विलक्षण सामर्थ्याने साकार केली होती. नाग हत्तीला दंश करतो, हत्ती विव्हळ होऊन कोसळतो. सारे प्रेक्षक समोरच्या नाट्याशी इतके एकरूप झाले होते की, हत्ती कोसळल्यावर प्रेक्षागारातील वातावरण करुणामय झाले होते.

वाद्यांचे सूर कमी होत गेले. राजपुत्र तिथून पुढे निघाला. एक मायावी राक्षसी त्याला भुरळ घालू पाहते. सुंदर तरुणीचे ती रूप घेते. ही स्त्रीभूमिका एका पुरुषानेच केली होती. तरुण स्त्री एखाद्या पुरुषाला आकर्षित करण्यासाठी जे विभ्रम करेल, ते या पुरुषाने इतके अप्रतिम केले की, गेल्या जन्मी हा स्वतःच स्त्री असावा, असे वाटत राहिले.

राजपुत्राला राक्षसाचे ते मायावी रूप कळते. तो तलवार उपसतो. धैर्य विरुद्ध क्रौर्य खडे होते. राजपुत्र युद्धात निष्णात असतो, तर राक्षसी मायावी कलेत प्रवीण असते. बराच वेळ युद्ध चालते. 'सज्जन विरुद्ध वाईट', 'सत् विरुद्ध असत्', 'तेज विरुद्ध तिमिर' असे युद्ध कळसाला पोहोचते आणि शेवटी सत्चा विजय होतो.

प्रयोग संपला, थोडा वेळ कुणीच जागेवरून उठले नाही. सारेच वेगळ्या विश्वात गेले होते. कलानंदाच्या अवर्णनीय अनुभवात मन चांदण्यासारखे पाझरत राहिले. आनंदाचे डोही आनंद तरंग उठत राहिले.

त्या साऱ्या अनुभवांत मनात खोल ठसला, तो राजपुत्राचे काम करणारा नर्तक. तो उत्कृष्ट अभिनेता होता. पराकाष्ठेचा नृत्यकुशल होता आणि जन्मजात अस्सल कलावंत होता. त्याला भेटावे, कलेची परमावधी गाठणाऱ्या मुद्रा करणारे त्याचे हात हातात घ्यावेत आणि मनभर दाटून आलेल्या आनंदभावाने त्याची ओंजळ भरावी म्हणून आम्ही तिघीजणी बाहेर पडलो. प्रेक्षागृहातले परदेशी प्रेक्षक पांगले होते. आम्ही राजपुत्राला भेटायची इच्छा दर्शविली.

कृश देहयष्टीच्या अत्यंत जुनाट आणि मळलेल्या कपड्यांच्या एका गृहस्थाकडे बोट दाखवून आम्हाला सांगितले गेले की, हेच प्रयोगातले मुख्य नर्तक. आम्ही त्यांना गाठले आणि चेहरा पाहून थक्क झालो. विलक्षण चपळाईने आणि जोमाने दोन तास जराही न थकता दमदारपणे नृत्य करणारे ते गृहस्थ वयाची साठी ओलांडलेले होते. पांढरे शुभ्र केस, पांढरी दाढी, सुरकुतलेला काळाशार चेहरा, थकलेले डोळे, झुकलेले खांदे.

मी मनापासून म्हटलं, 'तुमचे नृत्यकौशल्य पाहून डोळ्याचे पारणं फिटलं. आजपर्यंत इतकं अप्रतिम नर्तन मी पाहिलं नव्हतं. फार महान कलावंत आहात तुम्ही.'

मला वाटणारी आदराची भावना शब्दांत व्यक्त करता येईना. भरून आलेल्या हृदयाने मी वाकले. त्यांच्या पायाला हात लावला. माझ्या दोन्ही लेकीही खाली वाकल्या. धुळीने भरलेल्या त्या वृद्धाच्या पायातली एक चप्पल तुटकी होती.

माझे बोलणे ऐकून ते खिन्नपणे हसले आणि म्हणाले,

'धन्यवाद, मी निघतो, कारण बस चुकेल. ती चुकली तर पायी घरी पोहोचायला दीड तास लागतो.'

पाठ फिरवून ते अंधारात दिसेनासे झाले. त्या थोर कलावंताच्या उपेक्षांच्या आणि दुःखाच्या कथेचे ते करुण दर्शन, मी नुकतेच पाहिलेल्या कथकलीपेक्षा माझ्या मनावर जास्त परिणाम करून गेले. मुखवटा चढवून, वेशभूषा करून, अलंकार घालून रंगमंचावर विलक्षण सामर्थ्याने, रुबाबदारपणे राजपुत्र म्हणून युद्ध खेळणारा तो थोर कलावंत दारिद्र्याशी लढताना जीवनाची लढाई मात्र पूर्णपणे हरला होता, असे वाटले.

खांदे पाडून पाय ओढत बस पकडण्यासाठी घाईने जाणारी त्याची केविलवाणी आकृती मला कितीतरी काळ नंतर आठवत राहिली. एकमेकींशी काही न बोलता आम्ही परत निघालो. मुक्या मनाने, वेदना भरलेल्या हृदयाने!!

सत्याग्रही विचारधारा, दिवाळी (१९९९)

तजेलदार कॅनव्हास

'केवळ दीड खांब उभे दाखवून चित्रकाराने राजवाडा भव्य आहे, याची
संपूर्ण कल्पना या चित्रात दिलेली आहे. राजवाड्यातही हंस कुठे
खाली उतरला, तर कमळाच्या तळ्याशी... तो तिच्याशी गुपित
बोलतोय, हे तिच्या पाठीमागे दाट झाडी दाखवून... चित्रकार सांगतो.
'दमयंतीचे जरीकाठी तांबडे लुगडे, तिच्या चोळीची तलमता, पायातले
सोन्याचे पैंजण, ती राजकन्या आहे हे सांगतात....'

राजा रविवर्मा! एक थोर भारतीय चित्रकार. त्यांची बरीच चित्रे म्हैसूरला
कलादालनात पाहिली होती, बडोद्याला महाराज फतेहसिंह संग्रहालयामध्ये पाहिली
होती, त्यांतली काही चित्रे अलगदपणे मनात उतरली आणि कायमची लक्षात
राहिली होती, त्यामुळे त्रिवेंद्रममध्ये आम्ही शिरलो, तेच मुळी 'श्री चित्र कलादालना'त
चित्रे पाहायची, असे घोकत. केरळच्या मातीत जन्मलेल्या आणि घडलेल्या या
चित्रकाराला केरळच्या मातीवर उभे राहून पाहणे, म्हणजे पंढरीला जाऊन विठोबाचे
दर्शन घेणे, असे वाटत होते.

त्रिवेंद्रममधल्या कुणाही रिक्षावाल्याला हे कलादालन ठाऊक नव्हते. राजा
रविवर्मा त्याहून ठाऊक नव्हता. वाटले, 'आर्टगॅलरी' म्हटल्याने हे संभ्रमात पडत
असावेत म्हणून विचारले, 'रविवर्मांच्या चित्रांचे संग्रहालय कुठे आहे?' छे! प्रत्येकाचा
चेहरा 'होनोलुलू किंवा टिंबकटू कुठे आहे?' विचारल्यासारखा; पण आमचे नशीब
जोरावर. एक पोरगेला रिक्षावाला म्हणाला, 'मला ठाऊक आहे.' आम्ही उत्साहाने
त्याच्या रिक्षात बसण्यासाठी उड्या मारल्या. बराच वेळ रिक्षात बसलो. 'कधी येतेय
कलादालन', वाटत होते. खूप अंतर गेल्यावर त्याने रिक्षा थांबवली व उजळत्या
चेहऱ्याने सांगितले, 'उतरा, संग्रहालय आले.' समोर शास्त्रसंग्रहालयाची (सायन्स
म्युझिअम) भव्य कमान होती. आम्ही त्याच पावली (दुसरी रिक्षा घेऊन) परत

फिरलो. शहाणपण नेहमीच उशिरा सुचते. तसेच ते आम्हालाही उशिरा सुचले आणि आम्ही केरळ पर्यटन विकास महामंडळ कार्यालय हुडकत तिथे थडकलो. म्हटले, 'इथे श्री चित्र कलादालनाचा पत्ता नक्की मिळेल,' पण त्यांच्या यादीतही या कलादालनाचा समावेश नव्हता.

आम्ही दुसरेच एक संग्रहालय पाहायला गेलो असता, डाव्या हाताला पाटी दिसली – 'श्री चित्र कलादालन'. दोन तासांची शोधयात्रा संपली.

केरळमध्ये सगळीकडे दिसणाऱ्या साधेपणाला साजेसेच कलादालन होते. सभोवताली हिरवीगर्द झाडी. मध्ये कलात्मक बांधकामाची पांढरीशुभ्र बैठी इमारत, भव्य खांब, मोठ्या-थोरल्या खिडक्या, लांब रेखीव पायऱ्या जणू छोटासा राजवाडाच, पण वास्तूमध्ये कुठे भपका, श्रीमंतीचे प्रदर्शन नव्हते. निसर्गाशी समतोल साधणारा आकार, रूप, साधेपणा! त्यामुळे ती वास्तू निसर्गाचाच एक भाग वाटत होती.

लाकडी, कोरीव, भव्य, दाराशीच काळ्याभोर लाकडी मेजावर कापडी बांधणीतली पुस्तके विक्रीला ठेवलेली दिसली. नऊ इंच बाय एक फूट आकाराची जाड बांधणीची पुस्तके. सुमारे १०० पृष्ठे. छपाई आर्टपेपरवर. पुस्तकात राजा रविवर्मा यांची 'श्री चित्र कलादालना'मधली व इतरत्र असलेली रंगीत चित्रे होती. चित्रकाराची माहिती होती. ते पुस्तक 'संचालक, वस्तुसंग्रहालय, प्राणिसंग्रहालय आणि कलादालन, त्रिवेंद्रम' यांनी १९८१मध्ये प्रकाशित केले होते. किंमत ३५ अमेरिकन डॉलर इतकी होती.

उत्तम छपाईचे हे सुबक पुस्तक आम्हाला ७५रुपयांना मिळाले. मी काही प्रती घेऊन टाकल्या. म्हटले, मित्र-मैत्रीणींना केरळची भेट म्हणून देता येईल.

भारतातला पहिला चित्रकार म्हणून आपल्या ओळखीचे नाव आहे, ते राजा रविवर्मा हेच! त्यापूर्वीचे चित्रकार आपल्याला फारसे ठाऊक नाहीत. पोथ्यांमध्ये चित्रे आढळतात, पण चित्रकाराचे नाव नसते. फक्त टिपू सुलतानाच्या दरबारात असणारे शुभराय महाराज सोलापूरकर नंतर सोलापुरात आले व त्यांनी पोथ्यांमधली चित्रे काढली, ती ठाऊक आहेत. पेशवाईतले भिवबा सुतार यांनी शनिवारवाड्यातली चित्रे काढली. शनीवारवाडा गेला, त्याबरोबर चित्रेही गेली. पाश्चात्त्य जगात मात्र १४व्या शतकातला इटालियन चित्रकार 'जोतो' याची चित्रेही आज उपलब्ध आहेत. जगातले चित्रकार पुढच्या पिढ्यांसाठी आपली नावे ठेवून जात होते, त्या वेळी भारतात चित्रकार चित्रे काढून आपली नावे अज्ञात ठेवून निघून गेले. 'इदं न मम' किंवा 'फळाची आशा न ठेवता कर्म' करण्याच्या आपल्या संस्कृतीच्या शिकवणीचा हा परिणाम असावा; पण तसे म्हणावे तर तत्त्वज्ञ आणि कवी आपल्या काव्यात नावांसह आढळतात.

'शांकरभाष्य', 'तुका म्हणे' 'रामदास सांगे' म्हणत वराहमिहीर, हेमाद्री, जीमुत वाहन इ. ग्रंथकर्त्यांची नावे ग्रंथावर कशी? कदाचित चित्रकार, शिल्पकार राजाचे

सेवक असल्याने त्यांनी केलेली कामे त्यांची स्वत:ची ठरत नसावीत. कदाचित चित्रकला, शिल्पकला हे केवळ सजावटीचे माध्यमही समजले जात असावे, नाहीतर हळेबीड बेल्लूरच्या अप्रतिम शेकडो मूर्ती असताना फक्त एकाच मूर्तीखाली अगदी अस्पष्टपणे कुणा एकाच मूर्तिकाराने फक्त आपले नाव खोदून ठेवलेले दिसले नसते. 'मुगल कांग्रा' शैलीतल्या हाताच्या बोटावर मोजता येण्याएवढ्याच चित्रकारांची नावे इतिहासाला ठाऊक झाली नसती.

१९व्या शतकात राजा रविवर्म्याने ही बंधने प्रथम झुगारली. आपल्या चित्रांखाली सुस्पष्ट नाव लिहिले. 'अवनींद्रनाथां'सारखे आणखीही काही असे चित्रकार या काळात पुढे सरसावले. चित्रांचे कर्ते जनसामान्यांपर्यंत पोहोचविण्याचे महत्त्वाचे काम करण्यात मोठा वाटा आहे, राजा रविवर्माचा! भारतात चित्रकलेचा आधुनिक कालखंड सुरू झाला. भारतीय चित्रकारांना दर्जा, मान्यता मिळवून देण्याचे पायाभूत काम करणाऱ्यांपैकी एक राजा रविवर्मा!

२९ एप्रिल, १८४८ त्रावणकोर संस्थानातल्या 'किलीमनूर' येथे या चित्रकाराचा जन्म झाला. त्रावणकोरच्या राजाला लष्करी मदत केली, म्हणून 'किलीमनूर' हे गाव याच्या पूर्वजांना इनाम मिळाले होते. घरात संस्कृती व विद्येला मान होता. घरातल्या स्त्रिया विद्यासंपन्न होत्या. या घराण्यात स्वत:चा 'कथकली संच' होता. लेखक, गायक, वादक, नर्तक सारे एकाच घरातले. या घराण्याने केरळला मोठे पंडित, कवी आणि नर्तक दिले.

असा वारसा घेऊन राजा रविवर्मा जन्माला आला. मोर जसा पिसारा घेऊन जन्माला येतो, तसा हा चित्रे घेऊन जन्माला आला. ५-६ वर्षांचे लहान पोर, पण घरातल्या साऱ्या भिंती रामायण, महाभारतातले प्रसंग, प्राणी, पक्षी यांनी याच्या चिमुकल्या हातांनी चितारल्या.

याचा काका राजा राजवर्मा चित्रकलेचा प्रेमी! त्याने पुतण्याच्या कलागुणांना प्रोत्साहन दिले. छोट्या रविवर्माच्या चित्रांचे कायम कौतुक केले.

त्या काळात चित्रकलेचे स्वरूप सीमित होते. चित्रे रंगवली जायची ती राजवाडे किंवा देवळांवर. विषय ठरलेले. देवदेवतांची चित्रे, धार्मिक ग्रंथातले प्रसंग. संपले विषय. याशिवाय काचेच्या वस्तू, हस्तिदंती वस्तू यावर नक्षीकाम रंगवले जायचे. रंगवण्यासाठी रंग भाजीपाल्यांचे आणि खनिजांचे. फुले, पाने, साली, बिया आणि काहीबाहीपासून परंपरागत पद्धतीने चित्रकार रंग तयार करायचे. कुंचलेही स्वत:च तयार करायचे.

केरळमध्ये चित्र काढणे, ही 'धर्मसंबद्ध' कला होती. कोरीव काम, विणकाम यांच्यासारखीच 'चित्रकला' हीही समूहाने करण्याची हस्तकला होती. ती बहुतेक वेळा परंपरागत चालत यायची. वडिलांकडून मुलाकडे, एका पिढीकडून दुसऱ्या

पिढीकडे. देशातल्या इतर भागांतल्या चित्रकलेशी तिची देवाणघेवाण नव्हती. कांग्रा, मुगल शैली इत्यादीबद्दल केरळात फारशी माहिती नव्हती.

केरळचा इतर चित्रकलेशी संबंध येण्याचा योग रविवर्मा मोठा होत असताना त्या काळात आला. तंजावर इथले मराठ्यांचे राज्य खिळखिळे झाले. तंजावर दरबारचा प्रमुख चित्रकार अलगिरी नायडू राजाश्रय शोधत त्रावणकोरला आला. येताना तो चित्रकलेची नवी परिमाणे घेऊन आला आणि केरळमध्ये चित्रकलेच्या आधुनिक संकल्पनांचा उदय झाला.

तंजावरचा 'अलगिरी नायडू' त्रावणकोर राजदरबारचा चित्रकार झाला. राजा राजवर्मा त्याच्याकडून तंजावर चित्रशैली शिकला आणि आपल्या चित्रकलाप्रेमी गुणी पुतण्यालाही त्याने ती शिकवली. त्यामुळे राजा रविवर्मांची सुरुवातीच्या काळातली सगळी चित्रे तंजावर शैलीतली आहेत.

बालपण संपवून रविवर्मा किशोरवयात येत होता. आयुष्याचे ध्येय निश्चित करणे आवश्यक होते. त्याला दुसरे काही करण्याचा विचार करणेही अशक्य होते, इतका तो मनाने आणि शरीराने चित्रमय झाला होता, पण तो काळ वेगळा होता. उच्चभ्रू घराण्यातला कुणी कुमार, चित्रकला हे आयुष्याचे ध्येय ठरवतो, ही गोष्ट अशक्यप्राय होती.

मनाने स्वीकारलेले ध्येय प्रत्यक्षात येण्यास परिस्थितीने मदत केली. श्री पद्मनाभस्वामी मंदिराजवळ त्रिवेंद्रमचा भव्य राजवाडा होता. आपल्या कोवळ्या चित्रकार पुतण्याला घेऊन राजा राजवर्मा दरबारात आला. पुतण्याची चित्रे त्याने राजाच्या पायी ठेवली आणि १३ वर्षांच्या रविवर्माची ओळख राजदरबाराला करून दिली –

'संस्कृत आणि मल्याळी भाषेतले अभिजात काव्य याने मुखोद्गत केले आहे. कथकली नृत्यात हा प्रवीण आहे. गायनकला उत्तम जाणतो. सर्वांत महत्त्वाचे म्हणजे हा उत्कृष्ट चित्रे काढतो व रंगवतो.'

छोट्या रविवर्माच्या चित्रांनी राजा प्रभावित झाला. रविवर्म्याने त्रिवेंद्रमला येऊन राहावे, राजवाड्यातली चित्रे अभ्यासावीत, दरबारच्या चित्रकारांचे काम पाहावे, नवे तैलरंगांचे माध्यम हाताळावे, अशी राजाज्ञा झाली.

रविवर्म्याच्या रेषांमध्ये दुर्मीळ अशी संवेदनशीलता येऊ लागला. राजवाड्याच्या मार्गातून, दिवाणखान्यातून त्याची कल्पकता वावरू लागली. नजर बारकावे टिपू लागली. बुद्धी वेगळेपण जाणून घेऊ लागली. युरोपीय चित्रांचे अल्बम त्याला पाहायला मिळाले. श्री पद्मनाभ मंदिरातील मूर्ती अभ्यासता आल्या. शाही मिरवणुका न्याहाळता आल्या.

याच काळात परदेशी तैलरंगांच्या प्रतिकृतींनी त्याला आकृष्ट केले. अशा प्रकारची चित्रे त्याने पूर्वी कधीच पाहिली नव्हती. आपली चित्रे वेगळी होती.

आपल्याकडची शैली सपाट चित्रांची. आधी माणसे, मग बाजूला झाडे, श्वापदे, रान. त्याच्या वरच्या बाजूला वाडा इत्यादी. चित्रांना लांबी आणि रुंदी ही दोनच परिमाणे– खोली नाही. युरोपीय शैली वेगळी – वास्तववादी. वस्तूच्या तिन्ही बाजू दाखवणारी. किती सुरेख शैली! रविवर्मा भारावून गेला.

पाश्चात्त्य शैलीचे सारेच तंत्र वेगळे होते. आपल्या शैलीमध्ये शुद्ध रंग वापरण्याची पद्धत. रेषा ठळक. छाया आणि प्रकाश यांचा विचार नाही, पण युरोपीय शैलीत सारे वेगळेच. रेषा जवळजवळ अदृष्यच. फक्त रंग, तेही एकमेकांत बेमालूमपणे मिसळलेले. सुसंगत अशा रंगछटांमधले, छायाप्रकाशाचे मनोहर खेळ; मनोवेधक पोत.

'मला हे चित्रकारितेचे तंत्र आत्मसात केलेच पाहिजे. पाश्चात्त्य शैलीवर मला प्रभुत्व मिळवले पाहिजे,' या एकाच विचाराने तो झपाटून गेला. तहान-भूक-झोप काही सुचेना. फक्त एकच ध्यास – पाश्चात्त्य शैली शिकायची.

तिरिमिरीत हा उठला आणि दरबारचा चित्रकार रामस्वामी नाईकरच्या दाराशी जाऊन तिष्ठत राहिला.

रामस्वामीने विचार केला, 'उद्या हा मोठा चित्रकार होईल आणि माझ्या पोटावरच नाही, तर प्रतिष्ठेवरही पाय येईल. नकोच याला भेटायला. हा प्रतिस्पर्धी आहे माझा.'

रविवर्मा निराश झाला नाही. उलट त्याची जिद्द वाढली. 'मी काही झाले तरी ही शैली शिकेन. नव्हे, तिच्यात मी प्रभुत्व मिळवेन.'

नाईकरने झिडकारले; पण त्याचा साहायक अरूधम पिल्लई रविवर्म्याला म्हणाला, 'तैलरंग कसे वापरायचे, चित्रकलेचे नवे तंत्र काय आहे, याचा मंत्र मी तुला देतो. तुझ्यात प्रतिभा, क्षमता आणि विलक्षण जिद्द आहे.'

हा अरूधम पिल्लई रविवर्माला पाश्चात्त्य चित्रकलेचे तंत्र शिकवू लागला. धन्याचा रोष ओढवला, तर जीवन असह्य होईल, हे पिल्लई जाणून होता, पण रविवर्म्याची चित्रकलेवरची भक्ती त्याच्या हृदयाला स्पर्श करून गेली. रात्री-अपरात्री साऱ्यांची नजर चुकवून तो येत राहिला. राजा रविवर्मा याला पाश्चात्त्य तंत्राचे धडे देत राहिला. त्या वेळी रविवर्म्याचे वय होते, १८ वर्षे.

याच काळात डच चित्रकार 'थिओडोर जेन्सन' त्रावणकोरच्या महाराजांकडे कला दाखवण्यासाठी आला. त्या काळात युरोपात फार न गाजणारे चित्रकार भारतात येत. इथले राजे-महाराजे त्यांच्याकडून पोर्ट्रेट्स व इतर चित्रे करून घेत. बदल्यात या चित्रकारांना भरपूर बक्षिसी व उत्तमोत्तम नजराणे मिळत.

त्रावणकोरच्या महाराजांनी जेन्सनला काम दिले. उद्देश हा की, रविवर्म्याला हा परदेशी चित्रशैली शिकवेल. डच चित्रकार भडक डोक्याचा. संतापून म्हणाला, 'रविवर्म्याची चित्रे पाहता त्याला आणखी काही नवे शिकवण्याजोगे मजजवळ नाही

आणि भारतीय शिष्य स्वीकारण्यास मी मुळीच उत्सुक नाही.'

तथापि, राजाज्ञेचा पुरता अवमान करणे हितावह नाही, हे हा डच चित्रकार जाणून होता. त्याने तडजोड स्वीकारली. जेन्सन चित्रे रंगवत असताना रविवर्म्याने बाजूला थांबून काम पाहावे, याला त्याने संमती दिली.

रविवर्मा तासन्तास जेन्सनचे काम पाहू लागला. रंगांचे मिश्रण करण्याची कला आणि खुबी मात्र जेन्सनने रविवर्म्याला अजिबात कळू दिली नाही.

जेन्सनकडून फारसे तंत्र पदरी पडले नाही; पण त्याच्या शैलीचा प्रभाव मात्र पडला.

हे एवढेच युरोपीय शैलीचे शिक्षण त्याला मिळाले. बाकी सारे स्व-शिक्षण. तेही तिथून पुढे नऊ वर्षांच्या दीर्घ काळापर्यंत.

'कवी तो होता कसा आननी?' तसे हा चित्रकार होता तरी कसा?

'श्री महावज्र भैरवतंत्र' या ग्रंथामध्ये कलावंतांची लक्षणे दिली आहेत – 'तो वृत्तीने भला असावा. ऐदी नसावा. तामसी नसावा. सज्जन असावा. सुशिक्षित असावा. स्वतःवर त्याचा ताबा असावा. आपल्या कलेवर श्रद्धा ठेवणारा असावा. धनलोभी नसावा. धर्मदायी असावा.'

चित्रकार रविवर्मा असाच होता!

तरुण रविवर्म्यापुढे पुन्हा एकदा आयुष्यात व्यवसाय म्हणून चित्रकारिता स्वीकारायची का, हा प्रश्न उभा राहिला. भारतात त्यापूर्वी कुणा चित्रकाराला प्रसिद्धी, पैसा मिळाल्याचे ऐकिवात नव्हते. 'चित्रकार' म्हणून फार मोठा सामाजिक दर्जा केरळमध्ये कुणाला कधी मिळालेला नव्हता. चित्रकार ही समाजाच्या दृष्टीने महत्त्वाची व्यक्ती नव्हती, मग तरीही या नव्या वाटेने जायचे?

त्याने देवीची पायी व बोटीने यात्रा केली. एक्केचाळीस दिवस लागले. दाट जंगलामधून, ओसाड माळावरून रात्रं-दिवस प्रवास केला. दर्शन घेतले. कौल मिळाला. मनाच्या ओढीला ईश्वरी पाठबळ मिळाले. निर्णय पक्का झाला. मग पुढची वाट सोपी झाली.

कलेवरची नितांत श्रद्धा, अविश्रांत श्रम आणि उपजत प्रतिभा असा त्रिवेणी संगम झाला.

राजा रविवर्मा चित्रे साकार करीत राहिला. जग प्रभावित झाले. पारितोषिकांचा वर्षाव झाला. किती म्हणून सन्मान मिळावेत? चित्रकारी पेशाचा तो मानसन्मान होता. 'न भूतो न भविष्यती' असा.

'प्रिन्स ऑफ वेल्स' त्रिवेंद्रमला आले होते. महाराजांनी रविवर्म्याची चित्रे त्यांना भेट दिली. व्हिएन्ना व शिकागोमध्ये प्रदर्शनात त्याच्या चित्रांना सन्मान मिळाले. अनेक राष्ट्रीय-आंतरराष्ट्रीय सन्मान मिळत राहिले.

रविवर्म्याचे 'चित्रकार' म्हणून कार्य मोठे ठरले. सातवे एडवर्ड यांनी त्याला सुवर्णपदक देऊन 'कैसर-ए-हिंद' हा बहुमान दिला.

लहानपणाचे संस्कार साऱ्या जीवनावर खोल असा परिणाम करतात. रविवर्म्याच्या बाबत ते प्रकर्षाने जाणवते. आईच्या कुशीत ऐकलेल्या कथाकहाण्या, वडिलांच्या तोंडून ऐकलेली वेद-उपनिषदे, त्यातल्या कथाजाणिवा त्याच्या चित्रांमधून जिवंत झाल्या. रविवर्मा अविश्रांत चित्रे रंगवत राहिला.

आज सुमारे दीडशे वर्षांनी त्याच्या चित्रांसमोर मी व माझ्या लेकी उभ्या होतो. सगळी चित्रे भव्य. चित्रांतील व्यक्ती मानवी आकाराएवढ्या. पॅरिसच्या लुव्ह चित्रसंग्रहालयाची आठवण जागी झाली. पुनरुज्जीवन काळापासूनची भव्य तैलचित्रे (रेनिसान्स) तिथल्या वेगवेगळ्या दालनांमध्ये होती. मन थक्क करून टाकणारी... काही उदास करणारी... तर काही स्तिमित करणारी....

रविवर्म्याच्या 'श्री चित्र कलादालना'मध्ये लक्ष वेधून घेतले ते, १८९३मध्ये काढलेल्या 'द जिप्सीज' या चित्राने. देवळाच्या चौथऱ्याची दगडी भिंत. स्पर्श केला, तर खडबडीत थंडगार स्पर्श जाणवेल अशी. दोन-तीन खांब. दगडी बाक. त्यावर तंबोरा वाजवत बसलेली स्त्री. ती बाकावर बसली आहे, खाली जमिनीवर नाही. यावरून ती खूप वेळ तंबोरा वाजवत बसलेली नाही. तिच्या चेहऱ्यावरचे करुण भाव, मांडीवरचे बाळ तिच्या परिस्थितीची कल्पना देते. समोरचे कपड्यांचे गाठोडे, डाव्या हाताशी असलेले गाडगे, लाकडी चमचा, तोंड बांधलेली तांदळाची शुभ्र थैली यावरून ती भटक्या जमातीची आहे, हे चित्रकार सांगतो.

तिच्या गळ्याच्या शिरा इतक्या सुस्पष्ट की, कुणाही पाहणाऱ्याला कळावे, ही गाते आहे. बाकावर तिच्याशेजारी हाताच्या कोपराची जखम पाहणारा तिचा पोरगा. वय बारा-तेरा वर्षे. त्याच्या चेहऱ्यावर वेदना. कमरेला फक्त गुडघ्यापर्यंत असलेले गुंडाळलेले वस्त्र. अंगावर काहीनाही.

बाई आणि पोरामध्ये खाली जमिनीवर बसलेली आठ-दहा वर्षांची परकरी पोर. एका पायाची मांडी घालून, दुसरा पाय छातीशी दुमडून, त्यावर दोन्ही हातांचे तळवे टेकलेले. तळव्यांवर अलगद ठेवलेली हनुवटी. नजर शून्यात. जणू सांगणारी की, हिचा भविष्यकाळ असाच दुःखदायी आहे. साऱ्या चित्रातले रंग चित्राची उदासीनता गडद करणारे. चित्राची रचना अशी की, डोळे प्रथम जिप्सी स्त्रीवर खिळतात, मग नजर खाली वळते, ते तिच्याच भवितव्याची प्रतिकृती असलेल्या पोरांकडे.

बाईच्या अर्ध्या चेहऱ्यावर आणि पोरीच्या अर्ध्या चेहऱ्यावरच प्रकाश आहे त्यामुळे त्या चेहऱ्यावरचे कारुण्य, हवा तो परिणाम साधते.

'जिप्सीज'सारखी रविवर्म्याने काढलेली चित्रे पाहून लक्षात येते की, हे विषय त्याच्यापूर्वी कुणी चित्रकारांनी आपल्याकडे फारसे हाताळलेले दिसून येत नाहीत.

त्याने फक्त डोळ्यांना आकर्षक दिसणारी चित्रे रंगवणे, एवढाच उद्देश कधी ठेवला नाही, तर मानवी अंत:करणाला भिडणारे उदात्त दु:ख, कारुण्य, दैन्यही चित्रित केले. मानवी सौंदर्याच्या व्याख्येनुसार कुरूप ठरेल, असा जाड ओठांचा, पसरट नाकाचा कुळकुळीत रंगाचा मेनन आणि कुटुंब त्याचा चित्रविषय झाली आहे, तसेच जख्खड वृद्ध स्त्री चित्रविषय म्हणून त्याला किती प्रिय वाटली ते त्याच्या चित्रावरून दिसले.

या विषयांबरोबरच पारंपरिक चित्रकारांनी, शिल्पकारांनी हाताळलेले विषयही त्याला खूप भावले आहेत, हे चित्रांवरून दिसले. लक्ष्मी, सरस्वती, कृष्ण, शिव-पार्वती, रामपंचायतन इत्यादी पौराणिक देवदेवता, कृष्णशिष्टाई, विश्वमित्र-मेनका, शकुंतला पत्रलेखन, हरिश्चंद्र-तारामती, नल-दमयंती, रावण-जटायू युद्ध, मोहिनी-रुख्मांगद. अशा महाकाव्यातल्या, पुराणातल्या व्यक्ती आणि घटना त्याच्या चित्रांचे विषय झाले.

इथली चित्रे पाहताना एक गोष्ट सतत जाणवली की, काळ, प्रदेश वेगवेगळा असला, तरी यांच्या सारीकडच्या आणि सर्व काळातल्या स्त्रिया एकाच पोषाखांत आहेत. तो पोशाख म्हणजे महाराष्ट्रातली नऊवारी साडी, मग ती रामायणातली सीता असो, महाभारतातली द्रौपदी असो, वा पुराणातली दमयंती. सगळ्या चापून-चोपून ओचे आणि निऱ्यांच्या पाठीमागे घोळ असलेले नऊवारी नेसतात. हा चित्रकार खरे तर केरळचा. याने आपल्या नायिकांसाठी नऊवारी का निवडली?

याचे कारण रविवर्म्याने स्वत:च दिले आहे. त्याचे म्हणणे असे की, 'नऊवारी साडीमध्ये स्त्रीच्या सुडौल देहाचे सौंदर्य अधिक खुलून दिसते.'

याचे उत्तम उदाहरण म्हणजे या कलादालनातले हंस-दमयंतीचे चित्र. यातली दमयंती लक्षात राहिली, ती तिच्या नऊवारी नेसण्यामुळे. नेसणे असावे तर असे, असे माझ्यातल्या स्त्रीला मनापासून वाटले.

केवळ दीड उभे खांब दाखवून चित्रकाराने राजवाडा भव्य आहे, याची संपूर्ण कल्पना या चित्रात दिली आहे. हंस राजवाड्यातही कुठे खाली उतरला, तर कमळाच्या तळ्याशी... तो तिच्याशी गुपित बोलतोय, ही कल्पना चित्रकार कल्पकपणे देतो, ती पाठीमागे दाट झाडी दाखवून. म्हणजे राजवाड्याचा हा कोपरा एकांतात आहे. दमयंतीचे जरीकाठी-रेशमी तांबडे लुगडे, तिच्या चोळीची तलमता, पायातले सोन्याचे पैंजणं; ती राजकन्या आहे, कुणी सामान्य स्त्री नाही, हे सांगतात. तिच्या चेहऱ्यावर प्रौढतेचा अंशही नाही. चित्रकाराने रेखाटला आहे; तो अबोधपणा, निर्व्याजता.

साऱ्या चित्रात प्रथम नजर खिळते, ती दमयंतीचा चेहरा आणि हंसाचे तोंड व मान यावर! कारण मुख्य विषय हंसाने दमयंतीला दिलेला नलराजाचा निरोप हा आहे. नजर नेमकी त्यावर केंद्रित होईल, अशी सबंध चित्राची रचना आहे. रंगसंगतीमध्ये एकसंधता आहे. 'राजवाडा', 'राजकन्या', 'पक्षी' हे वेगवेगळे विषय असूनही त्यांचे

रंग एकमेकांना पूरक ठरतात, सुसंगत होतात.

रविवर्म्याने चित्रे रंगवताना मुख्य विषयाला महत्त्व देण्यासाठी छायाप्रकाशाचा फार नाट्यपूर्ण वापर केला आहे. 'मोहिनी आणि रुख्मांगद' हे चित्र या तंत्राचे उत्तम उदाहरण वाटले. चित्राला देवळाच्या गाभाऱ्याची पार्श्वभूमी घेण्यातली चित्रकाराची प्रज्ञा जाणवते. निरागस मुलाच्या क्रूर वधाच्या कृत्याला या पवित्र पार्श्वभूमीमुळे विरोधाभासात्मक नाट्यमयता चित्राच्या संकल्पनेत आली आहे.

पाच पुरुष. मध्ये छोटा मुलगा. खिन्न चेहऱ्याचा राजा व बाकी मंदिराचे पुजारी. काहींच्या चेहऱ्यावर पूर्ण प्रकाश. काही चेहरे अर्धवट प्रकाशात, काहींवर छाया. राजाने काळजावर दगड ठेवून हातात तलवार घेतली आहे. मुलगा कर्तव्यतत्परतेने पुढ्यात उभा आहे. चाललेले भाषण ऐकणे असह्य झाल्याने पुजाऱ्याने कानांवर हात ठेवले आहेत.

बाजूला मूर्च्छित पडलेल्या एका स्त्रीचे मस्तक वृद्धेच्या मांडीवर आहे. वृद्धेच्या चेहऱ्यावर काळजी आहे. एक दासी मोरपिसांनी स्त्रीला वारा घालते आहे. बाजूच्या बायकांमध्ये कुजबुज चालली आहे. शेजारी उभे राहून एक स्त्री राजाला काहीतरी सांगत आहे. तिचा पदर खोचलेला आहे. हात कमरेवर आहे. – त्यावरून ती ठसक्यात बोलते आहे, हे कळते. तलवार उभारायला ती राजाला भाग पाडणार, असे पाहणाऱ्याच्या लक्षात येते. अनेक मनुष्याकृती एकत्र आणून रचनाचित्राची सुखद योजना त्याने केली. नाट्यमयता वाढवते, ती देवाची मूर्ती. पंचारतीत तेवणाऱ्या अनेक वाती. मूर्तीच्या दोन्ही बाजूंच्या मंद ज्योती. सारी मंगलमय प्रतीके. या चित्राची मांडणी अधिक कलात्मकपणे व्हावी म्हणून रविवर्म्याने बारा वेळा हे चित्र काढले. दरवेळी व्यक्तींची जागा बदलली. हालचाली बदलल्या, व्यक्तींची संख्या बदलली, चित्र मनाजोगे उत्तम व्हावे म्हणून कलावंताने केलेली ही तपश्चर्या या बारा चित्रांच्या रूपात पाहायला मिळाली.

चित्रांची भाषा रविवर्मा उत्तमपणे जाणत होता, हे अनेक चित्रांमधून कळते. रंगांच्या माध्यमावरही त्याने प्रभुत्व मिळवले होते, हे कलादालन पाहताना सतत जाणवत होते. कारण त्याची शंभर वर्षांपूर्वीची चित्रे आजही सतेज दिसतात.

रविवर्म्याने केलेली पेन्सिलची अनेक रेखाटनेही या संग्रहालयामध्ये होती. सरावासाठी किती प्रयास! काटेकोरपणासाठी केवढा आग्रह! पूर्णत्वाची प्रचंड आस!

चित्रकार 'थिओडोर जेन्सन' यांचीही चित्रे इथे होती. राजा राजवर्म्याची तैलचित्रे पाहायला मिळाली. त्याच्या चित्रांच्या छापील प्रतीही इथे दिसल्या.

बडोद्याचे दिवाण, सर माधवराव यांच्या सल्ल्यावरून राजा रविवर्म्याने लोणावळ्याजवळ मळवली येथे तैलचित्रांसाठी शिळाप्रेस सुरू केला. चित्रांच्या असंख्य प्रतिकृती तयार केल्या. कुणा चित्रकाराने कधी केले नाही, असे हे काम

होते. आपली चित्रे त्यांनी घराघरांतून पोहोचविली. पाश्चात्त्य पद्धतीने काढलेल्या; पण भारतीय वातावरण असलेल्या या चित्रांची विलक्षण मोहिनी तत्कालीन काळच्या समाजावर होती. घरोघरी या चित्रांच्या प्रती लावल्या गेल्या. सर्वांत महत्त्वाची गोष्ट म्हणजे केवळ राजेरजवाडे, सरदार-दरकदार यांच्या महालापुरती मर्यादित असलेली चित्रकला पार झोपडी-टपरीपर्यंत पोहोचली. काश्मीरपासून कन्याकुमारीपर्यंत त्यांची लाखो पौराणिक चित्रे खपली. आजही आपल्याला देवदेवता ठाऊक आहेत, त्या रविवर्म्याने त्यांना दिलेल्या चेहऱ्यानेच.

कलादालनाच्या शेवटच्या टप्प्यात आम्ही आलो. प्रत्येक चित्रापाशी बराच वेळ रेंगाळलो होतो. त्याची चित्रे पाहताना जाणवत होते की, व्यक्तिचित्र किंवा निसर्गचित्र यापेक्षा रचनात्मक चित्राला स्वतंत्र प्रज्ञेची आवश्यकता जास्त असते. त्या काळामध्ये जाऊन वावरण्याइतकी चित्रकाराची कल्पनाशक्ती तरल हवी. रचना, भावदर्शन, रंगसंगती, औचित्य सारे प्रसंगानुरूप हवे. पार्श्वभूमी आणि वातावरण विषयाला पोषक हवे आणि हे सारे विशेष रविवर्म्याच्या बऱ्याचशा चित्रांमध्ये आढळतात.

रविवर्म्याचे वैशिष्ट्य काय दिसले, तर त्याने पाश्चात्त्य चित्रांचे केवळ अनुकरण केले नाही, तर भारतीय मनांचे आविष्कार नव्या शैलीत, तंत्रात आणि माध्यमांत चित्रबद्ध केले. त्याच्या चित्रांचे तंत्र युरोपीय असले, तरी आंतरिक स्फूर्ती अस्सल भारतीय आहे.

कुठेतरी वाचलेली टीका आठवली की, 'रविवर्म्याच्या स्त्रिया पाश्चात्त्य वाटतात, त्याच्या चित्रात काव्यात्मकता नाही. चित्रकार म्हणून त्याच्यात विलक्षण अशी सर्जनशीलता नाही. त्याची चित्रे युरोपीय चित्रांच्या भ्रष्ट नकला वाटतात.'

रविवर्म्याच्या कलाकृती पाहताना मला यातले काहीच प्रकर्षाने जाणवले नाही. उलट अंत:करण पाझरले. वाटले, कलावंताच्या भावनेशी समरस झाल्यावरच त्याच्या कलेतली सात्त्विकता, सौंदर्य, आस्वाद यांचा आनंद घेता येतो.

कलादालनातले शेवटचे चित्र काळ्या, करड्या रंगांनी केलेले होते. २०-२२ हत्तींचा कळप. त्यांचे लांब दिसणारे सुळे. कोणी सोंड उंचावलेली, तर कोणी मान वाकवलेली. त्यांच्या पाठीवर अंकुश घेऊन बसलेले माहुत. सभोवती लाकडाच्या ओंडक्यांनी तयार केलेले कुंपण. त्या पलीकडून हत्तींकडे कुतूहलाने पाहणारे हॅट घातलेले गोरे साहेब आणि त्यांच्या मडमा. पाठीमागे गर्द झाडी. छोट्याशा पिंजऱ्यात हत्तींचे बंदिस्त कळप. अंकुशाची बोचणी सहन करणारे ते शक्तिशाली भव्य शरीराचे गजराज निमूट, केविलवाणे उभे. चित्रांचे रंगही उदासवाणे. एकूणच ते चित्र खिन्न करणारे होते. त्याच्याखाली कंसात लिहिलेले नाव होते, 'म्हैसूर खेड्डा!'

रविवर्म्याचे शेवटचे पेंटिंग!

'कोरटल्लम' या जागी त्याला आश्रम बांधायचा होता; पण त्याचे स्वप्न अपुरे

राहिले. मधुमेहाच्या आजाराने त्याची प्रकृती खालावत चालली. खांद्यावर झालेली जखम भरेचना, तरीही या चित्रकाराला एकच ध्यास...! बसता येत नव्हते, तरी तो उठून बसला. कादंबरीच्या कथाकल्पनेवर चित्र काढायला त्याने सुरुवात केली; पण चाळीस वर्षे सतत हातात असलेला ब्रश धरताही येईना. मृत्यू मागे उभा होता. कॅनव्हासवर आकारच उठत नव्हते.

राजा रविवर्म्याला दर्भाच्या शय्येवर ठेवण्यात आले, मंत्रोच्चारण सुरू झाले. २ ऑक्टोबर, १९०६. रविवर्मा या चित्रकाराच्या जीवनाचे तजेलदार कॅनव्हास 'म्हैसूर खेड्डा'च्या चित्रासारखे काळवंडून गेले.

आम्ही 'श्री चित्र कलादालना'तून बाहेर पडलो. लहानपणापासून आजोळी, वडिलांच्या घरात रविवर्म्याच्या चित्रांच्या छापील प्रतिकृती मनात ठसल्या होत्या. आता प्रत्यक्ष भव्य आकाराची तैलचित्रे मनात उतरली होती. यापुढे ती साथसोबत करणार होती.

सत्याग्रही विचारधारा, दिवाळी (१९९८)

क्लोद मोने आणि वॉटरलिलिज

'घराच्या शोधात फिरत असताना सेन नदीच्या खोऱ्यात अतिशय निसर्गरम्य 'जिवेंर्नी' गावाने त्याला भुरळ घातली. सफरचंदांच्या बागा... वेलींनी आच्छादलेल्या टेकड्या... हिरवेगार जंगल... जवळून खळाळत जाणारी 'रू' नदी... आणि काही मैलांवर असलेली रम्य, भव्य सेन नदी!... त्याचा स्वर्ग त्याला सापडला.' तो म्हणाला, 'एकदा का मी इथे स्थिरावलो की, अभिजात चित्र निर्माण करेन....'

प्रेक्षक त्या चित्राच्या प्रेमात पडले होते. सारा निळंशार आसमंत. निळ्यातही किती छटा. कुठे गर्द तर कुठे फिक्कटलेली, कुठे हिरवट निळी तर कुठे जांभुळली छटा. पाणी निळे, आकाश निळे. दोन्ही अनादि अनंत पसरलेले... त्यात भरून राहिलेली गूढरम्यता आणि त्या स्वप्नमयी वातावरणात भावुक काव्यासारखी पसरलेली तांबड्या वॉटरलिलिजची नाजूक-नाजूक फुले-पानांच्या हिरव्यागार शाली लपेटून बसलेली. त्या प्रचंड दालनाच्या साऱ्या भिंती या एका चित्राने भरून गेल्या होत्या. जगाच्या उत्पत्तीच्या पहिल्या प्रहरात आपण भोवतालची अथांग शांती आणि उदासीनता अनुभवतोय असे वाटले. उपनिषदातले वर्णन आठवले. 'पृथ्वीच्या उत्पत्तीच्या आधी काहीच नव्हते. फक्त ईश्वरी शांती सारीकडे भरून राहिलेली होती!' दालनातल्या प्रत्येकाला असा परिसस्पर्शाचा अनुभव ते चित्र देत होते.

'क्लोद मोने' या फ्रेंच चित्रकाराच्या काही मूळ कलाकृती, न्यू यॉर्क म्युझियमच्या मदतीने अमेरिकेतल्या अटलांटा शहरातल्या 'हाय' म्युझियममध्ये प्रदर्शित करण्यात आल्या होत्या. दिवस रविवारचा त्यामुळे चित्रप्रेमी रसिकांची गर्दी होती. दहा-बारा वर्षांच्या पोरांपासून ऐंशी-पंच्याऐंशी वर्षांच्या वृद्धापर्यंत सारे त्या गर्दीत होते. दुपारी बारा वाजता दरवाजे उघडले गेले. तिकिटासाठी अठरा डॉलर्स मोजून रसिकांनी आत जायला रांगा लावल्या. दालनाच्या दाराशी मोनेचा भलाथोरला कट-आउट उभारलेला

होता. त्याच्या छातीवरती 'हॅलो, माझं नाव क्लोद मोने' अशी चिठ्ठी होती. हे अगदी खास अमेरिकन! अमेरिकेत पाहावं तिकडं पाट्या आणि चिठ्ठ्यांचा सुकाळ.

पहिल्या दालनात क्लोद मोनेचं अमूल्य फोटोग्राफ्स होते. मोठ्या व्यक्तींबरोबर, कुटुंबीयांसमवेत, बागकाम करताना त्याच्या बागेचे, जपानी फुलांचे, १५ बाय २० फूट उंचीचे अनेक कृष्णधवल फोटोग्राफ्स पाहताना प्रेक्षकांच्या मदतीला शेजारी पाटीवर काळ, व्यक्ती, जागा इत्यादी तपशील होते.

दालन संपेपर्यंत 'कवी तो होता कसा आननी...' एवढी त्या कलावंताची आणि आपली ओळख होते. मग आपण प्रवेश करतो पुढच्या दालनात; रंगांच्या, रेषांच्या आणि आकारांच्या विलक्षण अनुभवासाठी, अनुभूतीने चिंब भिजण्यासाठी. कलावंतांच्या आत्म्याचे दर्शन घेण्यासाठी.

हे दालन आपल्याला थेट नेते रंगांच्या आणि पंचमहाभूतांच्या जल्लोषाच्या धुंद वातावरणात. पृथ्वी, पाणी, वनराई, वारा, प्रकाश, आकाश आणि सारीकडे भरून राहिलेल्या वॉटरलिलिज आणि प्रतिबिंबे. केवळ मोनेच भरू शकतो, असे तरल मंत्रमुग्ध करणारे तरीही या जगाच्या अस्तित्वाच्या पलीकडचे काही सांगणारे, पाहणाऱ्याला झपाटून टाकणारे रंग.

मुलाखतीमध्ये एका पत्रकाराने मोनेला विचारले, 'तुमचा स्टुडिओ कुठे आहे?' 'माझा स्टुडिओ? माझा स्टुडिओ कधीच नव्हता.' समोरच्या टेकड्या आणि सेन नदीकडे हात दाखवत तो म्हणाला, 'हाच माझा स्टुडिओ आहे.' मोनेनं बहुतेक काम चार भिंतीआड न करता निसर्गाच्या सान्निध्यातच केले. आपल्या निसर्गचित्रात त्याने नवी शैली आणली. स्वत:चा ठसा उमटवला. 'इम्प्रेशनिस्ट मूव्हमेंट'चा तो उद्गाता ठरला. तो पन्नाशीच्या जवळ असताना जगाला मोनेची कला समजली. तो 'सेलिब्रिटी' झाला. देशोदेशीचे कलावंत त्याच्या भेटीसाठी येऊ लागले. मोनेनं विचार केला, आता स्वत:चे घर घेऊन स्थिर व्हावे आणि फक्त चित्रे रंगवत आनंदात जगावे. घराच्या शोधात फिरत असताना सेन नदीच्या खोऱ्यात अतिशय निसर्गरम्य 'जिर्वेर्नी' गावाने त्याला भुरळ घातली. सफरचंदाच्या बागा-वेलींनी आच्छादलेल्या टेकड्या, हिरवेगार जंगल, जवळून खळाळत जाणारी 'रू' नदी आणि काही मैलांवर नितांत रम्य अशी भव्य 'सेन' नदी. त्याचा स्वर्ग त्याला सापडला. तो आनंदाने म्हणाला, 'एकदा का मी इथे स्थिरावलो की, अभिजात चित्रे निर्माण करेन.'

'रू' नदीमुळे तयार झालेले तळे आणि सभोवतालची जमीन त्याने खरेदी केली. तळ्यात वॉटरलिलिज फुलल्या होत्या. संकरित बियाणेही त्याने लावली होती. आवडत्या जपानी पेंटिंगमधला पूल त्याने तळ्यावर बांधला. हे तळे त्याचे स्वप्न होते, त्याचे भावविश्व होते. त्याची स्फूर्तिदेवता होते. प्रचंड आटापिटा करून त्याने भोवतालची आणखी जमीन घेतली. तळ्याचा आकार चौपट करून ग्रामस्थांच्या

विरोधाला शांत करून 'टाउन कौन्सिल'च्या परवानगीने नदीचे पाणी त्यात सोडले. दुर्मीळ वनस्पती आणवल्या. वृक्षवेली-फुलांनी बाग बहरली आणि मोनेच्या आयुष्यातल्या शेवटच्या नाट्याचे नेपथ्य सजले. प्रकाशाने न्हालेल्या, अंधारात लाजलेल्या, वाऱ्याने सुखावलेल्या वॉटरलिलिज आणि त्यांना वेढणारे अथांग पाणी याचे वेगळे रूप कॅनव्हासवर त्याला अमर करायचे होते. सुयोग्य मांडणी, रंगांचे तजेलदार मिश्रण आणि कुंचल्याचे नेमके फटकारे. त्यामागे क्लोद मोनेचं हात. मन आणि प्रतिभा यांचे महाभारत सुरू झाले. अनेक चित्रे आकारली. प्रत्येक वेळी बागेची भावमुद्रा वेगळी होती, यातली काही चित्रे १५ फूट लांबीची होती. वयाने साठी गाठली होती. सरत्या समयाची आणि शारीरिक क्षमतेची त्याला जाणीव होती. ताकद क्षीण झाली होती. ग्लानी येई, नैराश्याचे झटके येत. त्यातच या विलक्षण प्रतिभावंत चित्रकाराची दृष्टी क्षीण होऊ लागली होती. तो म्हणे, 'पेंटिंग्ज हा माझा एकमेव दिलासा आहे.'

या काळात एका भव्य स्वप्नाने त्याच्या अंत:करणात जन्म घेतला. ११ नोव्हेंबर, १९१८ रोजी पहिले महायुद्ध संपल्याचे अधिकृतपणे जाहीर झाले. फ्रान्स आणि मित्र राष्ट्रांनी जर्मनीवर विजय मिळविला. मोनेनं आपला जुना मित्र 'क्लेमेन्सो' याला पत्र पाठवले. तो फ्रान्सचा पंतप्रधान झाला होता.

मोनेनं लिहिले होते की, 'विजयोत्सव करण्यासाठी मला देशाला दोन 'पॅनेल्स' द्यायची आहेत.' जगविख्यात थोर चित्रकार मोनेचं पत्र वाचून स्वत: क्लेमेन्सो त्याला भेटायला आले. त्यांनी इच्छा व्यक्त केली की, वॉटरलिलिजचा पूर्ण प्रकल्प मोनने देशाला देणगी म्हणून द्यावा. आपली वॉटरलिलिजची बारा पॅनेल्स देण्याची मोनेनं तयारी दर्शविली, पण एका अटीवर. चित्रे एका खास इमारतीत अशा प्रकारे लावली जावीत की, पाहणाऱ्याला चहू बाजूंना ती दिसतील. फ्रान्स सरकार आणि मोनेमध्ये वॉटरलिलींसाठी सुयोग्य इमारतीसाठी बऱ्याच वाटाघाटी झाल्या. मोनेचा आग्रह होता की, चित्रे गोलाकार किंवा अंडाकृती लावली जावीत, एका ओळीत नकोत. वेगळा खर्च करून गोलाकार इमारत बांधायला सरकारने नकार दिला.

संत्र्याच्या बागेसाठी लुव्र म्युझियमजवळ राजवाड्याची 'ऑरेंजरी' होती, ती देण्यात यावी असे ठरले. आहे ती इमारत पाडून गोलाकार व अंडाकृती बांधल्यास बाराऐवजी अठरा पॅनेल्स द्यायला तयार असल्याचे मोनेनं सांगून टाकले. सगळ्यांनी मान्यता दिली. करारनाम्यावर सह्या झाल्या.

तयार असलेली ४८ चित्रे पॅरिसला प्रदर्शनासाठी पाठवून मोनेची चित्रसाधना सुरू राहिली. वय सत्तरीचे होते. डोळ्यांमध्ये मोतीबिंदू झाल्याने हातांच्या अंतरावरचे रंग ओळखता येईनात. कॅनव्हास धड दिसेना, तरीही मोने रंगवत राहिला.

डोळ्यावर शस्त्रक्रिया झाली, पण रंग दिसण्यात अडचण येऊ लागली. कधी सारे निळे, तर कधी पिवळे दिसे. मोनेनं काही चित्रे कातरून टाकली, काही जाळली.

'या मानसिक वेदनांमधून जाण्याऐवजी मी दृष्टिहीन होणे पत्करेन.' मोने कळवळून क्लेमेन्सोला म्हणाला.

ईश्वरी चमत्कार घडला. रंग दिसू लागले. मोने उत्साहाने रंगवू लागला. आधीची चित्रे व रंग पाहून तो चकित झाला. नंतर म्हणाला, 'काही असो मी मला जे दिसले, जाणवले त्याच्याशी कलावंत म्हणून प्रामाणिक तरी राहिलो.' पुन्हा बरीच चित्रे त्याने नष्ट केली.

मोनेला एकाच डोळ्याला रंग दिसत होते. रंग-रूप प्रकाश घेऊन वॉटरलिलिज कॅनव्हॉसवर मोनेच्या ब्रशमधून सजीव होतच राहिल्या. मोने ८५ वर्षांचा झाला होता. १९२५च्या हिवाळ्यात फुप्फुसाच्या कॅन्सरने प्रकृती ढासळली. त्याने अंथरूण धरले नाही. ५ डिसेंबर, १९२६ला मोने गेला. आपली बाग आणि आलेल्या जपानी वॉटरलिलींबद्दल बोलत मोने गेला....

त्याच्या मृत्यूनंतर भव्य 'वॉटरलिलिज' ऑरेंजरीत लावण्यात आल्या. विलक्षण प्रतिभेच्या या कलावंताची फ्रान्स देशाला आणि साऱ्या जगाला दिलेली देणगी!

'हाय' म्युझियमच्या क्लोद मोनेच्या चित्रांच्या प्रदर्शनात ऑरेंजरीतल्या वॉटरलिलिजची प्रतिकृती एका गोलाकार भव्य दालनात होती. पाण्यात वॉटरलिलिजबरोबर सभोवताली चित्रात न दिसणाऱ्या झाडांची प्रतिबिंबे होती. सभोवतालचे प्रचंड पाणी, नाजूक वॉटरलिलिज आणि फिक्कट प्रतिबिंबे पाहताना वाटले, मोनेनं प्रकाश आणि निसर्गाचा एक क्षण पकडून या चित्रात कायमचा बंदिस्त करून ठेवला आहे, त्याच्याबरोबर तो क्षण जगण्यासाठी!

निसर्गातले सतत बदलणारे असे क्षण पकडून ठेवणारा हा चित्रकार शाळेत फार गेला नाही. चित्रकलेचे शिक्षणही कुठल्या आर्ट स्कूलमध्ये जाऊन त्याने घेतले नाही. अपार दारिद्र्य त्याने भोगले. कुटुंबाने त्याच्याशी नाते तोडले. अपमान आणि उपेक्षेने भरलेले तारुण्य त्याच्या वाट्याला आले. 'पक्षी गातो तसे मला चित्रे रंगवायला आवडते.' म्हणत तो आयुष्यभर आनंदाने चित्रे रंगवत आला. खरा चित्रकार स्वतःवर कधीच खूश नसतो, असे म्हणत त्याने आपली असंख्य चित्रे नष्ट केली. एका खोलीत स्वतःला बंद करून चित्रे न काढता निसर्गालाच त्याने स्टुडिओ केले. जे दिसतंय, जे प्रतीत होतंय त्याच्याशी तो प्रामाणिक राहिला. चित्र रंगवताना स्वतःसमोर झाड आहे, शेत आहे का घर आहे, हे त्याच्या प्रज्ञेनं पाहिलेच नाही. त्याला प्रतीत झाले रंग... फक्त रंग. कुठे निळा चौकोन... कुठे गुलाबी रेष... कुठे आयताकार पिवळा... जे डोळ्यांना जाणवले, ते त्याने रंगवले.

निसर्गातली रंग उधळण पाहणारे डोळे जगाला क्लोद मोनेनं दिले.

साधना (२६ डिसेंबर, २००९)

बियाट्रिक्स पॉटर

'वयाच्या पस्तिशीपर्यंत बाललेखिका म्हणून उदंड यश मिळवलेल्या
बियाट्रिक्स पॉटरने पुढे आपला जीवन प्रवाह बदलला. शहरातले
बेगडी जीवन सोडून ती साध्यासुध्या धनगरी खेड्यात लेक डिस्ट्रिक्टमध्ये
निसर्गाच्या कुशीत राहायला आली... तिथला निसर्ग जपला. तिथले
पाणी स्वच्छ राहिले, तिथले आकाश अधिक निळे झाले. छोट्या
दिव्याने निसर्गाच्या संरक्षणासाठी दिलेली ही ऐतिहासिक झुंज....'

बियाट्रिक्स पॉटर. बाल-गोपाळांसाठी पन्नास पुस्तके लिहून अमर झालेली, ही बाललेखिका. गेल्या दोन पिढ्यांमधली इंग्लंडची बालके पीटर रॅबिटच्या गोष्टी ऐकत, वाचत वाढली. टी.व्ही.वर त्यांची कार्टून्स पाहात मोठी झाली.

तिने चितारलेल्या पीटर रॅबिट, टिगी विंकल, फ्लॉप्सी बनीज, पिग रॉबिनसन या व्यक्तिरेखा आजही मुलांना भावतात. स्टिकर्स, मग्ज, ग्लासेस, कंपास, पेन्सिल साऱ्यांवर या पात्रांना आजही स्थान आहे. घरीदारी, शाळेत ही पात्रं पोरांना सोबत करतात. त्यांची स्वप्नं फुलवतात. इंग्लंडमधील बहुतेक शहरांत बियाट्रिक्स पॉटरची पुस्तके आणि तिने रंगवलेल्या पात्रांची हीऽऽ मोठाली भित्तिचित्रे आणि चित्रे असलेल्या विविध वस्तूंची दुकाने, बियाट्रिक्स पॉटर शॉप्स आहेत; बियाट्रिक्स पॉटर फॅन क्लब्स आहेत. बियाट्रिक्स पॉटर पंथच निर्माण झाला आहे म्हणा ना!

अमेरिकेतल्या मुलांच्या भावविश्वाचा मोठा हिस्सा जसा 'मिकी माउस आणि डोनाल्ड डक', 'टॉम कॅट'ने व्यापलाय, अगदी तसाच हा प्रकार. इंग्लंडमध्ये राहणाऱ्या दहा वर्षांच्या ओजाला विचारले. 'तुला आणि तुझ्या वर्गसोबत्यांना सगळ्यात कुठली पुस्तकं वाचायला आवडतात गं?'

उत्तर – 'पीटर रॅबिटची सगळ्यात जास्त!'

लेखनाची आवड असणाऱ्या दहा वर्षांच्या मॅगीला विचारले, 'मोठेपणी

कोण व्हायचंय?'

उत्तर – 'बियाट्रिक्स पॉटर!'

लेक डिस्ट्रिक्ट – इंग्लंडचा एक अप्रतिम, देखणा व निसर्गसंपन्न भाग. पाहावे तिकडे हिरव्यागार, लुसलुशीत गवत पांघरलेल्या छोट्या टेकड्या, सपाट कुरणे आणि निसर्गाचे सहस्र डोळे असणारी निळीशार तळी. असंख्य देखण्या तळ्यांचा हा प्रदेश, लेक डिस्ट्रिक्ट! मध्येमध्ये टुमदार छोटी खेडी. बाकी सारी कुरणे. दगडांचे बांध आणि त्यात चरणारी, पांढऱ्या-काळ्या ठिपक्यांच्या रांगोळीसारखी दिसणारी मेंढरे. या भागात 'वर्डस्वर्थ', 'विल्यम ब्लेक' यांसारख्या पाच प्रमुख कवींनी वास्तव्य केले. 'लेक पोएट्स' म्हणूनच ते ओळखले जातात.

लेक डिस्ट्रिक्टने मुलांचे भावजीवन संपन्न करणाऱ्या आपल्या या लेखिकेचे सुरेख स्मारक केले आहे. एका टुमदार, देखण्या दगडी चिऱ्यांच्या इमारतीमध्ये तिच्या आयुष्यातले वेगळेपणा असलेले प्रसंग तैलरंगात उत्तम प्रकारे चित्रित करून तिचे सारे जीवन पर्यटकांसमोर मांडले आहे. तिच्या पुस्तकांतल्या कथांच्या व्हिडिओ कॅसेट्स, कार्टून फिल्म्स तिथे सतत पाहण्याची व्यवस्था आहे. त्या पाहायला बालगोपाळ आणि त्यांचे आई-वडील, त्याचबरोबर इतर मोठी माणसेही गर्दी करतात. तिच्या आयुष्यावर एक लघुपट दाखवण्यात येतो. चित्रपटाची पद्धत विलक्षणच आहे. ७० एम.एम.चे पडदे असावेत. डावीकडच्या पडद्यावर बियाट्रिक्सबद्दल तिच्याबरोबर तिच्या नंतरच्या आयुष्यात काम करणारा मेंढपाळ संपूर्ण लघुपटभर निवेदन करतो, तिच्या आठवणी सांगत राहतो. उजव्या बाजूच्या पडद्यावर स्वत: बियाट्रिक्स पॉटर दिसते. खूप प्रसन्न, हसऱ्या चेहऱ्याची पण किंचित थकलेली, थोडीशी वाकलेली, अंगाने सुदृढ वृद्धा. ती मधून-मधून प्रेक्षकांशी बोलत राहते, आपल्या आठवणी सांगत राहते. आणि मधल्या मोठ्या पडद्यावर प्रेक्षकांसमोर तिचा सारा जीवनपट उलगडत राहतो. विलक्षण जीवनपट!

सन १९४३मध्ये मृत्यू पावलेल्या या लेखिकेबद्दल, तिच्या आयुष्याबद्दल इंग्लंडमध्येही लोकांना फारसे माहीत नव्हते. इंग्लंडच्या दोन पिढ्या पीटर रॅबिटच्या गोष्टी वाचत वाढल्या. त्या गोष्टी फार लोकप्रिय होत्या. पुस्तकं खूप खपत होती, गाजत होती, पण बालांचे मनोरंजन करणारी आणि म्हणून प्रभूशी नाते असलेली ही चित्रकार लेखिका प्रसिद्धीच्या वलयापासून अगदी कटाक्षाने दूर राहिली. सामान्यांचे जिणे आनंदाने जगत राहिली.

बहुतेकांची समजूत अशी की, तिला मरून खूप वर्षं झाली असावीत, पण प्रतिभेचे दुर्मीळ देणं लाभलेली बियाट्रिक्स पॉटर 'लेक लँड'ची सामान्य शेतकरीण म्हणून जगली. मिसेस विल्यम हिलीस नावाची एका सॉलिसिटरची पत्नी 'लेक डिस्ट्रिक्ट'मध्ये राहते. तिला आसपासचे सारे ओळखतात, आदराने वागवतात. ती

उत्तम शेतकरीण आहे. जमीन-जुमल्यांच्या खरेदीत तर ती भलतीच तयार आहे. गुरांची प्रदर्शने, मेंढरांच्या जत्रा यामध्ये ही बाई हटकून भाग घेते. ती मुलखाची फटकळ आणि स्पष्टवक्ती आहे. तिची दणकट आकृती हातात काठी घेऊन, तिच्या स्वत:च्या शेतातून वादळी पावसाळी हवेतून, जेवणाची पडशी पाठीला बांधून गावकऱ्यांना हमखास फिरताना दिसते, हे 'लेक डिस्ट्रिक्ट'मध्ये खूप जणांना ठाऊक होते, पण सुप्रसिद्ध लेखिका 'बियाट्रिक्स पॉटर' आणि 'मिसेस हिलीस' या दोन स्त्रिया नसून एकच व्यक्ती आहे, हे फार थोड्या लोकांना ठाऊक होते.

हिरव्यागार वस्त्रांवर कुशल कशिदाकाराने सर्वत्र गोल आरसे बसवावेत आणि त्याभोवती थोडी नक्षी विणावी, तसा हा 'लेक डिस्ट्रिक्ट'चा सारा प्रदेश. कुणाही प्रवासकाला बालकवींच्या –

'सुंदरतेच्या सुमनांवरचे दव चुंबुनि घ्यावे,
चैतन्याच्या गोड कोवळ्या उन्हात हिंडावे'

या ओळींची आठवण करून देणारा! आश्चर्य वाटतं की, हे सारं सौंदर्य अजून टिकून कसे! लालची बिल्डर्सनी कब्जा करून इथे गगनचुंबी इमारती कशा उठवल्या नाहीत? माणसाने पोटासाठी इथला निसर्ग उद्‌ध्वस्त कसा केला नाही? इथली घरे ५०-७५ वर्षांपूर्वीच्या काळातल्यासारखीच छोटी, टुमदार आणि साधी कशी? इथे अजून आकर्षक रंग लेऊन फुले कशी उमलतात? अजून इथल्या फुलांना वास कसा येतो? अजून इथली हिरवळ लुसलुशीत कशी? अजून खुरट्या बुंध्यावरती चढून इथे मेंढी पाला कशी खाते?

आपल्याकडे दहा वर्षांपूर्वी अतिशय रमणीय असलेले एखादे गाव पुन्हा प्रेमाने पाहायला जावे, तर पार कुरूप होऊन गेलेले असते. कारण काय? तर आपल्याकडे कुणी बियाट्रिक्स पॉटर नाही. चांगला प्रदेश पार बदलून गेला – 'कृष्णेकाठी कुंडल आता पहिले उरले नाही,' असे म्हणून प्रत्येक सुंदर प्रदेशाबद्दल आपण फक्त हळहळतो. ही हळहळ नपुसंक आहे.

आपण आपल्या सभोवतालचा निसर्ग, आपले गाव जसे होते, तसे जपण्याचा प्रयत्न कुठे करतो? गावच्या ओढ्यात आता मासे मजेत हिंडतात का? झाडाझुडपांवर आनंदाने गाणी गात पक्षी घरटी बांधतात का? मैलोन्‌मैल झुडपांचा एक विलक्षण गंध आता दरवळतो का? झाडे-झुडपे, लता-वेली बहरून डवरून अजून उभ्या आहेत का? आपल्या पायाखालची ओली हिरवळ अजून ताजी आहे का? भोवतीचा निसर्ग ऋतूंचे मंजुळ गाणे अजूनही गातो का? हे सारे प्रश्न आपल्याला कधी पडतात का? आणि समजा, या प्रश्नांची उत्तरे नकारात्मक आहेत, तर मग आपण

परिस्थिती सुधारण्यासाठी काही प्रयत्न करतो का?

या पार्श्वभूमीवर बियाट्रिक्स पॉटरने काय केले; ते पाहिले म्हणजे आपले मन थक्क होते. 'आपले आयुष्य ही स्वत:ची वैयक्तिक बाब आहे. सामाजिक बाब नव्हे,' असे तिचे ठाम मत! त्यामुळे इंग्लंडभर हिची पुस्तके प्रचंड गाजत असताना ही मात्र आपले खरे रूप व्यक्त न करता 'लेक डिस्ट्रिक्ट' या देखण्या प्रदेशात एक सामान्य व्यक्ती म्हणून राहात होती. बियाट्रिक्स पॉटरला असा अज्ञातवासच हवा असावा. मान-सन्मान, प्रसिद्धी, जाहीर मुलाखती, गवगवा या सगळ्यांपासून ती नेहमीच अलिप्त होती. आपलं जीवन आपल्याला हवं तसं, खाजगीरीत्या जगावं, त्यात कुणाची ढवळाढवळ होऊ नये, असा तिचा अट्टाहास आणि तो तिने आयुष्यभर जपला. आपल्याला आवडणाऱ्या पद्धतीने आपले आयुष्य ती मोठेपणी जगली.

तिचे लहानपण फार एकाकी गेलं. चारचौघींबरोबर खेळणं, हुंदडणं, दंगामस्ती करणं, मनसोक्त बागडणं, फुलपाखरासारखं विहरणं या साऱ्याला तिच्या बालपणात प्रवेश नव्हता. मुक्तपणे वाऱ्यावर विहरावे, फुलांसवे गावे, आनंदाने नाचावे याचे स्वातंत्र्य तिला नव्हते. इंग्लंडमधील सुखवस्तू मध्यमवर्गीय कुटुंबातला तिचा जन्म. पोरींनी हे करायचे नाही, ते करायचे नाही, इथं जायचे नाही, यांच्याशी बोलायचे नाही, त्यांच्याशी खेळायचे नाही, असे अनेक विधिनिषेध... त्या घुसमटलेल्या वातावरणात तिचे बालपण कसं फुलणार? उलट ते कोमेजण्याचीच शक्यता जास्त, पण तसंही झालं नाही.

त्याला कारण तिच्यामधली प्रतिभा. विलक्षण संवेदनशील मन आणि तीव्र कल्पनाशक्ती. मग तिने काय करावं? तर छोटे-छोटे प्राणी, उंदीर, ससे यांनाच तिने आपले सवंगडी बनवले. नाही ना इतर मुलांमध्ये मिसळायचं? हरकत नाही. 'माझ्या मित्र-मैत्रिणी मी निर्माण करीन,' ही जिद्द तिच्यात होती. प्रतिभावंताचा आत्मा आणि कलावंताचे मन; त्यामुळे सशांची, उंदरांची, मांजरांची, बदकांची चित्रे कागदावर आकारली आणि तिच्या मनात उतरली. कलाप्रेम आणि निसर्गप्रेम एक झालं. सारा निसर्गच मनाच्या दारावाटे तिच्यात उतरला. ती निसर्गमय झाली. निसर्गातली प्रत्येक सजीव-निर्जीव वस्तू तिच्या स्पर्शाने तेजाळली, एक नवे व्यक्तिमत्त्व लेऊन शब्दांतून, चित्रांतून अवतरली.

छोट्या बियाट्रिक्समध्ये कष्ट करण्याची तयारी आणि जिद्द ही विलक्षण होती. त्याचबरोबर तिचा आत्मविश्वास प्रचंड दांडगा होता. तेरा-चौदाव्या वर्षी सांकेतिक भाषेत तिने लिहिलेल्या दैनंदिनीत ती म्हणते, 'मी विश्रांती घेऊ शकत नाही. वेडीवाकडी कशीही आली, तरी मला चित्रं काढलीच पाहिजेत. आज नाही, उद्या मी नक्कीच काहीतरी चांगले करू शकेन.'

तिचा हा आत्मविश्वास खोटा ठरला नाही. काळाने त्यावर यशाची मोहोर

उठवली. विलक्षण आत्मविश्वास, पराकोटीची जिद्द आकाराला आली. अविश्रांत श्रम, एकाग्रता आणि सर्वांत महत्त्वाची होती ती प्रतिभा. अवघ्या तेराव्या वर्षी तिने आपला सांभाळ करणाऱ्या दाईच्या मुलांना पाठवलेली चित्ररूपी पत्रे पुढे अद्वितीय पुस्तके म्हणून प्रसिद्ध झाली. तिच्यातला प्रतिभाशाली कलावंत तृप्त झाला, चित्रकार समाधान पावला, साहित्यिक धन्य झाला! पण त्याहून महत्त्वाचे म्हणजे त्या पुस्तकांतून तिला चांगले आर्थिक उत्पन्न मिळू लागले. स्वातंत्र्याकडे जाण्याची वाट दिसू लागली. तिच्या मनात नेहमी घर करणाऱ्या 'सॅव्हेरे' खेड्यातील कॉटेजकडे जाणारी वाट तिने धरली. स्वप्नातल्या गावाला जाणारी वाट!

वयाच्या पस्तिशी-चाळिशीत स्थानिक सॉलिसिटरशी तिने विवाह केला. आनंदी वैवाहिक जीवन सुरू झाले. पतीने तिच्या साऱ्या संपत्तीची उत्तम व्यवस्था पाहिली. निसर्गाच्या कुशीत, वनचरांच्या सान्निध्यात ही भाववेडी चित्रकार – लेखिका आपले हळुवार भावविश्व ओंजळीत ज्योत जपावी तसं जपत राहिली, आनंदात जगत राहिली. निसर्गाच्या, शेतकऱ्यांच्या आणि धनगरांच्या सानिध्यात, सहवासात या प्रतिभावंत लेखिकेने आपल्या आयुष्याची संध्याकाळ आनंदमय केली.

बियाट्रिक्स पॉटरची जीवनकथा विलक्षण आहे. तिचा सुरुवातीचा काळ एखादी परिकथा असावी तसा वाटतो. जे जीवन तिला प्रत्यक्षात जगता येत नव्हतं आणि जे जगावसं वाटत होते; ते ती आपल्या चित्रांमधून जगली, कथांमधून जगली. हे भावजीवन तिच्या बालजीवनाशी संलग्न होते, त्यामुळे ती मध्यमवयीन झाली तरी मनाने मात्र हेच 'बालजीवन' आपल्या कलेतून जगत राहिली.

छोट्या बियाट्रिक्ससारखी असंख्य मुले आहेत, जी त्यांच्या कल्पनेतले आयुष्य जगू शकत नाहीत. त्यांच्यासाठी हिने केवढे विलक्षण काम करून ठेवले आहे! बियाट्रिक्स पॉटरने त्यांचे आवडते जीवन जगण्याची दारे आपल्या पुस्तकांमधून उघडली आहेत. आपल्या पुस्तकांमधून, आपल्या चित्रांतून कोट्यवधी मुलांना तिने त्यांचे बालपण परत केलंय. एकविसाव्या शतकाकडे जाणाऱ्या या युगात मुलांचा निसर्गाशी; निसर्गाशीच नाहीतर कुटुंबाशीही फारसा संबंध उरलेला नाही. आर्थिकदृष्ट्या समृद्ध, पण भावनिकदृष्ट्या नीरस, शुष्क, उदास आयुष्य जगणारी हजारो मुले आपण आवती-भोवती पाहतो. या साऱ्यांना बियाट्रिक्स पॉटरने एक समृद्ध भावविश्व दिलं. प्रत्येक नवी पिढी तिची ऋणी राहील.

बियाट्रिक्सने आपल्या बालपणाच्या साऱ्या रम्य कल्पना, स्वप्नं आणि मनोराज्यं प्रतिभेने आपल्या पुस्तकांमध्ये जिवंत केली. तिच्या हयातीतच दोन पिढ्यांमधली मुले तिने निर्माण केलेल्या कल्पनेच्या राज्यात रमली, वाढली. युरोपातच नव्हे तर अमेरिकेतही या पुस्तकांनी मुलांना वेड लावले. या पुस्तकांनी मिळवलेली प्रचंड लोकप्रियता बालवाङ्मयात अद्वितीय आहे. तिच्या पुस्तकांच्या यशाचे आणि गुणवत्तेचे

गुपित काय? बियाट्रिक्स पॉटरची पुस्तके म्हणून त्यांच्यात काय खासीयत आहे?

पुस्तकं पाहिली आणि वाचली की, उत्तर सहजच सापडतं. मुलांना भावतील अशी तरल चित्रे आणि तितक्याच तोलाची कथानके या पुस्तकात आहेत. एखाद्या निसर्गवेड्याने प्रेमापोटी केलेला प्राण्यांचा अभ्यास आणि कल्पनेच्या साहाय्याने निर्माण केलेली पात्रं त्यांच्या व्यक्तिमत्त्वाची जाण यामुळे तिची पुस्तकं मुलांच्या पुस्तकांत स्वत:चे असं एक विशेष स्थान मिळवतात. जलरंगांतील तिच्या चित्रांचे सौंदर्य आणि अस्सलपणा यांना कुठेही नाव ठेवायला जागा नाही, इतकी ती कौतुकास्पद असून निसर्गेतिहासातल्या एखाद्या उत्तम दर्जाच्या ग्रंथात शोभतील अशी आहेत. प्राण्यांच्या स्वभावातला हा अस्सलपणा हेच तिच्या कलाकृतीचे खरे बळ आहे.

बियाट्रिक्स पॉटरचे साहित्य वाचलं की लक्षात येतं, तिने मुलांसाठी एक वेगळंच जग निर्माण केलं. त्या जगातली सारी पात्रं त्यांच्यासाठी सजीव केली. इसापनीतीमध्ये इसापाने प्राण्यांच्या कथा सांगितल्या. हितोपदेशात प्राण्यांच्या तोंडून बालकांना नीती सांगितली. पंचतंत्रात विष्णूशर्म्यानि हेच केले. बियाट्रिक्स पॉटरने प्राण्यांच्याच कथा मुलांसाठी लिहिल्या, मात्र तिच्या कथांचे आगळे-वेगळेपण चटकन लक्षात येते. तिच्या कुठल्याच कथेत मुलांसाठी 'शहाणपणाचे पाठ', एखादे नीतितत्त्व किंवा तात्पर्य सांगण्याचा आग्रह नाही. इतर प्राणिकथांच्या पुस्तकांतून मनुष्य स्वभावविशेषांचे आरोप प्राण्यावंर केले गेले आहेत. बियाट्रिक्सच्या कथांमधले प्राणी मात्र तिने प्राणी जगतातल्या विशेषत्वांसह रंगवले आहेत. तिच्या कथांमधले प्राणी माणसांचे फक्त कपडे घालतात. त्यांची मने प्राण्यांचीच राहतात. तिच्या कथांमधले प्राणी त्यांच्या बारीक-सारीक हालचाली, स्वभाव-विशेष, लकबी यांचे तपशील घेऊन कायम वावरतात, त्यामुळे प्राणी-जगताचे एक विशेष दर्शन बालवयातच मुलांना घडतं. परिकथेच्या धाटणीने तिने अतिशय सोप्या, पारंपरिक शैलीचा वापर करून सारे विलक्षण सहजसुंदर केले आहे.

परिकथांमधले राक्षस, वाईट पऱ्या यांच्याऐवजी तिच्या कथांमध्ये 'मिस्टर टॉड', 'सॅम्युअल व्हिस्कर्स' हे प्राणी येतात. या साऱ्या कथांमधून सहजता, नैसर्गिकता आणि एक विलक्षण भाबडेपणा आहे. मुलांना भावणारं सोपं-सरळ आणि साधं जीवन तिची सारीच पात्रं जगतात. मुलांचे भावविश्व आणि मानसिकता तिने अचूक जाणली होती. तिच्या कुठल्याच कथेचा शेवट दु:खी नाही. मुलांना रुची वाटेल, पुढे काय घडते याची उत्सुकता वाटेल, अशी घटनाप्रधान कथानके आहेत. सारे लिखाण ओघवते आहे. पुढे घडणाऱ्या प्रसंगाची वातावरणनिर्मिती ती आधीच करते.

कथानकाची मांडणी, त्यातली पात्रं आणि कथासूत्रं ही सारीच कुठल्याही देशाच्या, कोणत्याही काळातल्या मुलांना भावणारी आहेत, त्यामुळे तिची कथानके

मूळ घटनेच्या पलीकडे जाऊन बालवाचकांच्या मनात घर करून राहतात. नकळत संस्कार करण्याचे सामर्थ्य तिच्या लेखनात आहे. पात्रांची ओळख ती त्यांच्या स्वभावातील बारकाव्यांनिशी वर्णनाने करून देते. त्या पात्रांच्या हालचालींतून देते, पात्रांच्या विचारांतून देते, त्यामुळे ती सारी पात्रं मुलांना पटणारी आहेत. त्यांचे वागणं मुलांच्या वयाशी सुसंगत आहे. पीटर रॅबिटची 'आई' ही आई म्हणूनच वागते. भावंडे दंगा करणारी पोरे म्हणूनच वागतात. इसापच्या प्राणिकथांत किंवा भारतीय प्राणिकथांत हे वयानुरूप केलेले संवादातले, हालचालींतले, वर्णनातले बदल कुठेच दिसत नाहीत, कारण प्राणिकथांतली पात्रे ही मनुष्याच्या इंद्रिय संवेदनांचे (Basic Instincts) प्रतिनिधित्व करतात. बियाट्रिक्स पॉटरचे प्राणी हे मुलांच्या भावविश्वाशी सुसंगत आहेत.

तिची पुस्तके वाचताना एक गोष्ट प्रकर्षाने जाणवते, ती म्हणजे मुलांशी, त्यांच्या भावविश्वाशी आणि त्यांच्या विषयांशी तिची लेखनशैली जितकी जवळीक साधते, तेवढेच किंबहुना त्याहूनही अधिक, तिची चित्रे मुलांच्या अंत:करणात स्थान मिळवतात. तिच्या वर्णनातून तिची पात्रं जेवढी जिवंत होतात, तेवढीच तिच्या पारदर्शक तरल चित्रकृतींमधूनही होतात, किंबहुना असं वाटतं, लेखिका बियाट्रिक्स पॉटरपेक्षा चित्रकर्ती बियाट्रिक्स पॉटर काकणभर वरचढच आहे. तिच्या लेखनाला तिचीच ही चित्रं लाभली नसती, तर तिची पुस्तके जगभर इतकी गाजली असती का? असा प्रश्न कुणाही समीक्षकाच्या मनात येऊ शकेल.

मुलांसाठी निसर्गाबद्दल, त्यातील सौंदर्याबद्दल, तळ्यांबद्दल, दगडी भिंतीबद्दल, शेतांबद्दल, मळ्यांबद्दल इतक्या भावुकतेने कुणी बाललेखकाने लिहिले आणि चितारले नसेल, यामुळेच तिची पुस्तकं बालसाहित्याच्या विश्वात एक वेगळे आणि मानाचे स्थान मिळवून आहेत. तिच्या पुस्तकांची लोकप्रियता कधी कमी झालीच नाही, उलट प्रत्येक नव्या पिढीबरोबर वाढत राहिली आहे. आपल्या आयुष्याची वाटचाल संपवता-संपवता तिने लिहिले आहे, 'निरागस, निर्भेळ आनंद जगण्याच्या आणि उपभोगण्याच्या वाटेकडे जाण्यासाठी चिमुकल्या बालकांना मी थोडीशी जरी मदत करू शकले असेन, तर मी थोडेफार चांगले कृत्य जीवनात केले, असे समजेन.' आज बियाट्रिक्स पॉटरची पुस्तके कोट्यवधी प्रतींनी खपतात. जगातल्या पंधरा भाषांमधून ती भाषांतरित झाली आहेत.

वयाच्या पस्तिशीपर्यंत बाललेखिका म्हणून उदंड यश मिळवलेल्या बियाट्रिक्स पॉटरने पुढे आपला जीवनप्रवाह बदलला. जीवनाचा उत्तरार्ध झुंजार व्यक्तिमत्त्व म्हणून ती जगली. लेखन आणि चित्रकला यातले तिचे कार्य संपले, असे तिला वाटले असावे. लेखनामुळे मिळणाऱ्या प्रसिद्धीचीही तिला मुळीच हाव नव्हती. त्यातून मिळणारा जो पैसा मिळालाय तो भरपूर आहे असेही तिला वाटत असावे,

त्यामुळे पैसा आणि कीर्ती यांच्यामागे लागून एखादी गोष्ट त्यातला आत्मा संपून गेला तरी पुन्हा-पुन्हा करण्याचा मोह तिला झाला नाही. भल्याभल्यांनाही न टाळता येणारा हा मोह...! बियाट्रिक्स पॉटरने टाळला. आपल्या कीर्तीला 'इदं न मम' असे म्हणून ती आवडणारे वेगळे आयुष्य जगू लागली.

भारतीय संस्कृतीतील ऋषितुल्यवृत्ती या स्त्रीच्या ठायी होती. आणखीही एक थक्क करणारी वृत्ती तिच्यात होती. या वृत्तीपायी तिने आपले उरलेले अर्धे आयुष्य एका वेगळ्या ध्येयासाठी झोकून दिले.

शहरातले बेगडी जीवन सोडून साध्यासुध्या धनगरी खेड्यात, लेक डिस्ट्रिक्टमध्ये निसर्गाच्या कुशीत ती राहायला आली. लेक डिस्ट्रिक्ट या भागावर निसर्गाने आपले सौंदर्य मुक्त हस्ताने मोकळे केले आहे.

'हिरवे हिरवे गार गालिचे,
हरित तृणांच्या मखमालीचे'

हे वर्णन तंतोतंत लागू पडावं असा निसर्ग. पोपटी हिरव्या शालीवर कशिदा काढावा अशी जागोजाग पसरलेली नितळ तळी. असा तो देखणा प्रदेश वाढत्या लोकसंख्येत, चतुर बिल्डरच्या डोळ्यांतून सुटतो थोडाच? राहत्या घरांचा प्रश्न मोठा. अशा सुंदर प्रदेशात कोणाला राहायला आवडणार नाही. अशा ठिकाणी इमारती उठवल्या तर फ्लॅटला भाव नक्कीच उत्तम मिळणार या विचाराने चाणाक्ष बिल्डर कावळ्यासारखी नजर ठेवून लेक डिस्ट्रीक्टभोवती घिरट्या घालायचे.

बियाट्रिक्स पॉटरला वाटले, परमेश्वराचे हे अनमोल देणे प्राणपणाने जपले पाहिजे. इथले लुसलुशीत गवत नाहीसे होऊन सिमेंटच्या रूक्ष रस्त्यांचे जाळे होऊ देता कामा नये. इथल्या इवल्या-इवल्या देखण्या टेकड्या दिमाखाने मान वर करून उभ्या आहेत. त्यांच्या जागी सिमेंटची जंगले उभी राहता कामा नयेत. हा प्रदेश मी आहे, तसा जतन करीन. भावी पिढीला सुपूर्त करीन.

अशक्य कोटीतली गोष्ट होती ही! तळ्यातल्या मगरी, सुसरी असतात ना, त्याहीपेक्षा हे बिल्डर्स, प्रमोटर्स भयानक! कधी सावज पकडतील आणि नकळत ओढून नेतील, कळणारसुद्धा नाही. बियाट्रिक्स पॉटर डोळ्यांत तेल घालून पहारा देत राहिली. कुणा शेतकऱ्याला लोभ पडे. तो जमीन विकायला तयार होई; तशी ही पुढे सरसावे. पुस्तकांच्या रॉयल्टीचा खूप पैसा जवळ होता. तो असा भल्या कामासाठीच तर होता. शेतकऱ्याला हवी असलेली किंमत देऊन बियाट्रिक्स पॉटर ती जमीन खरेदी करे. हे बिल्डरांना कळतसुद्धा नसे. त्यांच्या वाट्याला येत, फक्त वाटाण्याच्या अक्षता. काही बिल्डर्स पक्के. तिच्यावर कुरघोडी होई. जमिनीचा

व्यवहार करून ते कधी मोकळे झाले, हे तिला कळतही नसे. चित्त्याने आपले सावज न्यावे, इतक्या गुपचुपपणे सारा व्यवहार पार पडे, पण अशा बिल्डर्सनाही ती पुरून उरली. व्यवहार झाल्यावर बियाट्रिक्सचा पती सॉलिसिटर मिस्टर हिलिस दत्त म्हणून पुढे उभा ठाके.

ही खरी पर्यावरणवादी स्त्री. एक संपूर्ण जिल्हा तिने आपल्या कर्तृत्वाने आणि संपत्तीच्या बळावर विनाशापासून वाचवला. तिथला निसर्ग जपला. तिथल्या लतावेली फुलत राहिल्या, वृक्ष बहरत राहिले, तिथले पाणी स्वच्छ राहिले. तिथले आकाश अधिक निळे झाले.

एका स्त्रीने बलवंतांशी, छोट्या दिव्याने तुफानाशी निसर्गाच्या संरक्षणासाठी दिलेली ही ऐतिहासिक झुंज! इतिहासात असे दुसरे उदाहरण क्वचित दिसते.

अंतर्नाद (सप्टेंबर, १९९७)

मार्गरिट मिश्चेल

'गॉन विथ द विंड' ही अवघी एकच कादंबरी लिहून तिची लेखिका मार्गरिट मिश्चेल जगभर गाजली. अशी उदाहरणं साहित्यजगतात अपवादानेच आहेत. तिचा हा परिचय....!

लोकांच्या मनात कलावंताविषयी असलेल्या आदरामुळेच स्मारकं जन्मतात, जगतात आणि जपली जातात.

असंच एक अविस्मरणीय स्मारक अमेरिकन लेखिकेचे आहे. 'गॉन विथ द विंड' या चित्रपटाने साऱ्या जगाला वेड लावलं. तो चित्रपट ज्या कादंबरीवरून केला त्या कादंबरीची लेखिका मार्गरिट मिश्चेल.

अटलांटा शहरातलं हे घर अगदी लहानसं आहे. नवऱ्याच्या आजारात बरेचसे पैसे संपून गेल्यावर हे दांपत्य छोट्या अपार्टमेंटमध्ये राहायला आलं. छोटीशी म्हणजे अगदी दहा बाय दहाची बैठकीची खोली. तिथे मार्गरिटचा टाईपरायटर, छोटा सोफासेट, पुस्तकांचे फडताळ, मधली झोपायची खोली आणि शेवटचे आठ बाय आठचे स्वयंपाकघर. जुनी भांडी-कुंडी सारं जसंच्या तसं जतन केलेलं आहे. पाय दुखावल्याने चारभिंतीआड अडकलेल्या मार्गरिटने या घरात राहून पाचशे पानांची प्रचंड कादंबरी आपल्या छोट्या टाईपरायटरवर लिहिली. या घराच्या पाठीमागच्या हॉलमध्ये फोटोगॅलरीत तिचे जीवन सांगणारे फोटोग्राफ्स माहितीसह भिंतीवर लावलेले होते. तिचे सारं आयुष्य, त्यातल्या महत्त्वाच्या घटना त्यातून प्रेक्षकांना कळत होत्या. जगातल्या असंख्य भाषांत भाषांतरित झालेल्या 'गॉन विथ द विंड' या तिने लिहिलेल्या कादंबरीची अनेक मुखपृष्ठं प्रदर्शित केली होती. अनेक देशांच्या भाषा... चिनी, जपानी, जर्मन, फ्रेंच, स्वीडिश, डॅनिश, आफ्रिकन... पाहून थक्क होऊन गेलं मन! अवघी एक कादंबरी लिहून ही लेखिका जगभर गाजली. साहित्याच्या जगतात अशी उदाहरणं क्वचित. वर्णद्वेषावरची कादंबरी 'टू किल अ

मॉकिंग बर्ड'ची लेखिका हार्पर ली एका पुस्तकाने जगप्रसिद्ध झाली. दुसरं उदाहरण 'इनव्हिजिबल मॅन'चा लेखक राल्फ एलिसनचं.

बऱ्याचदा कादंबरीचे बीज लेखकाच्या मनात कधीतरी पडतं. ते काही काळ सुप्त अवस्थेत पडून राहतं. मग रुजतं, कोंबाळतं, वाढू लागतं. या कादंबरीच्याबाबत तसं झालं नाही. तिची तरुण लेखिका – पहिल्या दिवशी लिहायला सुरुवात करेपर्यंत कादंबरीचा प्लॉट तिच्यात रुजलाही नव्हता, अर्थात कादंबरीच्या पार्श्वभूमीचा, ऐतिहासिक घटनेचा विचार अनेक वर्षे तिने केला होता, पण पुस्तकरूपाने तो लिहिण्याची कल्पना तिच्या मनात पूर्वी कधी आलेली नव्हती. तिने पार्श्वभूमीचा विचार केला होता, कारण ती मोठी झाली होती. त्याच पार्श्वभूमीवर.

तिचे आई-वडील सिव्हिल वॉरनंतरच्या लगेचच्या काळात जन्माला आले. त्यांचे आणि त्यांच्या पोरांचे जगणं यांवर युद्धाचा तीव्र आणि पूर्ण परिणाम झाला होता. मिश्चेलचा स्वत:चा सिव्हिल-वॉरबद्दलचा दृष्टिकोन तिच्या आई-वडिलांच्या अनुभवांमधून तयार झाला. जुनी पद्धती ढासळली, नवी घडायची होती, या विचित्र परिस्थितीतून तिच्या कादंबरीची नायिका 'स्कार्लेट ओ हारा' आणि नायक 'रेड बटलर'चे विश्व तयार झालं.

मार्गारेट तीन वर्षांची लहान असताना तिला पहिला अपघात झाला, तेव्हा तिच्या पलंगापाशी बसून आजी गोष्टी सांगे. तेव्हापासून मार्गारेट गोष्टी सांगू लागली. मोठी होत गेली, शाळेत गेली, तशी लिहू लागली. साऱ्या गोष्टी तिच्या कल्पनाविश्वातून जन्मल्या.

सन १९०६मध्ये आईने तिला उद्‌ध्वस्त झालेल्या अटलांटा शहरातून हिंडवलं आणि युद्धापूर्वी हे लोक कसं जगायचे याची वर्णने केली आणि म्हणाली, 'तुझं स्वत:चे जग एके दिवशी उद्‌ध्वस्त होईल, तेव्हा त्या नव्या जगाला सामोरं जाण्यासाठी कुठलं तरी हत्यार असलं पाहिजे, म्हणून शाळेत जा आणि असं काहीतरी ज्ञान मिळव जे तुझ्याबरोबर कायम राहील. बायकांच्या हातची ताकद पुरेशी नसते, पण बुद्धिमत्तेच्या जोरावर त्यांना जेवढी काही वाटचाल करायची तेवढी त्या करू शकतात.'

या सल्ल्याचा मिश्चेलवर फार परिणाम झालेला दिसतो, कारण तेव्हा बायकांचे जग चार भिंतींच्या आत होतं. हेन्री पहिल्या महायुद्धात लढताना मरण पावला. आईही गेली, त्यामुळे वडील आणि भावाची काळजी घेण्याकरता तिने कॉलेज सोडलं आणि लेखन हेच आपले करिअर करायचे असं ठरवून टाकलं. बॅरीन अपशॉशी तिचा विवाह झाला. मारहाण करून त्याने मिश्चेलला सोडलं, पण मिश्चेल खचली नाही. घटस्फोट झाल्यानंतर तिने 'ॲटलांटा जर्नल संडे मॅगॅझिन'मध्ये 'फीचर रायटर' म्हणून नोकरी केली. त्या काळात २०व्या शतकाच्या सुरुवातीला

वर्तमानपत्रांच्या रविवारच्या पुरवण्या वाचकांना वेगळं काहीतरी देणाऱ्या ठरल्या. स्त्रियांच्या जगातल्या फॅशन्स, सोशल इव्हेन्ट्स, सामाजिक आचरण अशा विषयांचा त्यात नव्यानेच समावेश होऊ लागला होता, त्याकरता तरुण स्त्री पत्रकारांची गरज होतीच. पुढे जॉन मार्श या सहृदय तरुणाशी लग्न करून तिने नोकरी सोडली. यादवी युद्धाबाबत अभ्यास सुरू केला आणि 'गॉन विथ द विंड' ही 'पुलित्झर प्राइज' विजेती कादंबरी लिहिली. त्यानंतर स्मिथ कॉलेजने तिला एम. ए. ही पदवी दिली.

तिच्या या कादंबरीची संकल्पना अशी आहे की, 'युद्धामुळे समाजव्यवस्था उद्ध्वस्त होते, कारण युद्धात जेव्हा पुरुष मारले जातात किंवा अपंग होऊन जगतात, तेव्हा स्त्री खंबीरपणे उभी राहते. अशीच स्त्री 'स्कार्लेट ओ हारा' ही नायिका आहे. अल्लड, लाडावलेल्या आणि आत्मकेंद्रित स्कार्लेटमधून कुठल्याही परिस्थितीचा आयुष्याने समोर आणलेल्या आव्हानांचा सामना करणारी स्वत:जवळ – रूप, गुण – जी-जी शस्त्रे निसर्गाने दिलीत, ती घेऊन नियतीशी सामना करणारी स्कार्लेट जन्मते. एकाच पुरुषावर आयुष्यभर प्रेम करणाऱ्या स्कार्लेटला शेवटी कळते की, तो तिचा कधीच नव्हता. ज्याच्याशी संसार मांडला तोही तिला सोडून जातो. युद्धाच्या भयानकतेने न खचलेली स्कार्लेट तिला सोडून जाणाऱ्या नवऱ्याला रेड बटलरला शांतपणे सांगते की, 'मी 'तारा' इस्टेटीवर परत जाईन आणि विचार करेन.' आयुष्याला कधीही हार न जाणारी स्त्री मार्गारेट मिश्चेलने 'गॉन विथ द विंड'मध्ये रंगवली आहे.

कुठलीही गोष्ट टिकण्यासाठी 'दृष्टिकोन, वाढ आणि बदल' आवश्यक असतात, हा या कादंबरीचा आत्मा आहे. मिश्चेल अमेरिकन स्त्रीचे प्रतीक आहे. ती स्वत:कडे – सर्व्हायवर – मागे राहून जगणारी म्हणून पाहते आणि सारे उद्ध्वस्त झाल्यावरही टिकून राहण्याची यशस्वी कहाणी सांगते. ही कथा तरुण स्त्रीच्या आत्मकथेचे भेदक चित्रण करते. महत्त्वाकांक्षा, ताकद आणि पुरुषांना आकर्षित करण्याची कला यामुळे नायिका भारावून गेली आहे, पण 'पॉवर' आणि 'पुरुष' यामुळे गोंधळली आहे.

मिश्चेलने १९३०च्या अमेरिकेचा इतिहास कादंबरीला पार्श्वभूमी म्हणून वापरला. या काळात पुरुषी आणि उच्चभ्रू नीतिमूल्यं बदलत होती. वाढती लोकसंख्या, वाढतं शहरीकरण आणि वाढतं औद्योगिकीरण ही कारणं होती. सामाजिक बदल घडत होते. गुलामगिरीविरुद्ध जनमत तयार होत होतं.

जुना दक्षिण भाग आणि काही नव्या दक्षिणेकडील भाग, अटलांटा शहर आणि उत्तर जॉर्जिया इथल्या लोकांच्या यादवी युद्धातल्या सहभागाच्या कथा तिने बालपणापासून ऐकल्या होत्या. तिची कादंबरी घडते, त्याच पार्श्वभूमीवर आणि ते अगदी स्वाभाविकच होतं. अटलांटा शहराने यादवी युद्धात बजावलेली महत्त्वपूर्ण भूमिका, हेच अत्यंत

नाट्यमय कथानक तिला वाटलं. ललित कादंबरीच्या वाचकांना वेगळं, अनोखं वाटेल, असं कथानक अटलांटा शहरालाच प्रमुख पात्र करून करावं, असं तिने ठरवलं, यादवी युद्धाच्या लेखकांनी व्हर्जिनिया, मिसीसिपी शहरांना मध्यवर्ती करून आपली कथानकं लिहिली होती. स्वत:च्या कल्पनेन भारावून ती झपाट्याने लिहू लागली.

कादंबरीच्या नायिकेचे नशीब अटलांटा शहराच्या नशिबाला समांतर होतं. शहराबरोबरच विकास पावलेली आणि शहराबरोबरच स्वत:ही धुळीला मिळालेली ही तरुणी! पुन्हा ती आणि अटलांटा शहर स्वबळावर उभे राहतात. एका तरुणीची कधीही हार न मानणारी ऊर्जा ही तिच्या शहरासारखीच आहे.

या कादंबरीबाबतची एक विलक्षण गोष्ट म्हणजे लेखिकेने आधी शेवटचे प्रकरण लिहिलं आणि मग मनाच्या पृष्ठभागावर येणारं कुठलंही प्रकरण ती लिहीत गेली. प्रत्येक प्रकरण वेगळ्या पाकिटात बंद केलं गेलं. ते प्रकरण कितीदा पुनर्लेखित केलं त्याची नोंद केली. काही प्रकरणं अनेकदा लिहिली, अर्थात प्लॉटमध्ये व्यक्तिरेखा व प्रसंगात बदल झाला नाही. याचा अर्थ सुरुवातीलाच कादंबरीचा संपूर्ण आवाका, आराखडा लेखिकेच्या मनात अगदी भक्कम तयार झाला होता. १९२६ला सुरू केलेलं कादंबरी लेखन १९२९मध्ये पूर्ण झालं. प्रत्येक प्रकरण योग्य जागी व्यवस्थित बसलं.

नंतरची सहा वर्षं हे हस्तलिखिताचे प्रचंड बाड पडून होतं. लिखाणाला शेवटची झळाळी द्यायची होती. ऐतिहासिक संबंध पुन्हा तपासून, पडताळून पाहायचे होते. स्वान्तसुखाय लिहिलेल्या लिखाणाला अशी डागडुजी पुन्हा करण्याची गरजही लेखिकेला वाटली नाही. काही अगदी जवळचे सुहृद आणि पती सोडून ती या कादंबरीबद्दल कुणाशी कधी बोललीही नाही. मिस कोल ही तिची जवळची मैत्रीण मॅकमिलन कंपनीच्या अटलांटा शाखेशी संबंधित होती. तिची नेमकी न्यूयॉर्क शाखेत बदली झाली आणि ती सहसंपादक झाली. ती पत्रं लिहून वारंवार मिश्चेलला तिच्या कादंबरीबद्दल विचारत राहिली, पण लेखिका अगदीच मूग गिळून बसली होती. मिश्चेलचा पती, मैत्रीण, मॅकमिलनचे संपादक यांच्या प्रयत्नांना शेवटी यश आलं. कादंबरीचे पुनर्लेखन करून मार्गारिटने कॉन्ट्रॅक्टवर सही केली. अनेक नावांची चर्चा झाली. कुठलंच नाव पसंतीस येईना. प्रकाशकाला पसंत पडेल, अशी प्रेसकॉपी करण्यात बराच काळ गेला. विरंगुळा म्हणून अर्नेस्ट डोव्हसनचे 'सिनारा' वाचत बसलेल्या मार्गारिटने 'मी बरंच काही विसरलो आहे, सिनारा – गॉन विथ द विंड' या ओळी वाचल्या. जुन्या दक्षिणेची संस्कृती धुवून काढणाऱ्या आपल्या कादंबरीचे नाव मार्गारिटला सापडलं. 'गॉन विथ द विंड' जानेवारी, १९३६ला पॉलिश्ड कादंबरीचे 'मॅन्युस्क्रिप्ट' लेखिकेने प्रकाशकाला दिलं.

३० जून, १९३६ला ही कादंबरी अमेरिका आणि कॅनडात प्रसिद्ध झाली. दोन महिन्यांत कादंबरी देशातल्या लहान खेड्यांतही पोहोचली. १०० दिवसांत तिच्या ५ लाख प्रती खपल्या. प्रकाशन क्षेत्रात तो नवा उच्चांक झाला. १९५० सालापर्यंत 'गॉन विथ द विंड'च्या ७,०००,००० प्रती २४ भाषांमध्ये प्रकाशित झाल्या. कादंबरीला अनेक पारितोषिकं मिळाली. नानाविध वाचक मिळाले. तिने समीक्षकांची वाहवा संपादन केली.

रस्ता ओलांडताना अपघात होऊन वयाच्या ४९व्या वर्षी १९४९मध्ये मिश्चेल मरण पावली. तिचे स्मारक या साऱ्या विलक्षण आठवणी रसिकांना सांगत, आजही मंदपणे तेवत आहे.

मानिनी, दिवाळी (२०१०)

असा जोगिया रंगे!

'राहिले चुन्याचे बोट, थांबला हात,
जाणिली नाही मी थोर तयाची प्रीत....'
'हळहळलीस. कळवळलीस. विझू-विझू झालीस. वैराण, रुक्ष जीवनात
प्रेमाचा झरा आपणहून आला, त्याला गमावून बसलीस. आता जवळ
उरली होती, ती फक्त खंत. आठवण आणि ढीगभर पश्चात्ताप. मी
त्याचे नावही विचारले नाही....'

ती कविता वयाच्या आठव्या वर्षी प्रत्यक्ष कवींच्या तोंडून मी ऐकली. वय
फारच कोवळं होतं. कविता ऐकली. कुठंतरी खोलवर मनात ती तरंग उठवून गेली,
पण अर्थ काही कळला नाही. माझ्या वडिलांकडे थोरल्या लेकीने 'मिझरेबल्स'
वाचायला मागितलं. पुस्तक शोधून त्यांनी मिळवून आणलं. दहा वर्षांच्या लेकीला
कौतुकाने दिलं. त्याच्या पहिल्या पानावर तिच्या आजोबांनी त्यांच्या मोत्यासारख्या
अक्षरांत लिहिलं होतं, 'प्रिय बिंटूस, पुस्तक आज वाच. अर्थ मोठी झालीस की,
कळेल,' या कवितेचे माझ्या बाबतीतही अगदी असंच झालं.

कविता अनेकदा वाचली, ऐकली अन् एके दिवशी मनाच्या अंधारात प्रकाश
उजळला, चकचकाट झाला. एक मैफिल संपली होती. रसिक तृप्त दिलाने
निघून गेले होते. रंग सरला होता. सतार कोन्यात श्रमाने थकून झोपली होती.
पैंजणेही अवघडलेले अंग सैल करून सुस्तावून पसरली होती. रसिकांच्या
पायदळीने गालिचा थोडा दुमडला होता. सारेच थकले-भागले होते. तक्केही भार
हलका झाल्याने खाली झुकले होते आणि तबकं? ती कशी भरलेली राहणार?
भान हरपलेल्या रसिकांनी त्यात मागे बाकी ठेवले होते, फक्त देठ, लवंगा आणि
वेलदोड्यांच्या साली. झुंबरांच्या निळ्या दीपात बापडी वीज जागरणाने तारवटली,
ताठली होती. आणि तू? तू ताटकळणाऱ्या रसिक जनांकडे पाठ फिरवलीस.

दार चक्क पाठीमागे दडपून टाकलेस. थकली होतीस का? छे. तुझ्या डोळ्यांत झोपेचा लवलेशही नव्हता. तुझ्या नितळ गोऱ्या कंठात स्वरांची वेल थरथरली आणि ओठावर फूल उमलले... कोमल स्वरांचे. चाळा म्हणून तू पुन्हा-पुन्हा नागवेलीच्या मऊ मुलायम पानांच्या शिरा नखांनी हळुवारपणे काढत राहिलीस आणि... आणि भान विसरून गात राहिलीस. पाहता-पाहता डोळे वाहू लागले.

'साधता विड्यांचा घाट उमटली तान
वर लवंग ठसता होसी कशी बेभान?
चित्रात रेखिता चित्र बोलले ऐने
का नीर लोचनी आज तुझ्या गं मैने?'

जोगिया घमघमला. दवात भिजलेले भावस्वर ओठांमधून बाहेर पडू लागले आणि त्यातून तुझं दु:खच गाणे होऊन बाहेर पडले. स्वरांचा पूर लोटला अन् त्यात अभंगवेडी गाथा तरंगू लागली. हृदयातले आर्त, सुरातून वाहू लागले.

'मी ही अशी. मी देह विकून त्याचे मोल मागते आणि हे प्राण जगवते.' तुझं अवघं दु:ख भळभळू लागलं. 'नशील्या भांगेच्या बागाच मी माझ्या रक्तात रुजवल्या आहेत. या देहाचा पार चोळामोळा झालाय. त्यावर आता तिळाएवढीसुद्धा पवित्र जागा शिल्लक नाही.' तुझा आक्रोश, तुझे उरी फुटणं, तुझा पश्चात्ताप, सारं-सारं करुण. जोगिया रागाने तुझं कारुण्य स्वरात मूर्त केलं. त्या स्वरपुंजांनी वातावरण भारून टाकलं. तुझ्या मनातल्या विचारांनी जोगियाच्या माध्यमातून एक आकृतिरूप घेतलं, त्यातून प्रकटला तुझा सावळा शाम. कोण होता तो? 'इश्क' करायला आलेला रसिक नव्हता. तो होता एक भाबडा प्रेमिक. तो दबकत बुजरेपणाने तुला हळुवार स्वरात म्हणाला.

'मम प्रीती आहे, जडली तुजवर राणी'

तू हसलीस. 'जिथे नीतीचा खुला बाजार मांडून मी बसलेय, तिथे हा बावळट तरुण इश्कबाजीला 'मोहब्बत-प्यार' समजला. किती वेडा हा!' पान लावत म्हणालीस, 'साहेब, थोडा दाम अजून वाढवा. मग करते विचार तुमच्या प्रेमाचा. तोवर पान घ्या.' तो हळवा, कोवळा तरुण दुखावला, फार दुखावला. निघून गेला आणि मग आपण काय गमावून बसलो, हे तुझ्या लक्षात आलं.

'राहिले चुन्याचे बोट, थांबला हात
जाणिली नाही, मी थोर तयाची प्रीत
पुन्हा-पुन्हा धुंडिते अंतर आता त्याला
तो कशास येईल भलत्या व्यापाराला?'

हळहळलीस, कळवळलीस, विझू-विझू झालीस. वैराण, रुक्ष जीवनात एक प्रेमाचा झरा आपण होऊन आला, त्याला गमावून बसलीस. आता जवळ उरली होती, ती फक्त खंत, आठवण आणि ढीगभर पश्चात्ताप. 'मी त्याचे नावही विचारले नाही?' ही हळहळ! आता हातात एवढंच राहिलं होतं, त्या दिवसाची, त्या रात्रीची, त्या घटनेची आणि त्या तिथीची ऊर फाडून टाकणारा आठव. तू गात होतीस, देहाचा कणन्‌कण दुःखात भिजवून 'करुण जोगिया' आळवत होतीस.

'हा विडा घडवुनी करते त्याचे ध्यान,
त्या खुळ्या प्रीतीचा खुळाच हा सन्मान;
ही तिथी पाळते व्रतस्थ राहुनि अंगे
वर्षात एकदा असा 'जोगिया' रंगे'

'जोगिया' काव्याचे कवी ग. दि. माडगूळकर म्हणतात, 'जीवनव्यवसाय म्हणून लेखणीशी अनेकदा बेइमानी करण्याचा प्रसंग मजवर आला – येतो आहे. 'जोगिया' संग्रहातील कविता मात्र व्रतस्थपणे केलेली काव्यनिर्मिती आहे. या संग्रहाला 'जोगिया' असं नाव म्हणूनच द्यावेसे वाटले.'

नंतर तू मला जीवनाच्या वाटेवर अनेकदा भेटलीस. नीतीचा तू मांडलेला खुला बाजार ऐन बहरात असलेला पाहिला आणि मग दुखावल्या, पस्तावल्या हृदयाने गायलेला, आवडीने आळवलेला जोगियाही ऐकलाय मी तुझा. कुठंकुठं तू मला भेटत आलीस! पुस्तकांच्या ढिगाऱ्यात भेटलीस. चित्रपटांच्या चमचमाटात भेटलीस. कलेच्या मनस्वी प्रांतात तुझी-माझी भेट घडली. व्यावसायिकांच्या व्यवहारी जीवनात तू दिसलीस. सभोवतालच्या जीवनात अनेकवेळा तू अवचित दिसलीस. एवढंच कशाला, अगदी हजारो वर्षांपूर्वीही तू होतीसच.

स्कंद पुराणात वाल्या किराताचा 'वाल्मिका' झाल्याची कथा आहे. विद्वान म्हणतात, ती दंतकथा आहे. कुटुंबासाठी वाटमारी करणाऱ्या वाल्याने ऋषींना लुबाडण्यासाठी अडवले. ऋषी म्हणाले, 'ज्यांच्यासाठी तू हे चोरीचे वाईट कृत्य करतो आहेस, ते तुझ्या पापात सहभागी व्हायला तयार आहेत का?' वाल्याला

खातरी होती. घरी जाऊन त्याने आपल्या पुत्रांना, पत्नीला विचारले, त्यांनी उत्तर दिले, 'तुझे पाप तू सांभाळ. आम्ही फक्त तुझ्या धनात वाटेकरी आहोत.' हे ऐकून वाल्याला वैराग्य प्राप्त झाले. ऋषींनी सांगितल्याप्रमाणे त्याने रामनामाचा जप सुरू केला. निश्चल बसून वनात तप करणाऱ्या वाल्याच्या अंगावर वारूळ (वाल्मिक) तयार झाले. तो वाल्याचा वाल्मिकी झाला. प्रणय करणाऱ्या क्रौंच पक्ष्यांच्या जोडीला एक व्याध बाण मारताना, नदीवरून स्नान करून परतणाऱ्या वाल्मिकींनी पाहिले. कळवळून त्यांच्या मुखातून छंदोबद्ध आर्तवाणी निघाली –

'मा निषाद प्रतिष्ठां त्वमगमः शाश्वतीः समः।
यत्क्रौंचमिथुनादेकमवधीः काममोहितम्।। '

श्लोकाचा मथितार्थ असा की, 'हे पारध्या, प्रणयदंग क्रौंच पक्ष्यांच्या जोडीतील एकाचा तू वध केलास. तुला कुणीही चांगला माणूस म्हणणार नाही. या दुष्कृत्याची शिक्षा म्हणून तुला मृत्यूनंतरही मुक्ती मिळणार नाही.'

आणि या प्रतिभावंत वाल्मिकींनी पुढे चोवीस हजार श्लोकांच्या महाकाव्याची : 'वाल्मिकी रामायणा'ची रचना केली.

वेद आणि पुराणकाळांप्रमाणेच अर्वाचीन काळातही तू भेटलीस. तरुण काळात भटकलेला, निरूद्देश जगणारा, खोडकर, हट्टी, आग्रही नरेंद्रनाथ दत्त. कोलकत्यात सुरेंद्रनाथ मित्र यांनी श्रीरामकृष्ण परमहंसांना आपल्या घरी आमंत्रित केले होते. त्यांच्यासमोर भजन-गायन ठेवले होते. गायक ऐनवेळी येऊ शकला नाही. सुरेंद्रनाथांनी धावतपळत जाऊन नरेंद्रनाथांना भजन गाण्यासाठी बोलावले. श्रीरामकृष्ण परमहंसांची भेट नरेंद्रनाथांच्या आयुष्याला कलाटणी देणारी ठरली. युगाचार्य स्वामी विवेकानंदांसारखा महापुरुष निर्माण झाला. ज्ञान, भक्ती, कर्म आणि योग यांचा समन्वय या व्यक्तिमत्त्वात होता. एका महात्म्याच्या भेटीने एका तरुणाने स्वकीय समाजाला पुनरुज्जीवन दिले, नवसंजीवन दिले.

आजही आवतीभोवती नजर टाकली, तर तुझी भेट कितीतरी वेळा होते. ती राधी भेटली आज. वडील अकाली गेले, आई अडाणी अन् स्वभावाने गरीब. भावाच्या आश्रयाला आली. नऊ वर्षांच्या राधीला मामा आणि मामी कष्टाचे डोंगर उपसायला लावू लागले. नित्य रागराग, अवहेलना. शाळा वडिलांच्या चितेबरोबरच भस्मसात झाली तिची. 'काळुंद्री, दातकी, हडळ... बापाला खाल्ले आता आम्हास खा...' हे रोजचे ऐकावे लागणारे श्लोक. राधीला सारे असह्य झाले, दुबळ्या आईची चीड यायला लागली. ती एकटी घराबाहेर पडली. अरेला-कारे करून, फटक्याला दणका देऊन राधी झोपडपट्टीची 'दादा' झाली. दारू गाळणे, फजूल हप्ते गोळा

करणे, पैसे घेऊन कामं करणे, हे सारे करू लागली. चार गुंड बाळगून राहू लागली. राजकीय पुढाऱ्यांशी संबंध ठेवून 'हां-हां' म्हणता बड्या शिड्या चढली. झोपडपट्टीचे लहान क्षेत्र सोडून मोठ्या उलाढाली, गुन्हे करू लागली. गुंडशाहीच्या मार्गावर गेली. स्वत:ची दहशत निर्माण करून एका गँगची 'भाई' बनली आणि एके दिवशी तिच्या गँगकडून मारल्या गेलेल्या माणसाच्या नऊ वर्षांच्या अशक्त पोरीत तिला स्वत:चे बालपण दिसले. राधी बदलली. राधी व्रतस्थ झाली. अनाथ मुलींच्या 'आजोळ' संस्थेत तिने स्वत:ला चोवीस तास बुडवून घेतलेय. आज ती नऊशे निराधार मुलींची आई झाली आहे.

एक बिल्डर सुमारे चाळिशीचा. गुंडगिरी, दंडेलशाही, अन्याय, पैसे चारणे आणि खाणे... सारे-सारे करून स्वत:च्या आयुष्याचे इमले वर चढवत राहिला. पंचतारांकित जिणे जगला. नको-नको ते सारे धंदे केले, पचवले. त्याच्याभोवती पाळीव गुंडांचा कायम सुळसुळाट आणि त्याच्या मागावर नेहमी मारेकऱ्यांचा दहशतवाद. कधी कोण कुठून खोबज्यात घेऊन डोक्याला नळी लावेल, त्याचा नेम नाही. याच्या तोंडात कायम अपशब्द आणि शिव्यांचा अख्खा शब्दकोष ठसलेला. याला ना कुणी जिवलग मित्र ना खरी प्रेमिका. ना नाती, ना गोती. सारे याच्या पैशावर डोळे ठेवून.

एका हळव्या क्षणी याने ठरवून टाकले, खेडोपाडी असलेल्या गुणी, हुशार, गरीब विद्यार्थ्यांना गोळा केले. आई-बाबांची परवानगी घेऊन त्याने महाराष्ट्रातून दीडशे गुणवंत पोरे गोळा केली.

त्यांना शहरात घेऊन आला. त्यांच्या राहण्या-खाण्याची व्यवस्था केली. त्यांच्यासाठी एका इमारतीचा भला थोरला मजलाच याने सुंदर सजवला. संतांची वचने, त्यांच्या मूर्ती आणि अनेक सुविचारांनी भिंती नटवल्या. उत्तम शाळा निवडून पोरांच्या 'ॲडमिशन्स' घेतल्या. त्यांच्यासाठी उत्तमोत्तम पुस्तकांचे भलेमोठे ग्रंथालय केले. त्यांच्यावर चांगले संस्कार व्हावेत म्हणून तो थोर लोकांना, विचारवंतांना, बुद्धिवंतांना घेऊन मुलांच्या भेटी घडवू लागला.

मुलांसाठी नृत्य, नाट्य, संगीत, शिल्पकला, निसर्ग अभ्यास, सांस्कृतिक परिचयासाठी वेगवेगळ्या स्थळांना भेटी हे सारे उपलब्ध झाले. मुले आपला स्वयंपाक गटागटाने करू लागली. कपडे धुणे, भांडी धुणे ही कामे आनंदात करू लागली. पहाटे चार वाजता तुम्हाला मुलांच्या तोंडून गीतेचे अध्याय ऐकू येतात. मुलांशी चर्चा केली तर त्यांची तयारी, विकास, विचारांची क्षमता पाहून थक्क व्हायला होते.

कवीची कवितेमागची धारणा ही की, जीवनात अनेकदा बेइमानी करावी लागते किंवा बेइमानीचे जगणे आपण होऊन स्वीकारले जाते, पण परिवर्तनाचा एक क्षण

येतो. हे परिवर्तन कधीही होऊ शकते; त्यासाठी आवश्यकता असते, आपला आतला आवाज ऐकण्याची. तो ज्याला ऐकू येतो, तो व्रतस्थपणे विलक्षण निर्मिती करून जातो. स्वत:च्या जगण्याला अर्थ प्राप्त करून देतो.

साधना (७ मार्च, २००९)

निसर्गातले जीवन आणि मरण

'निसर्ग आपल्या परिपूर्ण रूपावर विश्वास ठेवतो. तिथे कुठलीच उणीव नाही. आपण मात्र त्याच्यामध्ये हस्तक्षेप करतो. जे मुळात बिघडलेलेच नाही, ते सुधारण्याचा अट्टाहास धरतो. निसर्गाला, नैसर्गिक जगण्याला आणि मरणाला आडकाठी करतो आणि सारेच अस्ताव्यस्त होऊन जातं. जीवन जसं आहे, तसं ते परम आहे. त्याला दुय्यम लेखणं चूक आहे....'

माझी अल्लड, खेळकर आणि प्रेमळ राणी आजारली आणि अगदी बदलून गेली, गप्पगप्प झाली. काय झाले कळेना. ही अशी मरगळून निमूट का? काळजी वाटून मी तिला प्राण्यांच्या डॉक्टरकडे नेले आणि तपासण्या होईपर्यंत चिंतातुर चेहऱ्याने बसून राहिले.

डॉक्टरांनी निदान केले : राणीची दोन्ही मूत्रपिंडे निकामी झाली आहेत. राणीचे वय सोळा वर्षांचे होते. साधारणपणे मांजराचे आयुष्य वीस वर्षे असते. डॉक्टरांचे मत पडले की, ही आता म्हातारी झालीय. उपचार करण्याच्या भानगडीत पडू नये. थोड्या दोलायमान मानसिकतेतच मी त्यांचा सल्ला स्वीकारला आणि राणीला घेऊन घरी आले.

राणीला वेदना फार होत नसाव्यात का? ते कळले नाही. ती कधी ओरडली, विव्हळली नाही, कधी कण्हली-रडली नाही. एखाद्या मसाई योद्ध्यासारखी 'हूं की चूं' न करता ज्या काही वेदना होत होत्या, त्या ती सहन करीत जगली. व्हरांड्यातल्या तिच्या टोपलीत ती गप्प पडून राहायची. मी घरी आले की, मी आल्याची तिने घेतलेली दखल तिच्या डोळ्यांत दिसायची. जवळ येऊन थोडा वेळ पायाशी लगटून बसून राहायची. देऊ ते खायची-प्यायची, पण फार आवडीने नाही. जगण्यासाठी आवश्यक म्हणून ती अन्न घेत असावी.

राणीच्या पाठीवर भगवट पांढऱ्या चित्रमय शैलीचा चार इंच रुंदीचा पट्टा होता. बाकीचे अंग पांढरेशुभ्र, मऊ रेशमासारखे होते. डोळे हिरवट करडे होते. या देखण्या गुणी म्हातारीचा चेहरा फार प्रेमळ होता. माझ्यावर तर तिचे अतिशय प्रेम होते. ती इवलंसं पिलू होती, तेव्हा माझ्या घरी आली. मागं-मागं करायची, पण कधी मर्यादा ओलांडली नाही, सांडलवंड केली नाही. शी-शू बाथरूममधल्या ड्रेनेजच्या चकतीवर जाऊन करायची.

खाण्यापिण्यात ब्राह्मण्य पाळणे, तिला मुळीच जड गेले नाही. माझ्यासारखीच ती संपूर्ण शाकाहारी होती, कुणाशी कधी भांडणतंटे केले नाहीत. शेजारच्या बोक्याला इतर मांजरींसारखी ही कधी घाबरली नाही. मी लाड करावेत म्हणून ती सदा आसुसलेली असायची. माझा एकटेपणा माझ्या या गुणी मांजरीने पार पुसून टाकला होता. पंधरा वर्षांचे आमचे मैत्र अवर्णनीय होते.

मूत्रपिंडं निकामी झालेल्या स्थितीत राणीने दोन वर्षे काढली. अगदी शांतपणे काढली, मग मात्र तिला उलट्या होऊ लागल्या. ती वारंवार पुढचे दोन पाय दिसेल तिथे पाण्यात बुडवायची. प्यायला पाणी दिले तरी त्यात आधी पुढचे पाय बुडवायची. मी तिला उचलयाचे आणि बाजूला घेऊन कुरवाळायचे, थोपटायचे, परंतु पुन्हा ती पाण्यात पाय बुडवत राहिली. असे करत दहा दिवस गेले. दहाव्या दिवशी कार्यालयात काम करत असताना मला घरून फोन आला, राणी फार आजारी वाटते. राणीने गेले काही दिवस अन्न घेतले नव्हते. काम अर्धवट ठेवून मी लगेच घरी निघाले.

राणी माझ्या वाटेकडे डोळे लावून बसली होती. मी घरी पोहोचले. तिला अलगद उचलून हृदयाशी धरले. ती माझ्याकडे टक लावून पाहात होती. मला गलबलून आले. भरल्या गळ्याने मी म्हटले, 'राणी नको असा जीव अडकवू.' राणी माझ्या मांडीवर पडून राहिली. माझा हात हळुवारपणे तिच्या शरीरावरून फिरत होता. हळूहळू त्या देहातली उष्णता संपून गेली. माझी शहाणी राणी निमूटपणे मरून गेली होती.

आजाराला, वेदनेला, यातनांना ती समर्थपणे सामोरी गेली आणि समोर आलेले मरण तिने धीरोदात्तपणे, सहजपणे स्वीकारले. निसर्गात वाट्याला आलेले जीवन आणि पदरी आलेले मरण प्रत्येक जण निमूटपणे स्वीकारतो. समोर वाघ अथवा सिंह आपल्या नरडीचा घास घेणार, हे जिवाच्या आकांताने धावणाऱ्या हरिणाला ज्या क्षणी कळते त्या क्षणी ते निमूटपणे, काहीही धडपड न करता उभे राहते आणि भक्षकाच्या तोंडचा घास होते. मृत्यूला सामोरे जाणे म्हणजे धडपड, झगडणे यांचा त्याग करणे. मृत्यूला स्वीकारणे म्हणजे भीतीला नाकारणे, हे सत्य निसर्गात प्रत्येक जण जाणत असतो.

कडक उन्हाळ्यातील सकाळ होती. थंड, आल्हाददायक आणि आनंदी करणारी. वाऱ्याच्या सुखद झुळकांबरोबर बागेतल्या झाडावरून ट्वीट... टी... टी... वीच.. वीच...च्या गोड शीळा कानावर पडत होत्या. खालच्या पट्टीतला हूँऽऽ हूँऽऽ हूँऽऽ असा भारद्वाजाचा खर्जातला स्वर त्यात मिसळत होता.

झाडं, फुलं, पाखरं, निळंशार स्वच्छ आकाश हे सारं सकाळी हृदयात गच्च भरून घेतलं की, मग दिवसभराचा रखरखाट, जिवाची होणारी तगमग सारं सोसायला आपण सिद्ध होतो.

दिवसाचा रगाडा सुरू झाला होता. प्रत्येक जण आपापल्या कामात व्यग्र होता. तेवढ्यात, 'ए आईऽऽऽ आई गंऽऽऽ' अशा हाका मारत थोरली लेक वादळ यावं तशी घरात शिरली. भेदरलेला चेहरा, कपाळावर घाम, डोळ्यांत चकितपणा, हातातली प्लॅस्टिकची थैली ठेवून ती आधी घटाघटा पाणी प्यायली.

'काय झालं गं?' माझा काळजीचा आवाज.

'अगं! मी मटणशॉपमधून प्लॅस्टिक बॅगमध्ये मटण घेऊन बाहेर पडले. पायऱ्या उतरले तेवढ्यात एक खूप मोठ्ठं पक्ष्यासारखं काहीतरी अंगावर आलं. अगदी झपाट्याने. काही कळलंच नाही आधी. माझ्या हातातली पिशवी नखांत पकडून वेगाने उडून गेलं. मी किंचाळले, तसा दुकानदार आणि काहीजणं आले.

दुकानदार म्हणाला, 'हल्ली खूपदा असं होतं... पक्षी पळवतात हातातलं.' मी पुन्हा मटण घेतलं. तो म्हणाला, 'सांभाळून न्या आता.'

आई, अजून धडधडतंय मला.'

भर वस्तीत एवढा मोठा पक्षी माणसाजवळ यायला धजावला कसा? कुठला पक्षी असावा? काय कारण असावे?... अनेक प्रश्न उभे राहिले.

शक्यता दोन होत्या. एक तर ती घार असावी किंवा 'ट्वानी ईगल.'

'मोठा म्हणजे केवढ्या आकाराचा पक्षी होता गं?'

दोन्ही हात फैलावून ती म्हणाली, 'हे एवढे पंख होते त्याचे.'

'आणि रंग?'

'दिसलाच नाही.'

गरुड खेड्यांच्या जवळ, शेतात येतात. कोंबडी किंवा छोटं मेंढरू उचलून नेतात. 'ट्वानी ईगल' मात्र मेलेल्या पक्ष्याचे मांस खातो. चाचेगिरी करून भक्ष्य पळवतो. ससाण्याने शिकार करून चोचीत पकडलेले हा झडप घालून त्याच्या चोचीतून पळवतो. यांची पोरे भराभर वाढतात, त्यामुळे शिकार मिळण्याची वाट न पाहता हा आयते, मारलेले भक्ष्य शोधतो. लेकीच्या हातातले मटण पळवणे, हा हमखास मिळणाऱ्या अन्नाचा शॉर्टकट होता. नोव्हेंबर ते एप्रिल 'ट्वानी ईगल'चा घरटे करण्याचा, अंडी घालण्याचा काळ. माझी लेक मटणशॉपमध्ये गेली, तो मे

महिन्याचा तिसरा आठवडा, म्हणजे गरुडाची पिल्ले काही महिन्यांची असणार.

मटण मार्केटच्या मागे नदी आहे. नदीकाठी उंच झाडे आहेत, म्हणजे जवळपासच्या झाडावर या गरुडाचे घरटे असणार, त्यातल्या वाढीच्या पिल्लांसाठी आयते हमखास मिळणारे खाद्य गरुड दांपत्याने हेरून ठेवलेले असणार. जवळच्या उंच झाडावर बसून गरुड पक्षीण दुकानातून बाहेर पडणाऱ्यांवर लक्ष ठेवून असणार. हातात काय आहे, याचा तिची तीक्ष्ण नजर वेध घेत असणार. गरुडाची नजर फार तीक्ष्ण असते. हजार फूट उंचावरून तो ससा किंवा गवतात लपलेला पक्षी पाहू शकतो.

माणसाच्या हातातल्या मटणाच्या पिशवीवर नजर रोखून आपल्या पिलांसाठी ती झडप घालत असणार.

निसर्गाला बाळाच्या पोषणासाठी त्याच्या आईने दुसऱ्याची शिकार करणे, अन्न पळवणे मान्य आहे. आपल्या बाळासाठी निसर्गाने आई-बापांना कितीतरी मुभा दिलेल्या आहेत. वाघ, सिंह यांच्यासारख्या बलिष्ठांनी केलेल्या शिकारीवर कोल्हे, लांडगे, तरसे आपली कुटुंबे पोसतात.

निसर्ग जीवनापुढे सारे दुय्यम मानतो. त्याच्या लेखी जीवन फार मोलाचे आहे. जीवन जगण्यासाठी निसर्गाची सारी शक्ती वापरली जाते. पंचमहाभूते जीवननिर्मितीसाठी सदैव कार्यरत असतात.

निसर्ग आपल्या परिपूर्ण रूपावर विश्वास ठेवतो. तिथे कुठलीच उणीव नाही. आपण मात्र त्याच्यामध्ये हस्तक्षेप करतो. जे मुळात बिघडलेलेच नाही ते सुधारण्याचा अट्टाहास धरतो. निसर्गाला, नैसर्गिक जगण्याला आणि मरणाला आडकाठी करतो आणि सारं अस्ताव्यस्त होऊन जातं. जे स्वाभाविक आहे ते आपण सुधारू पाहतो आणि सारे नष्ट करून टाकतो.

जीवन जसं आहे, तसं ते परम आहे. त्याला दुय्यम लेखणं चूक आहे. आपण मात्र ती चूक पुन्हा-पुन्हा करीत राहतो. जीवन पूर्ण आहे हे निसर्ग जाणतो आणि त्याला सर्वार्थाने जपतो. जीवनाची हेळसांड तो कधीच करीत नाही. जीवनाबरोबरच निसर्ग मृत्यूही जाणतो आणि त्याचा आदर करतो. त्याला पुढे ढकलण्याची, त्याच्यावर कुरघोडी करण्याची धडपड निसर्ग कधीच करीत नाही. तो मृत्यूचा सन्मान आणि आदर करतो.

इंग्रजी कवी टेनिसननं म्हटलं आहे की, तुम्ही एक फूल हलवलंत, तर आकाशातले तारे हलतात. आपण जीवन दुर्लक्षित करतो, मरण टाळू पाहतो. जे निसर्गदत्त आहे त्यालाच आडकाठी करतो, मग आकाशातील तारे फक्त हलतील का नाहीसेच होतील?

साधना (२३ मे, २००९)

एक कलापूर्ण बांधकाम

वडील म्हणायचे, 'कोणतेही झाड म्हणजे वास्तुशास्त्राच्या दृष्टीने एक 'कलात्मक बांधकाम' असते. खोडाची जाडी, फांद्यांचा विस्तार, डहाळ्या, एकंदर उंची, झाडाला मिळालेला तोल, आकार पाहिला तर या मागे उत्तम रचना आहे, हे ध्यानात येते. एखादी जरी फांदी आपण तोडली तरी सगळा तोल बिघडून जातो....'

डिसेंबर महिन्याची दुपार. कुठंतरी पाऊस झाला होता. त्याचा गारवा हवेत होता. उन्हाचा पत्ता नव्हता. अशा दुखऱ्या हवेत अस्वस्थ वाटतं. जेवणं आटोपली होती. 'द कंट्री डायरी ऑफ ॲन एडवर्डियन लेडी' हे एडिथ हॉल्डन या निसर्गप्रेमी बाईचे पुस्तक मी वाचत होते. १९०६ साली बाईंनी शब्दांत आणि चित्रांत पकडलेले निसर्गाचे अद्भुत आणि रमणीय रूप! ब्रिटिश कंट्रीसाइडचे बदलते ऋतुचक्र... अप्रतिम जलरंगचित्रे आणि टाकाने लिहिलेला भावस्पर्शी मजकूर! एखाद्या प्रसन्न पहाटेसारखे हे पुस्तक चित्तवृत्ती उल्हसित करणारे होते. माझे हे आनंदवाचन बाहेरून येणाऱ्या 'काड्ऽऽकाड्ऽऽ काट्ऽऽ' अशा आवाजाने विस्कटून गेले. तो कठोर आवाज मनावर घाव घालू लागला. पुण्याच्या एरंडवणे भागात भर दुपारी असे काड्ऽकाड्ऽऽ आवाज येतात. हातात उंच आकड्या घेऊन बंगल्यांच्या बागेत वाढलेल्या आंबा, पेरू, रामफळ, जांभूळ, शिरीष, गुलमोहर वृक्षांच्या वाळलेल्या फांद्या काढून त्या जळणासाठी गोळा केल्या जातात. कटाकटा मोडून त्यांचे भारे बांधणारी बाया, पोरे, बापे दिसतात. समजावलं, हटकलं, रागावले, तर तात्पुरते निघून जातात. पुन्हा तासाभरात दुपारच्या शांत वातावरणात चरे पडणारे आवाज सुरू होतात.

पुस्तकात खूण घालून मी उठले. बाहेर येऊन पाहते, तो शेजारच्या गुलमोहरावर सुमारे ४० फूट उंचावर एक माणूस चढून फांद्यांवर घाव घालत होता. खाली

रस्त्यावर पक्ष्यांच्या पिसासारख्या हिरव्यागार पानांची आणि ओल्या, जखमी फांद्यांची गर्दी झाली होती. त्याच्या भोवताली वर पाहणारे दोन गडी उभे होते. रस्त्यावर वाहतूक नेहमीप्रमाणे चालू होती. पायी चालणारेही येत-जात होते. नेहमीच्या आणि आजच्या या रहदारीत थोडा फरक होता. झाड तोडताहेत हे दिसल्यावर आपल्या अंगावर काही पडत नाही ना, हे क्षणभर थबकून पाहून प्रत्येक जण पुढे जात होता एवढेच. ज्या फांद्या धडावेगळ्या केल्या जात होत्या, त्याच्याजवळच तिसऱ्या मजल्यावरच्या गच्चीत एक गृहस्थ कमरेवर दोन्ही हात ठेवून झाडाचे शिरकाण पाहात होते.

आमच्या घरासमोर एक आणि कुंपण संपल्यावर लगेच शेजारच्या इमारतीपाशी असे हे दोन गुलमोहर जुळ्या भावंडांसारखे गेली काही वर्षे फांद्यांचा प्रचंड विस्तार घेऊन डौलाने उभे होते. डोळ्यांना आल्हाद देत होते. साळुंक्या, मैना, बुलबुल असे पक्षी त्यांच्या गार सावलीला येऊन मंजुळ शब्द करायचे. आजूबाजूच्या घरांमुळे, सावलीमुळे हे दोन्ही वृक्ष बरेचसे रस्त्यावर झुकले होते. थकलेभागले मजूर, मोलकरणी यांच्या छायेला विसावायचे. शाळेतली पोरे 'कोंबडा का कोंबडी' विचारत फुले गोळा करायची. कोरी, सुरेख गाडी याच्या सावलीला लावून ड्रायव्हरमंडळी सीट मागे करून निवांत ताणून द्यायची. मार्च महिन्यात ही झाडे भगवी व्हायची अन् फुलांच्या सड्याने जाणाऱ्या-येणाऱ्यांना मखमली पायघड्या घालायची.

वडील म्हणायचे, 'कोणतेही झाड म्हणजे वास्तुशास्त्राच्या दृष्टीने एक कलापूर्ण बांधकाम असते. खोडाची जाडी, फांद्यांचा विस्तार, डहाळ्या, एकंदर उंची, झाडाला मिळालेला तोल, आकार, जमिनीतल्या मुळ्यांची जाडी आणि विस्तार लक्षपूर्वक पाहिला, तरी यामागे उत्तम रचना आहे हे ध्यानात येते. एखादी फांदी जरी आपण तोडली तर सगळा तोल बिघडतो.'

आणि ही मंडळी एखादीच नाहीतर अनेक फांद्या छाटत होती. काय प्रकार होता? सवयीने ठाऊक झाले होते की, मधून-मधून महानगरपालिकेची मंडळी विजेच्या तारांना फांद्या अडचण करतात, म्हणून झाडे छाटायला यायची. वडील फार संतापायचे. अधिकाऱ्यांना फोन करायचे अन् आमच्या बंगल्याभोवतालचे वृक्ष अबाधित राहायचे.

'तुम्ही महानगरपालिकेचे लोक आहात का?'

मी चौकशी केली.

'नाही. हे वर साहेब उभे आहेत, त्यांनी बोलावलंय. त्यांच्या गच्चीत फांद्या येतात, पानांचा कचरा पडतो.'

'पण मग त्यासाठी जवळजवळ निम्मे झाड उतरवलेय तुम्ही.' मी ओरडले.

लक्षात आले की, ज्याचे झाड आहे तो मालक, ज्यांना या झाडाने सावली दिलीय,

तो शेजार सारे घरात चिडिचूप आहेत. रस्त्यावरून जाणाऱ्यांतला कुणी पर्यावरणवादी यांना अडवत नाही. कचरा पडतो म्हणून झाडच तोडायचे? मुलाने मांडी ओली केली, तर मांडीच कापण्यासारखा हा प्रकार नाही का?

लहानपणी वाचलेली बिष्णोईची कथा आठवली. राजस्थानच्या मऊभूमीत घडलेली ही कथा. राजाच्या महालासाठी लाकडे हवीत म्हणून हुकूम सुटला. राज्यातल्या एका खेड्यात बरीच झाडे असल्याची माहिती मिळाली. प्रधानाने झाडे कापून लाकडे आणण्यासाठी लोक पाठवले. गावातल्या लोकांनी पावसाचा अभाव असलेल्या कोरड्या वालुकामय जमिनीत थेंबथेंब पाणी वाचवून ती झाडे जगवली, वाढवली होती. लेकरांसारखी माया होती, आपल्या वृक्षांवर त्यांची. ते वृक्ष तोडण्याचा राजाचा हुकूम झाला हे कळल्यावर सारे गावकरी चिंतेत पडले. साऱ्यांनी एकत्र येऊन शपथ घेतली की, 'राजहुकमाची तोहीन झाली तरी हरकत नाही. प्राणांची बाजी लावू अन् ही पोटच्या पोरांइतकीच प्रिय झाडे वाचवू. लाकूड नेण्यासाठी आलेली राजाची माणसे गावकऱ्यांनी परत पाठवली. प्रत्यक्ष राजाज्ञेचा अवमान एका छोट्या गावानं करावा म्हणजे काय? प्रधान संतापला. त्याने पुन्हा कुऱ्हाडी घेऊन माणसं पाठवली. बरोबर सैनिकही पाठवले. सैन्यासह वृक्ष तोडायला लोक आले म्हटल्यावर सारा गाव एकेका वृक्षाला मिठी मारून उभा राहिला. 'पहिला घाव आमच्यावर बसेल, मग झाडांवर.' त्यांचा निर्धार पाहून सैन्य कचरले. आलेल्या लोकांना कुऱ्हाडी उचलवेनात, मग मात्र प्रधान फारच संतापला. जातीनिशी तो हजर झाला. सेनापतीलाही त्याने सोबत आणले. आज्ञा सुटल्या... 'झाडे तोडा, कुऱ्हाडी चालवा.' सैनिक आज्ञाभंग करेल त्याच्यापाशी धारदार तलवार पाजळत उभे राहिले. आलेल्या कामगारांचा नाइलाज झाला. कुऱ्हाडी चालू लागल्या, वृक्ष आणि त्याबरोबर गावकरी कोसळू लागले. हाहाकार उडाला. राजाला बातमी कळली, तशी त्याने घटनास्थळी धाव घेऊन हा संहार थांबवला. गावच्या मुखियापुढे राजाने क्षमायाचना केली. मुखियाने दहा वर राजाकडून मागून घेतले, त्यात वृक्षांचे संपूर्ण संरक्षण करण्याची अट या बिष्णोईची होती.

सुंदरलाल बहुगुणांचे चिपको आंदोलन भारतभर गाजले. वृक्षांचे जतन आणि जोपासनेचे महत्त्व मानवाने जाणले.

वृक्षांच्या अमाप तोडीमुळे जंगले, वने नाहीशी झाली. पर्यावरणाचा तोल बिघडला. अनेक प्रश्न उभे राहिले, भस्मासुरासारखे. 'ग्लोबल वॉर्मिंग'चे महाभयानक संकट पृथ्वीवर ओढवले.

माणूस उशिरा का होईना जागा होतो आहे, शहाणा होतो आहे, असे चित्र दिसू लागले. नवी झाडे लावणे सुरू झाले. वृक्षतोडीला बंदी आली. आहेत त्या झाडांचे संवर्धन करण्याचे जोरदार प्रयत्न सुरू झाले.

तरीही अजून रस्तारुंदीकरणासाठी हजारो भरदार वृक्ष तोडले जातच आहेत. इमारती बांधण्यासाठी टेकड्या बोडक्या केल्या जाताहेत. बंगल्यांच्या जागी फ्लॅट उभे करण्यात भोवतालच्या वनराईंचा चेंदामेंदा केला जातो आहे... आणि गच्चीत अडथळा होतो व कचरा पडतो म्हणून उच्चभ्रू समाजातले, उच्चशिक्षित समंजस नागरिक भव्य प्रचंड गुलमोहराचा विस्तार तोडून त्याचे एकच फांदी असलेले पंचवीस-तीस फूट उंचीचे केविलवाणे खोड शिल्लक ठेवण्यात धन्यता मानताहेत.

साधना (१७ जानेवारी, २००९)

गावठी कुत्र्याचे पिल्लू

'एका छोट्या खोक्यातून दोन चकचकीत काळे डोळे माझ्याकडे पाहात होते. बाजूला बशी उपडी पडली होती. फरशीवर दुधाचे चिकट ओघळ होते. घरातला एक मफलर साप पसरल्यासारखा बाजूला पसरला होता. पुन्हा तक्रार झाली. या वेळी नजर थेट माझ्याकडेच होती. भूक लागल्याची सूचना होती....'

दाराच्या फटीतून उन्हाची किरणे झिरपत होती. रात्रीच्या पावसामुळे हवेत गारवा होता. स्वच्छ आणि सुंदर सकाळ होती. व्हरांड्याकडून कुत्र्याच्या लहान पोराचा नाजूक आवाजातला क्याँऊऽऽ क्याँऊऽऽ कूँऽऽ कूँऽऽ असा तक्रारवजा सूर आला. कुत्रं व्हरांडा घाण करून ठेवील, म्हणत मी दरवाजा उघडून बाहेर आले. एका छोट्या खोक्यातून दोन चकचकीत काळे डोळे माझ्याकडे पाहात होते. बाजूला बशी उपडी पडली होती. फरशीवर दुधाचे चिकट ओघळ होते. घरातला एक मफरल साप पसरल्यासारखा बाजूला पसरला होता. पुन्हा तक्रार झाली. या वेळी नजर थेट माझ्याकडेच होती. भूक लागल्याची सूचना होती.

'आई, किती गोड आहे ना? अगं काही त्रास देणार नाही ते. मी सगळं करेन त्याचं.' बाबा पण म्हणाले, 'भुरट्या चोरांचा त्रास होतो. कुत्रा राखणीला असला तर फाटकात शिरण्याची कुणी हिंमत करणार नाही.' 'आई गं, पाळू या ना त्याला! काल रात्री मल्लिकाकडून येताना माझ्या मागेच लागलं ते!' लेकीची लाडीगोडी आणि आर्जव कानावर पडले. मी मागे वळून पाहिले. ती मधाळ हसली. 'त्याचे कान बघ कसे टोकदार आहेत. मि. स्पॉकसारखे. मी किनई त्याचे नाव 'स्पॉक' ठेवलंय.' स्पॉऽऽक, स्पॉऽऽक म्हणत तिने पिल्लाला उचलले. तेही तिचे गाल लालचुटूक जिभेने प्रेमाने चाटू लागले आणि मग त्या कुत्र्याच्या पोराचे कौतुक करण्यात सारे घर दंग झाले.

पिल्लू पाळायचे म्हटल्यावर काही गोष्टी आवश्यक होत्या. गळपट्टा, पिसवांसाठी

पावडर व ब्रश आणायला हवा होता. आमच्या घरापाशी रिक्षास्टँड आहे, चौकशी केली. प्रत्येकाने उत्साहाने पेटशॉपचे पत्ते सांगितले. जवळचा पत्ता वाटला, तिथे मी रिक्षा घेऊन पोहोचले. अत्याधुनिक दुकान पाहून चक्रावले. काय घ्यायचे कळेना.

काउंटरवरच्या नाजूक देखण्या बाईंना मी पडेल चेहऱ्याने म्हटले, 'आमच्याकडे गावठी कुत्र्याचे पिल्लू आहे त्याला काय लागेल ते तुम्हीच द्याल का?'

बाईंनी तत्परतेने एक यादी करून माझ्या हातात दिली –

मल्टिविटॅमिन ड्रॉप – २ एम.एल. लंच, लीव्ह ५२ लिव्हर टॉनिक – जेवणापूर्वी १ तास. आरसीमेडी. ज्यू. ८,१२,४,८ वाजता २ चमचे गरम पाण्यात २० मिनिटे भिजवून. काड्या व हाडे – खाण्यासाठी रोज एक, कॅल. लिक – अर्धा चमचा सकाळ-संध्याकाळ. पावडर गरजेप्रमाणे, ब्रश – रोज ब्रशिंग करणे, पेडिग्री फूड – रोज चमचाभर. गोड-आंबट, तिखट-साखर वर्ज्य.

पिल्लाला नियमितपणे 'डीवर्म' करा. सोबत जनावरांच्या डॉक्टरांचे कार्ड – नियमित तपासून घ्या.

कागद मला देऊन बाईंनी सामान काढले व भलेथोरले बिल दिले. मी थंड. हे सामान आवश्यक आहे का? कित्येक कुत्री रस्त्यावर आपोआप उत्तम नाही का वाढत? मनातला हा प्रश्न मी झटकून टाकला. रानात झाडे आपोआप वाढतात, पण बागेत त्या झाडांसाठी आपण खत, औषधे, खुरपणी नाही का करत?

घरी लेक आणि मी सारे सामान पसरून बसलो. देखभाल सुरू झाली. झोपायला टोपली, त्यात फुलाफुलांचे मऊ अंथरूण-पांघरूण. फिरायला नेण्यासाठी पट्टा, गळ्यात अडकवायला पट्टा. खास कुत्र्या-मांजरांसाठी असलेली खाण्याची थाळी. पिल्लाचे लाड सुरू झाले. थोडीफार शिस्त लावणेही आलेच.

दोन-अडीच महिन्यांचे हे पोर हां-हां म्हणता दोन-तीन आठवड्यांतच अंगाने भरले. रूपाने सजले. टुमटुमीत दिसू लागले. गळ्यात तांबड्या रंगाचा पट्टा अडकवून रात्री त्याला फिरायला नेल्यावर कुत्र्याला फिरवणाऱ्या तरण्या पोराने थांबून इंग्रजीत विचारले, 'आंटी कुठलं ब्रीड आहे? मी अभिमानाने म्हटले, 'मॉंग्रेल ब्रीडपेक्षा व्यक्तिमत्त्व, गुण मोलाचे.

हे पोर फारच गुणी होते. त्याने व्हरांड्यात कधी शी, शू केली नाही. उंबरा ओलांडून ते कधी आत आले नाही. व्हरांडा, बाग आणि बास्केट ही आपली 'टेरीटरी' त्याने ठरवून टाकली होती. 'हाउ टू ट्रेन अ डॉग' हे पुस्तक 'मॅनीज' बुक शॉपमधून मी घेऊन आले, पण त्याचा उपयोग कधी करावा लागला नाही. रात्रभर आक्रोश करून त्याने आम्हाला कधी फार जागवले नाही. थोड्याच अवधीत 'गुरू' लोकप्रिय झाला. त्याच्याशी खेळल्याशिवाय, त्याला बिस्किट दिल्याशिवाय शेजाऱ्या-पाजाऱ्यांना, स्टँडवरच्या रिक्षावाल्यांना चैन पडेना.

दोन-तीन महिने यांनी नामकरण केलेला 'गुरू' आणि लेकीचा, तिच्या मित्र-मैत्रीणींचा 'स्पॉक' आमच्या घरी रमला आणि एके दिवशी नाहीसा झाला. बरेच शोधले. घराशेजारी रिक्षास्टँड होता. त्यावरचे रिक्षावालेही दूरपर्यंत त्याला धुंडायचे. दोन दिवस शोधाशोधीत, वाट पाहण्यात गेले.

धो-धो पाऊस पडत होता. शेजारच्या गल्लीतून येणारा कुत्र्याच्या पोराचा आवाज पावसाच्या आवाजात मिसळून ऐकू येऊ लागला. आम्ही साऱ्यांनीच एकमेकांकडे चमकून पाहिले. 'हा नक्कीच स्पॉक आहे' लेक ओरडली. तिच्या वडिलांनी री ओढलं. 'गुरूचाच आवाज... अगदी खातरीनं...' छत्र्या, रेनकोटांसह आम्ही आवाजाचा माग काढत एका अपार्टमेंटपाशी पोहोचलो. गुराख्याने हटकले, आमचे आवाज ऐकून घरमालक बाहेर आले. प्रकार कळल्यावर त्यांनी ओरडणारे पिल्लू बाहेर आणले; ते झिप्रे पॉमेरियन पिल्लू आम्हाला पाहून आणखीनच केकाटू लागले.

दिवस जाऊ लागले तशी आमची आशा, निराश होऊ लागली. लेक रोज खिडकीशी जाई. 'स्पॉकऽऽ स्पॉकऽऽ' हाका मारे. आसपास घरचे कुणी नाही पाहून मीही 'गुरूऽऽ यूँऽ यूँऽ च्यॅकऽ च्यॅकऽ' करून बोलावून पाही, पण ते पोर परतले नाही.

लेक म्हणाली 'तुम्ही एका नावाने मी दुसऱ्या नावाने बोलावल्याने त्याला बहुधा 'आयडेंटिटी क्रायसिस' झाला असावा. त्यामुळे तो निघून गेला.'

माझ्या मनात आले, स्वातंत्र्याला पर्याय नाही. भटक्या आईचे ते पोर रक्तातच मुक्तपणा घेऊन जन्मले. स्वच्छंद, निर्बंध, निमुक्त जीवन सोडून ते छोट्या घरात कसे रमणार? सामर्थ्य आणि स्वातंत्र्याची आकांक्षा आपल्या प्रत्येकालाच असते. जिथे स्वातंत्र्य असते तिथे निर्भेळ आनंद आणि आत्मिक समाधान नसते का? गुरूने स्वातंत्र्यात जगणे निवडले. ते निसर्गदत्त होते.

शेजारचा सुमेश एके दिवशी उत्साहाने सांगत आला, 'गुरू सापडला. लॉ कॉलेज मैदानात सात-आठ कुत्र्यांच्या टोळक्यात मी त्याला पाहिले. उचलायला गेलो तर दूर पळाला.'

लॉ कॉलेजात भटक्या कुत्र्यांचा तांडा आहे. उन्हात मैदानात मजेत लोळावे, खळगा करून गार मातीत मुरून बसावे. भूक लागली की, चार उकिरडे फुंकावे, एरवी घोळामेळाने राहावे. टेरिटरीत कुणी बलवान आला, तर साऱ्यांनी मिळून तुटून पडावे. समाजजीवन अबाधित ठेवावे. एरवी प्रत्येकाने आपला आनंद करावा अशा वृत्तीने ही कुत्री गुण्यागोविंदाने राहतात. दोरीचे बंधन नाही, राखणीचे काम नाही, भाकरीसाठी कुणाची चाकरी नाही. मस्त मौलाचे जगणे! खरंतर आपल्या प्रत्येकाला मनातून अशा जगण्याचा हेवा वाटतोच की! गुरूला हे जगणे आवडले असावे.

भटकी कुत्री ही एक सामाजिक समस्या आहे. 'अमक्या भागात भटक्या कुत्र्यांचा मोठ्या प्रमाणात सुळसुळाट झाला आहे. ही कुत्री लहान मुलांना चावतात.

दुचाकी वाहनांचा पाठलाग करतात, त्यामुळे अपघाताची शक्यता निर्माण होते. याबाबत नागरिकांनी महानगरपालिकेकडे लेखी तक्रारी दिल्या आहेत.' अशा बातम्या अनेकदा प्रसिद्ध होतात. नागरिकांना वाटणारी भीती अगदी स्वाभाविक होती, पण फक्त तक्रारी करण्याऐवजी या संदर्भात नागरिक काही सकारात्मक कृती करू शकतात. काही ठोस पावले उचलू शकतात. नागरी पुढाकाराने यावर मार्ग काढू शकतात.

भटक्या कुत्र्यांना मारण्याची न्यायालयाने परवानगी दिली. प्रसारमाध्यमे व भूतदयावादी संस्थांनी रान उठवले. भटक्या कुत्र्यांची समस्या, त्यांचा उपद्रव यांचे पडसाद विधिमंडळापासून संसदेपर्यंत, महानगरपालिकेपासून न्यायालयांपर्यंत वारंवार उठले. कुत्र्यांना ठार मारून ही समस्या सुटणार नाही, हे वास्तव स्वीकारले गेले. कुत्री मारली तर त्यांच्या टोळीने हक्क प्रस्थापित केलेल्या टेरिटरीवर अन्य भागांतील कुत्र्यांच्या टोळ्या आक्रमण करतात, याचा अनुभव या क्षेत्रात काम करणाऱ्या स्वयंसेवी संस्थांना आला.

१९९४मध्ये कुत्र्यांना मारण्याची पद्धत श्वानप्रेमींच्या दबावामुळे बंद करण्यात आली. त्यांचे निर्बीजीकरण करणे, त्यांचा सांभाळ करणे सुरू झाले. अनेक कुटुंबांनी त्यांचे पालकत्व स्वीकारले. भटक्या कुत्र्यांना पाळण्यासाठी काही संस्था पुढे आल्या, काही श्रीमंत व्यक्ती सरसावल्या. एका श्रीमंत आणि भूतदयावादी बाईने शेकडो भटक्या कुत्र्यांना पुण्यात आश्रय दिला आहे. त्यांची उत्तम देखभाल व्हावी म्हणून काही सेवक नोकरीला ठेवले आहेत.

भटक्या कुत्र्यांची बेवारशी पिल्ले सांभाळायला आपण घेऊन येऊ शकतो, त्यांना पाळून, त्यांचा सांभाळ करून आपली भावनिक गरजही भागवू शकतो. कृतीला मानवतेचा स्पर्श असेल, तर जगण्याच्या वस्त्राला भरजरी किनार लाभते.

गुरू ऊर्फ स्पॉकने आम्हाला त्याचे पालकत्व स्वीकारू दिले नाही, पण यश मिळेपर्यंत पुन्हा-पुन्हा प्रयत्न करणे आपल्याच हातात असते.

लॉ कॉलेजमधल्या रूपी बँकेत मी व लेक गेलो होतो. एक ते दीड महिन्यांचे पांढऱ्या रंगावर काळी ठिगळे असलेले गोजिरवाणे पिल्लू झाडाखाली खेळताना दिसले. त्याला उराशी घेऊन आम्ही घरी आलो. या वेळी लेकीने त्याच्यासाठी उत्तम मराठी नाव निवडले आहे 'बंडू'. आज बंडूचा आमच्या घरचा पहिला दिवस आहे. औषधे, पावडर, खाणे घालून बंद करून ठेवलेले खोके मी उत्साहाने बाहेर काढले. दूध, पाणी, ड्रॉप्स, चालू आहे. पिसवांसाठी पावडर लावून त्याला ब्रश, स्पंजिंग झाले आहे. त्याला झोपण्यासाठी टोपली ठेऊन उबदार पांघरूण अंथरले आहे. दूध पिऊन सुस्तावलेला बंडू दोन पायांवर तोंड ठेवून झोपून गेला आहे. आमचे घर पुन्हा आनंदले आहे.

साधना (२१ फेब्रुवारी, २००९)

मूकं करोति।

'वेगवेगळ्या रंगांच्या हात कागदावर विद्यार्थ्यांचे भावविश्व साकारू लागले. आकाशात पक्षी झेपावू लागले. लतावेलींना बहर आला. कौलारू घरांवर कोवळी उन्हं रांगू लागली. आभाळात ढग भरून आले. धरणी चिंब झाली. गुलाब, जास्वंद उमलले. आदिवासी ढोलाच्या तालावर नाचू लागले. कधी मोर नाचले....
प्रत्येकाचे स्वभाव वैशिष्ट्यच त्याच्या चित्रातून व्यक्त होत राहिले....'

त्याचे मन प्रचंड अस्थिर होते. घरानेच त्याला नाकारलेले होते. मग बाहेरच्या दुनियेत तरी कुठला आलाय थारा! सारे आयुष्य अस्तित्वहीन झालेले... विस्कटलेले... जगणे गुदमरलेले... सुरुवातीला शांत, गप्प वाटायचा तो; पण आतमध्ये ज्वालामुखी धुमसत होता. सतत वाढणारी अक्राळविक्राळ घुसमट कधीतरी असह्य झाली. संतापाने तो बेभान झाला. आत कोंडून राहिलेली सारी हिंमत एकवटून काळीज फाडून बाहेर आली, आणि त्याचा कायम रागराग करणारी आई या हिंस्रतेचा बळी ठरली. वृत्तपत्रांत बातमी प्रसिद्ध झाली – 'मूकबधिर मुलाने आईवर प्राणघातक हल्ला केला.' वाचणारे सुन्न झाले आणि मग सकाळी चहाच्या कपाबरोबर उघडलेल्या वृत्तपत्रात वाचलेली धक्कादायक बातमी, नित्याच्या रहाटगाडग्यात विसरून गेले.

पुन्हा कधीतरी अशीच बातमी आली.– 'अपंग मुलीला पलंगाच्या पायाला बांधून पालक दोन दिवस गावाला निघून गेले.'

शेजाऱ्यापाजाऱ्यांनी पोलीसचौकीत तक्रार नोंदविली. छळ सोसणाऱ्या मुलीची पोलिसांनी मुक्तता केली आणि तिला सेवाभावी संस्थेत दाखल केले.

वृत्तपत्रांत अशा बातम्या येत राहतात. चुकचुकत, खेद वाटून घेत, हळहळत आपण आपापल्या व्यापात गुंतून जातो; पण कुणाच्या तरी मनात परमेश्वर उभा राहतोच.

नापासांची शाळा सुरू करणाऱ्या भय्यासाहेब (पु.ग.) वैद्य सरांच्या मनात

त्यांच्या आपटे प्रशालेमध्ये मूकबधिर मुलांना एकत्र आणून, त्यांना दहावी परीक्षेसाठी तयार करायचे, असे आले. कुणी सातवी, कुणी आठवीतून शाळा सोडलेली, कुणी फक्त पाचवीच पास. या मुलांसाठी वेगळा अभ्यासक्रम नाही. इतर विद्यार्थ्यांना जो दहावीचा शिक्षणक्रम आहे तोच त्यांनाही; पण ऐकू येत नाही, ही मोठी अडचण असल्याने त्यांची अभ्यासाची, आकलनाची गती कमी असते. ते विद्यार्थी दहावीच्या केवळ दोन किंवा तीन विषयांच्या परीक्षाच एका वर्षात देऊ शकतात. प्रश्न उभा राहतो तो तीन-चार वर्षे पुन्हा-पुन्हा प्रवेश शुल्क भरण्याचा. पैसे कुठून आणायचे?

आई-वडिलांचे पोट रोजच्या कमाईवर असणाऱ्या पालकांची ही मुले. तरीही शिक्षकांची आणि मुलांची जिद्द अफाट, काहीही करून दहावी होण्याची इच्छा तीव्र. गेली दहा वर्षे या मूकबधिर विद्यालयाचा वृक्ष वाढतो आहे. विद्यार्थी दहावी होतात. त्यांना संगणकाचे प्रशिक्षणही मिळते. शिवणकाम, भरतकामाचे वर्ग घेतले जातात.

तिथल्या दोन शिक्षिका – अश्विनी जोशी आणि अश्विनी देशपांडे – एके दिवशी आमच्याकडे आल्या. प्रभा गोगावले या 'माडगूळकर प्रतिष्ठान'मधल्या चित्रकार सहकारी त्यांना घेऊन आल्या होत्या. 'आमची मुले काही करू इच्छितात. दहावी पूर्ण करायला त्यांना ३/४ वर्षे लागतात. प्रत्येक परीक्षेत दोन विषय सुटतात; कारण त्यांच्यासाठी वेगळा अभ्यासक्रम नाही. इतर सर्वसाधारण मुलांचाच अभ्यासक्रम त्यांना पूर्ण करावा लागतो दहावीसाठी. ऐकू येत नसल्याने त्यांचे आकलन सावकाश होते. परीक्षा प्रवेश फी वर्षानुवर्षे भरणे त्यांच्या पालकांना जड जाते. मुले म्हणतात, आम्ही पैसे मिळवून फी भरू, पण शिकू. तुम्ही मदत कराल?'

आमचे 'व्यंकटेश माडगूळकर स्मृती प्रतिष्ठान' विद्यार्थ्यांसाठी 'आत्मभान' शिबिरे घेते. शाळा सोडलेली मुले, निरीक्षणगृहातील मुले, गुन्हेगार मुले, वाड्यावस्त्यांमधली मुले, डोंगराळ-दुर्गम भागातली मुले – यांच्यावर कलांच्या माध्यमातून उपचार केले जातात. शारीरिक उणीव असणाऱ्या विद्यार्थ्यांसाठी काम करण्याची संधी या वेळी आमच्याकडे आपोआप चालून आली होती. विभा, प्रभा, वर्षा, टोळे सारेच तत्परतेने पुढे सरसावले.

काम सुरू झाले. लक्षात आले की, ज्यांना शाब्दिक संपर्क अवघड जातो, अशांना चित्रकला हे अभिव्यक्तीचे प्रभावी साधन ठरते आहे. आम्ही चित्रकलेवर लक्ष केंद्रित केले.

मुले-मुली रंगरेषांतून आपल्या भावभावनांना मुक्तपणे वाट करून देऊ लागली. बोलण्यातली, भाषेतली लय, तिचा ताल, ठेका ऐकू न शकणारी मुले-मुली रेषांच्या लयीत, तालात, ठेक्यात मनसोक्त व्यक्त होऊ लागली. एकलकोंडी, खिन्न मुले

मनावरला भार शुभ्र कागदांवर हलका करू लागली. हळूहळू डोळे आणि बोटेच त्यांचे कान झाले. ज्ञानग्रहण सुरू झाले; अगदी आवेगाने सुरू झाले. रेषांमधून, रंगांमधून, काही वेळा कोऱ्या सोडलेल्या जागांमधून मुलेमुली आमच्याशी संवाद साधू लागली. सुरुवातीला उदास आणि सपाट वाटणारे वातावरण चांगलेच प्रसन्न झाले. जो तो आमच्या समोरच्या कागदावर उत्तम निर्मिती करण्यात मग्न दिसायला लागला. नोव्हेंबर महिन्याची सुरुवात झाली होती. नव्या वर्षाची शुभेच्छापत्रे तयार करून ती विकून फीसाठी पैसे उभे करावेत, असे ठरले.

वेगवेगळ्या रंगांच्या हातकागदांवर विद्यार्थ्यांचे भावविश्व साकारू लागले. आकाशात पक्षी झेपावू लागले. लतावेलींना बहर आला. कौलारू घरावर कोवळी उन्हे रांगू लागली. आभाळात ढग भरून आले. धरणी चिंब झाली. गुलाब, जास्वंद उमलले. आदिवासी ढोलाच्या तालावर नाचू लागले. काळे करंद आभाळ चमचमणाऱ्या चांदण्यांनी भरून गेले. कधी मोर नाचला, तर कुठे कोंबड्याने बांग दिली. लाल, पिवळ्या, भगव्या, निळ्या, करड्या, तपकिरी, हिरव्या... विविध रंगाच्या कागदांवर त्यांचीही दुनिया साकारली.

लालभडक रंगात प्रत्येक चित्र रंगवणारा शाम. त्याची शिक्षकांकडून, पालकांकडून माहिती घेतली तेव्हा कळले की, हा फार संतापतो. एवढ्यातेवढ्यावरून हाताच्या मुठी आवळून दणादणा टेबलावर आपटतो. कधी आक्रमक होतो. फारसा कुणाशी बोलत नाही. कधी इतरांच्यात मिसळत नाही. कायम कुट्ट-काळा रंगच वापरणारा मुरली. याने किल्ला काढला कुळकुळीत काळा रंग वापरून. समुद्र बोट काढताना काय करावे याने? समुद्र निळसर पण बोट काळी, तिच्या खाली प्रतिबिंबही काळे. नारळाची झाडी असलेले निसर्गचित्र काढले. त्यात सारी झाडे, त्यांच्या सावल्या आणि नारळही काळे. एका चित्रात माणसांच्या आकृत्या काढल्या, त्याही गडद-काळ्या. मुरलीला नैराश्य आले आहे, हे त्याच्या रंगाच्या निवडीतून कळत होते. प्रत्येकाचे स्वभाववैशिष्ट्य त्याच्या चित्रातून व्यक्त होत राहिले. निर्मितीच्या मूक पडसादांमधून फक्त वेदनांचे गाणे उमटत राहिले होते. मनाच्या काळोखामध्ये छोटी बधिर चांदणी ठणकत राहिली होती.

पण कलेचे सामर्थ्य विलक्षण असते; ते दु:खानुभवाला साद घालते. मलूल, असह्य, उत्कट दु:खावर हळुवार फुंकर घालते. फुलण्याची बीजे रोवते, मग हळूहळू आकाश मोठे होते. चांदणी मोठी होते. चमचमू लागते आणि आनंदाचे गाणे त्याहून मोठे होत जाते.

विद्यार्थ्यांचा आनंद दिवसेंदिवस सप्तरंगांत न्हाऊन निघू लागला. तयार झालेली शुभेच्छापत्रे अपेक्षेपेक्षा मोठ्या प्रमाणात विकली गेली. काही हजार रुपये उभे राहिले. स्वत:च्या निर्मितीमधून फीसाठी मिळवलेल्या त्या पैशांचे साऱ्यांनाच फार अप्रूप

होते. पुढे काम होत जाईल, दिशा दिसत जाईल, वाट स्पष्ट होत जाईल.

दिव्यत्वाचा, पावित्र्याचा स्पर्श असलेली कामे जगन्नाथाच्या रथासारखी असतात. अनेकांचे हात त्याला लागत राहतात, रथ पुढे जात राहतो....

साधना (३० जानेवारी, २०१०)

मॅडमजी, मला रायटर व्हायचंय!

'...शब्द थांबत नव्हते. धबधबा कोसळतोय अशी अवस्था होती... तुम्ही मला एक मदत करा. जेवढे बेहतरीन हिन्दी साहित्य आहे, ते मला वाचायचे आहे. ती पुस्तकं मला मिळवून द्या. मेहरबानी होईल. तुमच्या जवळ असतील ती पुस्तकं द्या. खूप वाचेन. चांगली रायटर होईन. सांगण्यासारखं असं बरंच काही माझ्या जवळ आहे....'

पावसाची किरकिर चालू होती. जेलच्या उंच दगडी निर्विकार भिंतीवरून पावसाच्या पाण्याचे थेंब ओघळत होते. रबरबाटातून चालत आम्ही लोखंडी फाटकापाशी आलो. फाटकातली एक नऊ बाय नऊची खिडकी उघडली गेली. पोट्रेट दिसावे तसा चौकटीत एक चेहरा दिसला. 'कोण तुम्ही?' स्त्री-पोलिसांचा करडा प्रश्न आला.

'सुप्रिंटेंडेंट ऑफ जेल'कडून आणलेले परवानगीपत्र मी आत सरकावले. पाच मिनिटे गली. करऽ करऽ आवाज करीत दांडग्या फाटकात दोन-अडीच फुटांची फट झाली. आम्ही पाचजणी आत शिरलो. आमच्याकडचे साहित्य – पर्स, मोबाइल, पिशवी ताब्यात घेतले गेले. रजिस्टरमध्ये नावे व सह्यांचे सोपस्कार झाले. निर्विकार चेहऱ्याच्या तरुण पोलीसबाईंनी उजव्या हाताच्या खोलीकडे बोट दाखवले. वर पाटी होती – 'श्रीमती जेलर.' युनिफॉर्ममधल्या दणकट अंगाच्या उंच्यापुऱ्या बाई भल्याथोरल्या टेबलामागे बसल्या होत्या. त्यांच्या चेहऱ्यावरचा भलेपणा वातावरणात थोडा सैलपणा आणत होता. पोपटी रंगाच्या युनिफॉर्ममधली कुणी कैदी मोठ्या रजिस्टरमध्ये काहीतरी लिहीत होती.

जेलरबाईंकडून समजले की, एक जन्मठेपेची कैदी स्त्री पंधरा वर्षांची सजा भोगून बाहेर पडणार आहे. 'आम्हाला तिला मदत करण्याची इच्छा आहे. पुढचे आयुष्य ती कसे काढणार आहे? तिच्याशी बोलता येईल का?' आजूबाजूच्या करड्या शिस्तीच्या उग्र वातावरणाला न शोभणाऱ्या प्रेमळ चेहऱ्याच्या

जेलरबाईंना मी विचारले. त्या मंद हसल्या. किणकिणत्या स्वरांत म्हणाल्या, 'जरूर बोला. आज ती खूप आनंदात आहे. चांगल्या वर्तनाबद्दल तिला वेळेआधीच 'रिहा' करण्यात आले आहे.'

लेडी कॉन्स्टेबलला बोलावून त्यांनी आम्हांला हमीदाकडे न्यायला सांगितले. जेलचे आणखी एक प्रचंड आकाराचे निर्विकार, थंड दार उघडले गेले. आत मोठे आवार. पाच-सहा लांबलचक आकाराच्या बराकी, पार असलेले डेरेदार वृक्ष होते. कंपाउंडच्या भिंतीला लागून असलेल्या ऑफिसबाहेर ती उभी होती. आमची ओळख करून दिली गेली.

'हाँ, मै जानती इनको. इनके पिताजी रायटर हैं. उनके नामसे वर्कशॉप लिया था ना आपने यहाँ!' हसरा, देखणा चेहरा, गोरा रंग, पातळ, गुलाबी जिवणी, काळेभोर-टपोरे डोळे. केसांचा भलाथोरला बुचडा. अंगलट लहानखुरी. तिच्या पाठीमागे अशोकाची उंच झाडे खांदे पाडून उभी होती. बराकीच्या भक्कम गजाआडून पोपटी पातळातले चेहरे डोकावत होते. जेवणाचा वास वातावरणात भरून राहिला होता. त्यातच पावसाने भिजलेल्या पाल्यापाचोळ्याचा, खरकट्याचा वास मिसळला होता. मी तिचे दोन्ही हात आवेगाने हातात घेतले. ते गरम, कोरडे आणि राठ होते. बोटांना कात्रे पडले होते. 'फार बरं वाटलं, तुझी शिक्षा कमी झाली म्हणून. अभिनंदन!'

ठरावीक दिनक्रमाच्या उदास, कंटाळवाण्या जीवनाच्या ओझ्याखाली ती पिचून गेली होती. एखाद्या दु:स्वप्नात वावरत असल्यासारखी ती मला भासली. आमच्याकडून आकस्मिक झालेल्या अभिनंदनाच्या वर्षावामुळे तिच्या डोळ्यांतून आनंदाचे झरे खळाळू लागले.

माझ्या मनात अनेक विचार झर्रकनऽऽ सरकले. कुठं बरं जाईल ही? खुनासाठी शिक्षा भोगून तुरुंगातून बाहेर पडलेल्या या पोरीसाठी सग्यासोयऱ्यांची दारे बंद झालेली असतील. हिचा गाव लूत भरलेल्या कुत्र्याकडे पाहावे, तशा तुच्छतेने हिच्याकडे पाहील अन् हाकलून देईल. दुसऱ्या गावी जाऊन जगेन म्हणेल, तर तिथेही हिला कुणी नोकरी देणार नाही. 'न घरकी न घाटकी' अशा अवस्थेत ही बापडी कुठं जाईल? कशी जगेल? चरितार्थासाठी हिच्यापुढे दोनच पर्याय उरतील. भीक मागणं किंवा धंदा करणं. हिची जवानी पाहून नुसती भीक कुणी देणार नाही, बदल्यात तिचे शरीर लचक्या-लचक्यांनी तोडतील. हिंस्र श्वापदांशी ही एकटी कुठवर टक्कर देईल? झडप घालणाऱ्या वाघाच्या उग्र, अक्राळविक्राळ जबड्यात हरिण जसे निमूट मान देते – ते आक्रोश करीत नाही. जिवाच्या आकांताने पळून जाण्याचा प्रयत्न करीत नाही किंवा आक्रमक होऊन लढण्याचा पवित्रा घेत नाही – तशीच ही आपला देह फाटल्या डोळ्यांनी, मेल्या मनाने निमूट कुणाच्या तरी

स्वाधीन करेल आणि देह विकून दाम मागून घेईल... मीच माझ्या विचारांनी दचकले.

असे होता कामा नये. आपण हिच्या पाठीशी उभे राहू. एखादे इस्त्रीचे टेबल टाकून देऊ. भाजीचे दुकान घालू. एस.टी.डी. बूथ सुरू करू.

अचानक ती तळ्याचा बांध फुटावा, तशी आवेगाने बोलू लागली.

'मॅडमजी, लवकर सुटले मी.'

'होय गं, फार चांगलं झालं. कोणी न्यायला येणार आहे तुला?' मी चाचपले.

'नाही. आई फार म्हातारी आहे.'

'इथून कुठं जायचे ठरवलं आहेस बाई?' माझ्याबरोबरच्या सहकारिणीचा आर्द्र प्रश्न.

'आईकडे. तिची चिठ्ठी आलीय. वाट पाहतेय आमची. आमच्याशिवाय कोण आहे तिला? आम्ही बहिणी गेली पंधरा वर्षे इथंच आहोत.'

आमच्या मनात 'हुश्शऽऽ' झाले. पोरगी घरी जाणार. तिचे घर तिची वाट पाहतंय....

'बहीण पण सुटली?'

'नाही, पण सुटेल लवकर.' तिचा जबरदस्त आशावाद. खरंय, 'आशा नावाची आश्चर्यकारक शृंखला पायात असेल, तर माणूस जोरात धावू लागतो आणि ती बेडी काढली, तर पांगळ्यासारखा एका जागी उभा राहतो' असं संस्कृत सुभाषित नाही का सांगत?

भेटलो त्याच जागी अजूनही उभ्यानेच आमचा संवाद चालला होता. एव्हाना भोवती काही पोपटी साड्या येऊन उभ्या राहिल्या होत्या. त्यांचे चेहरे निर्विकार होते. कुणाचे डोळे पाघळलेले, कुणाची नजर अधांतरी. भूमिका वठवून झाल्यावर अभिनेत्री चेहऱ्यावरची रंगरंगोटी टाकते, तशा यांनी भावभावना पुसून टाकल्या होत्या. केवळ वेळ घालवायला निरूद्देशपणे त्या भोवती गोळा झाल्या असाव्यात.

'हमीदा, इथून सुटून घरी गेलीस की काय करायचे ठरवलं आहेस? काही विचार करून ठेवला आहेत का?

खणखणीत होकार आला.

'मॅडमजी, मला रायटर व्हायचंय!'

'शिकलीयस किती?'

'बारावी पास आहे मी. कादंबरी लिहायचीय मला.'

'आत्तापर्यंतच्या आयुष्यानं खूप काही शिकवलं, दाखवलं आणि सोसायला लावलं. सगळं आत भरलंय. बाहेर यायला खदखदतंय.'

शब्द थांबत नव्हते. धबधबा कोसळतोय अशी अवस्था होती... 'तुम्ही मला एक मदत करा. जेवढे बेहेतरीन हिंदी साहित्य आहे ते मला वाचायचे आहे. ती

पुस्तके मला मिळवून द्या. मेहेरबानी होईल. तुमच्या घरी असतील ती पुस्तके द्या. खूप वाचेन, चांगली रायटर होईन. सांगण्यासारखं असं बरंच काही माझ्याजवळ आहे.'

अंतरात खोल कुठेतरी भरून आले. तिच्या पाठीवर हलकेच हात ठेवून मी म्हटले, 'नक्की पाठवते. आणखी काय करू तुझ्यासाठी सांग!'

अकस्मात विरून जाणाऱ्या ढगांसारखा तिच्या चेहऱ्यावर दाटलेला सगळा आनंद विरून गेला. डोळे विषण्ण झाले. चेहऱ्यावर कडवट भाव निखाऱ्याप्रमाणे फुलला. आसवांनी भरलेल्या डोळ्यांत वेदना आणि तिरस्कार उमटला. तिचे सारे अंग कापू लागले.

'माझा न्याय करणाऱ्यांना आणि समाजाला एक प्रश्न विचारायचा आहे.'

'आमच्या आईशी लग्न करून बाप म्हणून समाजात वावरणाऱ्यानेच आमच्यावर बलात्कार केला. त्याचा आम्ही खून केला. गुन्हा घडला आमच्या हातून, पण सुपारी देऊन खून करणारा गुंड आणि स्वरक्षणासाठी प्रतिकार करताना घडलेला खून एकाच तराजूमध्ये तुम्ही का तोललात? त्यांच्यात आणि आमच्यात काहीच फरक नाही का?'

आमच्यापैकी कुणाजवळच तिच्या प्रश्नाला उत्तर नव्हते....

साधना (३ जानेवारी, २००९)

हरवलेल्या लेकी

आजारी पोरीच्या उस्तवारीने मेटाकुटीला आलेला सखाराम म्हणाला, 'इथं किती दिवस आसं काम न करता राहायचं? पोटाला काय घालायचं? ही मरू घातलीय. इथंच जीव गेला तर पुढील व्यवस्था होईल तिची! देवाची मर्जी. माघारी जाऊ आपण....'
रखमानं भरल्या डोळ्यांनी एकदा लेकीकडे पाहून घेतलं;
हुंदका गिळून ती नवऱ्याला कसंबसं म्हणाली, 'चला!....'

आई-वडील दोघं मोलमजुरी करून पोट भरायचे. मुलगा होईल म्हणून वाट पाहताना पदरी एकामागून एक अशा तीन लेकींनी जन्म घेतला होता. वडील करवादले. आईला वाटे, कुणी दावा साधला कुणास ठाऊक. पदरी तीन पोरी घेऊन कुठं तोंड लपवू? घरी म्हातारा सासरा अन् खाष्ट सासू. त्याची उस्तवार करताना रखमाला नाकीनऊ येई. त्यात तीन पोरीच जन्माला आल्या म्हणून सदैव त्यांची घालूनपाडून, टाकून बोलणी चालूच राहात. रखमाचा नवरा सखाराम हाडाचा कष्टाळू. दिवसभर राबायचा. संध्याकाळी घरी आला की, सात आणि नऊ वर्षांच्या लेकी राणी, तानी बिच्च्याऱ्या व्हायच्या. कधी बापाचे टाळकं फिरेल अन् दिवसभराचा राग त्यांच्यावर काढेल, याची शाश्वती नसायची. बापाचा मार खाऊन त्या पोरी केविलवाणं रडत-रडत उपाशीपोटीच झोपून जायच्या. धाकटी शकुंतला अवघी पाच वर्षांची. अल्लड, निरागस आणि खूप लाघवी. बाप चिडला, आई ओरडली तरी लडिवाळपणे त्यांच्या गळ्यात पडायची. चिमखड्या बोलांनी त्यांचा राग, वैताग जरा निवळायचा, पण तेवढ्यापुरताच!

त्या चार-चौघांसारख्या असणाऱ्या, भाबड्या भावाच्या आणि स्वतंत्र विचारांची फारशी कुवत नसलेल्या बापड्या पती-पत्नींना पुत्रप्राप्तीचा ध्यास फार तीव्र होता. जन्माला घातलेल्या नव्हे, त्यांच्या इच्छेविरुद्ध दुर्दैवाने जन्माला आलेल्या लेकींना

त्यांच्या लेखी दारात आलेल्या श्वानाएवढी किंवा घरात वावरणाऱ्या उंदीर, घुशी आणि पालींएवढीही किंमत नव्हती.

पोटाची वीतभर खळगी दिवसभर राबराबून भरायची. तीन पोरींच्या जबाबदारीची त्यात भर पडली होती. या पोरी उद्या मोठ्या झाल्या की, त्यांची लग्नं करायला हवीत, गरिबाला कसं परवडणार? विचाराने सखारामाच्या डोक्याचे भुस्कट पडायचे. त्याला स्वत:च्या घरच्या अठराविश्वे दारिद्र्याचा आणि खायला काळ अन् धरणीला भार वाटणाऱ्या आपल्या लेकींचा फार-फार संताप यायचा. तो म्हणायचा, 'परमेश्वरा, अरे एक मुलगा द्यायचा होतास. जन्मभर तुझे पांग फेडत राहिलो असतो. त्याऐवजी गळ्यात हे तीन धोंडे का बांधलेस? विहिरीत जीव द्यावा म्हणून का? काय उपयोग या पोरींच्या जातीचा? ना हाताखाली मोलमजुरीला कामाला येतील, ना चार पैसे कमवून आईबापांचा भार हलका करतील. पोरगा घरात मदतीला सून आणेल. या पोरींना खाऊ-पिऊ घालून वाढवायच्या आणि उद्या पुन्हा रीतीप्रमाणे लग्न करून द्यायचे म्हणून यांच्यापायी लग्नात पैसा घालवायचा. एकीऐवजी तीन पोरी पदरात घालून कुठला सूड उगवलास देवा? ही दुसऱ्याची धन मी उरावर कशापायी बांधून घेऊ?'

या साऱ्यात भर म्हणून छोट्या शकुंतलाची प्रकृती बिघडली. परिस्थिती दिवसेंदिवस गंभीर होत चालली. राणी आणि तानी तिचे खाणंपिणं, अंग पुसणं, तिची जखम स्वच्छ करणं – सारं-सारं काही करायच्या. शकुंतला नित्याचे विधी अंथरुणातच करू लागली. दिवसभर ती बारीक आवाजात केविलवाणे रडत राही. सखारामने गावच्या वैद्याकडून औषधपाणी केले. देवऋषी झाले तरी काही उपयोग होईना. आजार टोकाला गेला. वारंवार तिचे शरीर ताठ व्हायचं. आकडी येण्याचे प्रमाणही खूप वाढलं. ताप हटता हटत नव्हता. घास घ्यायला तिनं तोंड उघडलं की, ते इतकं कडक होई की, पुन्हा बंदच होत नसे. पाणी प्यायला 'आ' केला की, पाणी बाहेर घरंगळे आणि नंतर कितीतरी वेळ तोंड तसेच वासलेले राही.

दोन वेळेला कसंबसं मीठ-भाकर खाऊन पोट भरणारं ते कुटुंब. पोरीला कुठंवर पाहणार? रखमा आणि सखारामने लोकांच्या हातापाया पडून उसनउधार करून थोडे पैसे कसेबसे उभे केले. शहरातल्या सरकारी इस्पितळात पाच वर्षांच्या शकुंतलाला बेशुद्ध अवस्थेत ते दोघे घेऊन आले.

शकुंतलाला धनुर्वात झाल्याचे निदान झाले. बालरोग विभागात तिच्यावर उपचार सुरू झाले. उपचारांना ती प्रतिसाद देईना. तिची प्रकृती चिंताजनक होऊ लागली, तीन दिवस झाले, उपचारांनी काही फरक पडेना. आजारी पोरीच्या उस्तवारीने मेटाकुटीला आलेला सखाराम म्हणाला, 'इथं किती दिवस आसं काम न करता राहायचं? पोटाला काय घालायचं? ही मरू घातलीय. देवाची मर्जी. इथंच जीव गेला तर पुढली व्यवस्था होईल तिची. माघारी जाऊ या आपण.'

रखमानं भरल्या डोळ्यांनी एकदा लेकीकडं पाहून घेतलं. हुंदका गिळून ती नवऱ्याला कसंबसं म्हणाली, 'चला....'

कुणाला न सांगता-सवरता ते दोघं एस.टी. स्टँडवर आले. बस धरून गावाकडे निघाले. बसमध्ये सखाराम जड स्वरांत कुजबुजला, 'ती गेली तरी कळणार नाही आपल्याला. पत्ता चुकीचा दिलाय मी इस्पितळात. पुन्हा यायचा-जायचा खर्च कुठून करू? देवाची होती, गेली त्याच्याकडं.' मोठा सुस्कारा टाकून तो गप्प बसून राहिला. सारा प्रवास त्यांनी मुक्याने केला. रखमा डोळे पुसत राहिली.

शकुंतलाचे आई-बाप असे न सांगता निघून गेले. पत्ताही खोटा निघाला, पण त्यामुळे त्या सरकारी इस्पितळात एक वेगळा इतिहास घडला. वॉर्डमधल्या परिचारिका आणि डॉक्टर तिचे पालक झाले. तब्बल चार आठवडे शकुंतला बेशुद्ध होती. बेशुद्ध स्थितीतही तिच्यावर शर्थीने उपचार सुरू होते. प्रयत्नांची शिकस्त चालू होती. परिचारिका तिच्या बिछान्याशी थोड्या जास्त रेंगाळत. तिला नळीने दूध द्यावे लागे. दर दोन तासांनी तिच्यासाठी काही ना काही उपचार चालू होते.

परिचारिकांनी कामाची वेळ वाढवली. डॉक्टर्स ठरावीक राउंडपेक्षा तिच्याकडे जास्त वेळा येऊन तपासून जात. सगळ्यांनीच शकुंतलाला बरे करण्याचा जणू पणच केला होता. नियतीचे आव्हान स्वीकारले होते. माणुसकीचे उमाळे सरकारी इस्पितळाच्या त्या वातावरणात इतर रुग्णांनाही विलक्षण सुखदायी वाटत होते.

साऱ्यांच्या आनंदाला एके दिवशी पारावर उरला नाही. परिचारिकांनी एकमेकींना मिठ्या मारल्या. डॉक्टरही अनेक दिवसांनी स्मितवदन दिसले. शकुंतला शुद्धीवर आली होती. तिची हालचाल वाढली. उठून बसणे तिला शक्य होऊ लागले. आणि....

'नवल वर्तले गं माये। उजळला प्रकाशू।'

शकुंतला पाहता-पाहता पूर्णपणे बरी झाली, हिंडू-फिरू लागली.

इस्पितळाच्या प्रशासनाला प्रश्न पडला की, आता चिमुरड्या शकुंतलाचा सांभाळ कोण करणार? आई-वडिलांनी तिला दूर लोटले. पाच वर्षांची ही अश्राप पोर आता कुणाच्या आधाराने जगणार? मृत्यूशी झुंज देऊन परतलेली ही वीरबाला जीवनाशी लढा कशा प्रकारे देणार?

हा प्रश्न फक्त पाच वर्षांच्या शकुंतलेपुरता मर्यादित राहिला नाही. शकुंतलेची ही कहाणी वृत्तपत्रांतून तुमच्या-आमच्यासमोर आली. आपण हळहळलो. शकुंतलेचे हे वृत्त प्रसिद्ध झाल्यावर दुसऱ्या दिवशी पुन्हा या संदर्भात दुसरी बातमी वृत्तपत्रात झळकली. त्या मुलीला मिळाला मायेचा आधार. अनेक संस्थांनी शकुंतलेला मदतीचा हात देण्याची तयारी दर्शविली. पोलिसांमार्फत कारवाई करून मुलीचा ताबा

बालकांसाठी काम करणाऱ्या मोठ्या संस्थेकडे देण्यात आला.

शकुंतलेला तिच्या आई-वडिलांनीच टाकून दिले. अशा घरानेच दूर लोटलेल्या शकुंतला समाजात किती आहेत? असंख्य. त्यांची करुण, आर्त हाक फार दुरून येतेय.

जन्माला येणारा एक अश्राप जीव. एक कोवळा गर्भ. त्याची गर्भचिकित्सा केली जाते. मुलगा नाही, मुलगी आहे, या कारणास्तव गर्भ पाडून टाकला जातो. निसर्ग घडवत असलेल्या या लेकीला घडण्याआधीच मोडले-तोडले जाते. जग पाहण्याआधीच जन्मदातेच तिला जगातून नाहीसे करतात. केवढे करुण आणि तितकेच भेसूर आहे हे! वैद्यकीय मतानुसार मुलीचा गर्भ फार चिवट असतो. सहजी तो पडून जात नाही, पण गर्भाशयात असताना निर्माण केल्या गेलेल्या प्रतिकूल परिस्थितीशी झुंज देऊन जर ती जन्माला आलीच, तर जन्मानंतर तिच्या गळ्याला नख लावलं जातं. उकळत्या दुधात टाकून नवजात मुलीला मारण्याचा प्रघातसुद्धा काही प्रांतांत अस्तित्वात आहे.

या दोन्ही दिव्यांतून ती पोर जगलीच समजा तर? तर मात्र तिचे पुढचे जिणं खरोखरच फार अवघड होऊन बसतं. या तान्ह्या लेकीच्या वाट्याला मायेनं अंगावर पाजणं, भरवणं, खेळवणं, तिचे भावजीवन तिला प्रेम देऊन समृद्ध करणं, या सगळ्यांचीच वानवा असते. परिणामत: एक ते सहा वर्षे वयाच्या मुलींच्या मृत्यूचे प्रमाण वाढते आहे.

'नॅशनल फॅमिली हेल्थ सर्व्हिस'ने गोळा केलेल्या आकडेवारीत स्पष्ट म्हटले आहे की, १२ ते ४८ महिन्यांच्या बालकांच्या पाहणीमध्ये दिसून येते की, बालकांसाठी आवश्यक असलेल्या लसी व डोस बहुतांशी मुलींना दिले जात नाहीत; परिणामत: भारतामध्ये मुलींच्या मृत्यूचे प्रमाण वाढते आहे.

घरात मुलगा असेल, तर त्याच्या तुलनेत मुलीला कायम कमी लेखलं जातं. दोघांत झुकतं माप पोराच्या पदरात नेहमी पडत राहतं. लेकीकडं दुर्लक्ष केलं जातं. तान्हुलेपण संपतं. ती थोडी मोठी होते, खाऊ-पिऊ लागते. तिथंही भेदभाव होतो. लेकाच्या पानात चांगलंचुंगलं पडतं अन् लेकीच्या वाट्याला येतं उरलंसुरलं. लेकाला पोटभर तर लेकीला जेमतेम, जीव जगवण्यापुरतं.

शाळेला जाण्याचे वय होतं. लेकाला मोठ्या कौतुकानं शाळेत धाडलं जातं आणि लेक? ती निस्तरते आईचे पुढचे बाळंतपण... ती सांभाळते धाकटी भावंडं. स्वयंपाक करण्यात, भांडी घासण्यात, कपडे धुण्यात ती आईला मदत करीत राहते. ती शेतात काम करते, शेण गोळा काढते, शेळ्या-मेंढ्या, गुरं-म्हशींची उस्तवार करते. आईच्या हाताखाली राबायला हक्काची मुलगीच असते. मुलगा शाळा शिकतो. हे झालं खेड्यातलं चित्र. शहरातलं गरीब कुटुंब, झोपडपट्टीतलं कुटुंब घ्या.

आदिवासी भाग पाहा. तऱ्हा अशीच, वेगळी नाही. लेकीचे जिणं सगळीकडे हेच असतं. सभोवताल वेगवेगळा, परिसर, पार्श्वभूमी अलग-अलग. पण चारभिंतीआड कष्टणारी, घुसमटणारी लेक मात्र तीच ती.

कशासाठी हा भेदभाव. मुलीला कमी न लेखता तिची उत्तम देखभाल केली. पोषक वातावरण आणि शिक्षण दिले, तिच्या फुलण्याला, बहरण्याला आणि पंख पसरण्याला प्रोत्साहन दिले, तर ती नेत्रोद्दीपक यश नक्कीच मिळवते. भारताची पहिली स्त्री पंतप्रधान इंदिरा गांधी, पहिली स्त्री राष्ट्रपती प्रतिभाताई पाटील, सुप्रिम कोर्टाची पहिली स्त्री न्यायाधीश फातिमा बिव्ही, इंडियन आर्मीतली पहिली स्त्री अधिकारी मेजर प्रिया झिंगन, ललित साहित्यात पुलित्झर प्राइज मिळवलेली झुंपा लेहरी, जगातील सगळ्यात प्रभावी स्त्रियांमध्ये अकरावा क्रमांक पटकावणारी पेप्सीकोलाची प्रेसिडेन्ट इन्द्रा नुई... अशी अनेक उदाहरणे समाजाच्या विचारसरणीत नक्कीच बदल घडवू शकतील.

साधना (९ मे, २००९)

धगधगते कोवळे वास्तव

सामाजिक कार्यकर्त्यांनी वेगळी बाजू समोर आणली. 'झोपडपट्टीतील ही मुलं लहानपणापासूनच हिंसा, क्रौर्य, अत्याचार पाहात मोठी होतात... तेच त्यांचं पोषण द्रव्य होतं. भांडणं, मारामारी हे वातावरण त्यांना प्राणवायू पुरवतं. त्यांचं बालपण सरतं....'

हॉस्पिटलचा 'जनरल वॉर्ड.' हा 'वॉर्ड' म्हणजे लांबोळकं दालन होतं. हळू आवाजातली बोलणी आणि विचित्र उग्र दर्प यांनी भरून गेलेलं. खाटांच्या तीन रांगा होत्या. मधल्या रांगेवर पाटी होती, 'फ्री बेड' खाटा अगदी जवळजवळ टाकलेल्या होत्या. इतक्या की, शेजारच्या पेशंटच्या हाताला हात लावता यावा. बऱ्याच खाटांवर शोकांतिका किंवा भयनाट्य चाललेले होते. गरिबीचं जिणं, औषध-पाण्यासाठी जवळ पुरेसा पैसा नाही आणि जीवघेणा आजार यांचं गाठोडं घेऊन आलेले वेदनामय डोळ्यांचे, दीनवाण्या चेहऱ्यांचे रुग्ण!

या सगळ्यांत दहा नंबर खाटेवरचा तरुण लक्ष वेधून घेत होता. वय वीस-बावीस वर्षांचं. डोकं भादरलेलं. त्यावर उभ्या-आडव्या, तिरक्या, वाकड्या-तिकड्या रेषांत असंख्य टाक्यांनी शिवलेल्या जखमा. एकूण सत्तावन्न टाके त्या चेंडूसारख्या गोल गुळगुळीत डोक्यावर होते. दोन्ही हातांवरची प्रचंड बँडेजेस पार खांद्यांपर्यंत होती. अंगावर सुमारे तेवीस ठिकाणी पट्ट्या. पक्षी बसावेत तशी भोवताली बसलेली माणसे. कुणी त्याचे डोके वाकवून टाके न्याहाळत होते, कुणी त्याला पुरणपोळी भरवत होते. बाकी सहानुभूतीने थबथबलेल्या चेहऱ्याने नुसते बसलेले. कमरेभोवती केवळ लुंगी, बाकी हा सावळा तरुण उघडाबंब. खोंडासारखी भरदार मान, आडदांड पाठ, पिळदार दंड, चौडी छाती. दहा जणांना सहज लोळवेल, अशी ताकद त्याच्यात होती. त्याच्या डोळ्यांत आत्मविश्वास होता, चेहरा शांत होता. मधून-मधून तो खाटेवरून उठून वॉर्डभर चक्कर मारून येई. चालताना लंगडणं, खुरडणं

नाही. ताठ मानेनं, खांदे मागे करून तो रुबाबात हिंडून येई. पुन्हा येऊन खाटेवर झोपताना म्हणे, 'जरा पाय मोकळे केले.'

त्याची लहानखुरी, हडकुळी आई दिवस-रात्र त्याच्यापाशी बसून होती. म्हणाली, 'शिकला नाही हा. तालमीचा नाद. अंगात रग. अरेला 'कारे' करणार. त्याला कर्ज काढून रिक्षा घेऊन दिली, पण हा रमला नाही. मग दिली दुसऱ्याला चालवायला. याच्यापेक्षा एक थोरला अन् एक धाकटा आहे. नवरा दहा वर्षं घरी बसून आहे. काही करत नाही. मी सहा घरची धुणीभांडी करून भागवते सगळ्यांचं.' बोलताना तिचे काळेभोर-टपोरे डोळे भरून आले. नाक लाल झालं. फुंकरीत उडेल, अशा शरीराची ही आई मनाने फार कणखर असावी. नेटाने, जिद्दीने तीन दांडगी पोरे तिनं वाढवली होती. त्यांची काळजी वाहायला तिचे बारकुडे, काटक खांदे सक्षम होते. पोराची डोक्याची ऑपरेशनं, इस्पितळाचा खर्च, औषधोपचार यात साडेतीन लाख रुपये खर्च झाले होते. डोक्यावर होणारे चॉपरचे वार आडवायला यानं हातानं डोकं झाकलं आणि सारी बोटं तुटून पडली. ती या माउलीनं गोळा करून इस्पितळात आणली अन् डॉक्टरांनी पुन्हा शिवली होती. 'सात जणांनी याला घराबाहेर ओढत नेलं अन् चॉपर, सुऱ्याने वार केले. हा रक्ताच्या थारोळ्यात पडला,' हे सांगताना तिचा आवाज थरथरला नाही, स्वर कापला नाही.

झोपडपट्टीतली ही मुलं. शिक्षण नाही. आई-बापाचं लक्ष नसतं, बापाचा पोरांवर कंट्रोल नसतो. मेडिकल स्टोअरमध्ये काउंटरवर विकली जाणारी नशा आणणारी औषधं, ही पोरं गंमत म्हणून घेतात. नशापाणी करतात, त्यांचे 'ग्रुप्स' असतात. कुणा दादाच्या हद्दीत काम करणारी पोरं दुसऱ्या हद्दीतलं कुणी आलं, तर मारामारी करतात. ही पोरं गुंडगिरी करतात, चॉपर, रॅम्बो सुरा जवळ बाळगतात. हल्ली ही हत्यारं सर्रास कुठंही सहज मिळतात. यात अठरा वर्षांच्या आतली जी पोरं असतात, ती टोळ्या करून भंगार चोरतात. त्यावरून त्यांच्यात भांडणं, मारामाऱ्या होतात. बारा वर्षे वयापासून अठरा वर्षे वयापर्यंतची पोरं छोट्या-छोट्या चोऱ्यामाऱ्या करत सराईत चोर बनतात. त्यांना पकडून कोर्टात पाठवलं, तर पोलिसांनी मारलं म्हणून सांगतात. कोर्ट पोरांना 'मेडिकल' करायला पाठवतं आणि मग काही वेळा पोलिसांचीच चौकशी सुरू होते, या पोरांना जेलमध्ये पाठवता येत नाही. 'रिमांड होम'मध्ये बालसुधारगृहात त्यांना पाठवलं जातं, पण तिथं ही पोरं राहात नाहीत. पळून जातात. बरीच पोरं दाखल झाल्याच्या दिवशी संध्याकाळीच पळतात. काही करू शकत नाहीत पोलीस. तरुण पोरं मात्र तुरुंगात राहिली, तर पुन्हा तुरुंग नको, ही धास्ती घेतात आणि गुन्हेगारी सोडतात, पण त्यासाठी निदान महिनाभर तरी त्यांना तुरुंगवास मिळायला हवा, तर तसं होत नाही. चार दिवसांत हे तरुण जामिनावर तुरुंगातून सुटतात आणि पुन्हा त्यांची गुंडगिरी सुरू होते. प्रत्येकाचं 'भाई' बनायचं

स्वप्न असतं...' हे होतं, 'सद्रक्षणाय खल निर्दालनाय' महाराष्ट्र पोलिसांचं (म.पो) प्रामाणिक आणि अनुभवांतून तयार झालेलं विश्लेषण.

सामाजिक कार्यकर्त्यांनी वेगळी बाजू समोर आणली. झोपडपट्टीतील ही मुलं लहानपणापासून हिंसा, क्रौर्य, अत्याचार पाहात मोठी होतात. बाप दारू पिऊन निर्दयपणे आईला बडवताना पाहतात. स्वतः मार खात, शिव्यागाळी सहन करीत वाढतात. तेच त्यांचं पोषणद्रव्य होतं. दारू पिऊन एवढ्या-तेवढ्यावरून भांडणं, मारामारी हे वातावरण त्यांना प्राणवायू पुरवतं. त्यांचं बालपण सरतं.

पौगंडावस्थेत ही पोरं येतात आणि त्यांना पौरुषत्वाचं प्रचंड आकर्षण वाटायला लागतं. घरात बायका-पोरांवर डाफरणारा, वर्चस्व गाजवणारा बाप त्यांचा पहिला हिरो असतो. हळूहळू त्याच्या मर्यादा लक्षात येतात. ही पोरं घराबाहेर आपला आदर्श शोधू लागतात. वस्तीतल्या गल्ल्याबोळांत दरारा असणारा, त्यांच्यासारख्या पोरांना हाताच्या बोटाच्या इशाऱ्यावर नाचवणारा 'दादा' त्यांना भुरळ पाडतो. कधीतरी लक्षात येतं की, हा 'दादा' कुणाला तरी सलाम ठोकतो, लाचारीने वागतो. तो कठपुतली आहे, अन् त्याचे दोर कुणा 'भाई'च्या हातात आहेत, मग या पोरांची दैवतं बदलत जातात. त्यांना जो जास्त ताकदवर मोठा गुंड वाटतो, ते त्याची भक्ती करू लागतात. त्याच्यासारखं व्हायची स्वप्नं पाहू लागतात. त्याचं अनुकरण करण्याची धडपड करू लागतात. या पोरांचा वापर केला जायला सुरुवात होते. लहान-सहान गुन्ह्यांत त्यांना सहभागी केलं जातं, स्वतःची ताकद दाखवायला ही पोरं हत्यार बाळगू लागतात. गल्ल्या-मोहल्ल्यांत छोटे गुंड पैदा होतात. पोरांच्या गरजांची काळजी दादाकडून घेतली जाते. अटक झाली तर छत्रछाया धरली जाते. या पोरांना संरक्षण देणारे, पोलिसांत ऊठ-बस असणारे गुंड त्यांना देव वाटतात.

कोवळी पोरे, तगडे तरुण फुकाफुकी विनाशाच्या वाटेने जाताना पाहून कुणाचंही संवेदनशील मन अस्वस्थ होईल. भरकटलेल्या या पोरांचा भविष्यकाळ वार झेलून किंवा गोळ्या खाऊन मरणे, अल्पायुषी मरणे एवढाच असतो. त्यांच्या सभोवताली निरोगी, आनंदी, निर्मळ वातावरण कधीच नसते. त्यांच्यावर उत्तम संस्कार होत नाहीत. शिक्षणाचं महत्त्व त्यांना पटवून सांगितलं जात नाही. दारिद्र्य, व्यसनाधीनता, अयोग्य शिक्षण, असंतोष, मत्सर, सूड, लालसा यांच्या धगधगत्या ज्वालेत ही पोरं ढकलली जातात. झटपट श्रीमंत होण्याचा सोपा, सहज मार्ग ती शोधतात आणि मग मरेपर्यंत त्यांचं आयुष्य फक्त नित्याची लढाई बनते.

वाया जाणाऱ्या या तरुण शक्तीसाठी समाजहिताचे चिंतन करणाऱ्या समाजहिताची बांधीलकी असणाऱ्या सत्शील व्यक्ती व सामाजिक संघटनांनी सूज्ञपणे आणि सुबुद्धपणे कार्यक्रम आखणं जरुरीचं आहे. दमदाटी, दंडेलशाही, हिंसाचार हा ताकद, पैसा आणि सत्ता मिळवण्याचा मार्ग नाही, हा विचार त्यांच्यापर्यंत पोहोचवण्याचे

प्रयत्न करता येतील. चांगले संस्कार, चांगले वातावरण, चांगल्या व्यक्तींचा संपर्क, समुपदेशन, उत्तम आदर्श यातून काही साधता येईल. ही प्रचंड युवाशक्ती सकारात्मकतेकडे वळवता येणे शक्य आहे. पोलीस सेवा, संरक्षणसेवा अशा क्षेत्रांकडे त्यांची ऊर्जा प्रयत्नांनी वळू शकेल. सगळ्याच समस्यांवर उपाय सापडून त्या सुटतात; असे समजणे भाबडेपणाचे आहे, पण म्हणून त्याबाबत उदासीन राहणे, तटस्थता बाळगणे किंवा 'आपण कशाला नसत्या फंदात पडा,' म्हणून हात झटकणे चुकीचे होईल. आपल्या शक्तीनुसार समस्या सोडवण्याचा प्रयत्न करावा, त्यामुळे प्रयत्न करणाऱ्याला आणि समस्याग्रस्त व्यक्तीला नक्कीच फरक पडेल.

नदीच्या पाण्यात कारखान्यांनी विषारी रसायने असणारे पाणी सोडले. हजारो मासे किनाऱ्यावर येऊन तडफडू लागले. जाणारे-येणारे हळहळले आणि पुढे निघून गेले. एक सद्गृहस्थ थांबला. त्याचे हृदय करुणेने भरून आले. काही अंतरावर त्याला स्वच्छ पाण्याचे तळे दिसले. त्या गृहस्थाने चार-पाच मासे तळ्यात नेऊन सोडले. 'नदी ते तळे' फेऱ्या सुरू केल्या. हा उद्योग पाहून रस्त्याने जाणारा एक जण म्हणाला, 'हजारो मासे मरताहेत, असे चार-दहा मासे पुन्हा पाण्यात सोडण्याने असा काय फरक पडणार? सोड हा वेडेपणा आणि आपल्या मार्गाने जा.' सद्गृहस्थ म्हणाला, 'बाबा रे, तुला फरक पडणार नाही, पण जे मासे स्वच्छ पाण्यात पुन्हा जिवंत होताहेत; त्यांना नक्कीच फरक पडणार आहे आणि मी हे करू शकलो म्हणून मलाही समाधान आहे.'

आपण प्रत्येकाने जर असा विचार केला, तर चॉपर, रॅम्बो सुऱ्यांच्या वारांनी घायाळ होऊन इस्पितळात भरती होणारी ही भरकटलेली तरुणाई कदाचित सावरू शकेल.

साधना (१९ सप्टेंबर, २००९)

फायद्या-तोट्याचे गणित

...अत्यंत रुक्ष आणि निर्विकार स्वरात मला सांगण्यात आले, 'हे पाहा, ही ब्रेड कंपनी आपल्याला आठवड्याला मोठी रंगीत जाहिरात देते. हा लेख छापता येणार नाही...' संपले. क्षणात निर्णय झाला होता. मी पत्रकारितेबद्दलच्या वेगळ्या, उदात्त कल्पना बाळगल्या होत्या. पण मालकाच्या लेखी तो एक धंदा होता....

आपण प्रत्येक जण समाजाचं देणं लागतो. समाजाचं आपल्यावर जे ऋण आहे, त्यातून अंशत: तरी उतराई व्हावी, ही आस प्रत्येकाच्या मनात असते. हे सामाजिक भान असणं म्हणजे माणूसपण जपणं.

आपल्या भोवतालची माणसे त्यांची होणारी कुचंबणा, फरफट, घुसमट, दु:ख, दारिद्र्य, वंचना, आजारलेली शरीरं आणि मनं व निमूट अन्याय सोसणारे शोषित. जुलमाला शरण जाणारे... त्यांच्यासाठी आपण काहीतरी करावे, अशी तळमळ वाटत राहते.

अशाच तळमळीतून माझ्या पत्रकारितेला जाण्याच्या निर्णयाने जन्म घेतला. अभ्यासक्रमाचे मोठे गाठोडे डोईवर घेऊन मजल दरमजल करत पत्रकारितेची पदवी एकदाची मी मिळवली. नोकरीसाठी वणवण सुरू झाली.

किती ओळी लिहिल्या, यावर पैसे मिळू लागले. मी उत्साहाने लिहू लागले. कधी शेती, पाणी, पाऊस यावर तर कधी आरोग्य, डॉक्टरीसेवा व रोगांवर. कधी नटनट्यांच्या चंदेरी दुनियेवर! कधी शाळा, कॉलेज, विद्यालये आणि सरकारी शिक्षणखात्यावर. कितीतरी विषय... लिहावे तेवढे थोडे. रोज कुठेतरी काहीतरी नवे घडतच असते. कुठे संप, कुठे गुन्हा, कुठे मारामारी. छोट्या-मोठ्या निवडणुका, राजकीय घडामोडी, पुढाऱ्यांच्या कोलांट्याउड्या. विषयांची कधी वानवा नाही.

मिळालेल्या संधीनुसार एका वृत्तपत्रामधून दुसऱ्या त्यामधून तिसऱ्या, असा

प्रवास मी करू लागले. हळूहळू आत्मविश्वास वाढला. हातातल्या लेखणीचा वापर मी लोककल्याणासाठी करू लागले. 'जो लोककल्याण साधावया जाण' असे म्हणून सामाजिक त्रुटी, दुर्गुण दूर करण्यासाठी लेखणी चालवू लागले, त्यात यशही मिळू लागले.

स्पर्शून जाणारा एक विषय मिळाला. एकदा एका डॉक्टरमित्राकडे त्यांच्या ट्रस्टच्या रुग्णालयात गेले होते. नेहमी हसतमुख, प्रसन्न असणारा त्यांचा प्रेमळ चेहरा फार विषण्ण दिसत होता. त्यांच्याशी बोलताना तिथल्या परिस्थितीची विदारक जाणीव झाली. त्या रूग्णालयामध्ये एकच 'व्हेंटिलेटर' होता. कृत्रिम श्वसन घेऊन जीव जगवणारा जीवनदायी असा, हा 'व्हेंटिलेटर' बालकांसाठी वेगळा असतो, मोठ्यांसाठी वेगळा. नुकत्या जन्मलेल्या बालकांपासून वर्षापर्यंतची मुले ठेवण्याची सोय त्यात होती. त्यात एक वर्षाचे मृत्यूशी झुंजणारे लहान मूल ठेवलेले होते. रुग्णालयात दीड वर्षांचा एक मुलगा जास्त आजारी झाला होता.

डॉक्टर खिन्नपणे म्हणाले, रुग्णालयाकडे पैसे नसल्याने मुलांसाठी एकच 'व्हेंटिलेटर' उपलब्ध आहे. आणीबाणी येते, तेव्हा जास्त गरज ज्याला त्याला उपचारात अग्रक्रम दिला जातो. दीड वर्षांच्या पोराला वाचविण्याकरिता या वर्षाच्या पोराला व्हेंटिलेटरबाहेर काढण्याशिवाय आता मला पर्याय नाही. व्हेंटिलेटरमधून काढले की, कदाचित हा पोर मरेल, हे मला ठाऊक आहे, पण आत्ताच्या परिस्थितीत मी दुसरे काहीच करू शकत नाही.

मी हलले, कळवळले. मनातल्या तीव्र भावना कागदावर उमटल्या. एकीकडे शब्दांना कारुण्याची किनार आली, त्याचबरोबर यंत्रणेवर वाक्यांचे आसूड दात-ओठ खाऊन ओढले गेले.

लेख प्रसिद्ध झाला. रुग्णालयाच्या व्यवस्थापनाने त्याची दखल घेतली. त्यांचा विचार सुरू झाला. समाजातल्या सहृदय मंडळींनी मदतीचा हात पुढे केला. सेवाभावी संस्थांनी संपर्क साधला आणि या प्रश्नाबाबत काहीतरी हालचाल सुरू झाली.

माझा उत्साह दुणावला. नित्याच्या घटनांबरोबरच समाजाच्या दुखऱ्या जागा, निखळलेले सांधे आणि दुखणी मी शोधू लागले.

एक चांगले साधन आपल्या हातात आले. आपण त्याचा उपयोग भल्या कृत्यांसाठी प्रभावीपणे करू शकतो, ही जाणीव खूप सुखद होती, बळ देणारी होती.

हळूहळू लोकांकडूनही मला चांगला प्रतिसाद मिळू लागला. आपले काही प्रश्न घेऊन लिहायला एखादी व्यक्ती उत्सुक आहे, असे म्हटल्यावर कुठे त्रुटी सापडली, निखळलेला चिरा आढळला, तर ते सांगण्यासाठी मंडळी माझ्याशी संपर्क साधू लागली. प्रत्येक व्यक्तीच्या मनात एक जागरूक नागरिक असतोच असे लक्षात आले.

मी माझा व्यवसाय एखादे पवित्र कार्य करते आहे, या भावनेने मन:पूर्वक आणि

तळमळीने करत होते. वेगवेगळ्या प्रश्नांवर लिहीत होते. पोरेबाळे फिरवण्यासाठी चौपाटीवर आजारी उंटांचा केला जाणारा क्रूर धंदा, केवळ दुर्लक्ष झाल्यामुळे जळून नामशेष होऊ पाहणाऱ्या वनराया, महानगरपालिकेच्या निष्काळजीपणामुळे उकिरड्यात रूपांतर झालेले व ओसाड झालेले भुयारी रस्ते... असे कितीतरी विषय मिळत होते.

शैक्षणिक धोरण जाहीर झाले, वाचल्यावर भारून जायला होत होते. आपल्या राज्याच्या शिक्षणप्रगतीचा आलेख भराभरा वाढणार असे चित्र त्यात दिसत होते. त्याची अंमलबजावणी कुठपर्यंत आलीय याचा कालांतराने मागोवा घेतला, तर लक्षात आले की, कागदावरचे सारे फक्त कागदावरच होते. फक्त शब्द... पोकळ, आश्वासक शब्द. प्रत्यक्ष परिणिती काहीच नाही. मग संबंधित व्यक्तींशी बोलले. विद्यार्थी, शिक्षक, पालकांशी चर्चा केली. शिक्षणतज्ज्ञांची मते घेतली आणि एकामागून एक... दोन... तीन... चार... लेख लिहिले. त्याचा परिणाम झाला. यंत्रणा हलली. अधिकाऱ्यांनी आपण होऊन संपर्क साधून होऊ घातलेल्या योजना सांगितल्या. थोडा विलंब झाला, हेही त्यांनी मान्य केले. मला बरे वाटले.

काही दिवसांपूर्वीची गोष्ट. मी सकाळचा चहा पीत पेपर वाचत घरी निवांत बसले होते. दारावरची घंटी वाजली. 'इतक्या सकाळी कोण बरे आले असावे' असा विचार करत मी दार उघडले. दारात एक मध्यमवयीन गृहस्थ उभे. थोडे स्थूल बांध्याचे. डोळ्यांवर चश्मा, न विंचरलेले केस. शर्ट नीट न खोचलेला. बहुधा घरातून कसल्या तरी विचारात घाईघाईने आलेले असावेत. चेहरा गंभीर.

त्यांनी हातातला ब्रेड माझ्यासमोर धरला. म्हणाले, मला तुमच्याशी बोलायचे आहे. वेळ आहे ना थोडा?'

'हो, या ना आत या. बसा हं पाणी आणते.'

'नको! नको! तुम्ही फक्त माझे ऐकून घ्या. आज सकाळी हा ब्रेड आणला. चहात बुडवून पोरे खाऊ लागली, पण ही पाहा यात चक्क एक पाल आहे, तीही ब्रेडबरोबर भाजली गेलीय. म्हणजे नंतर त्यात शिरलेली नाही. ब्रेड तयार करतानाचाच हा हलगर्जीपणा आहे. ही एवढी मोठी कंपनी, सतत जाहिरात करते की, आमचा ब्रेड जीवनसत्त्वयुक्त आहे, चविष्ट आहे. अत्याधुनिक तंत्रज्ञानाचा वापर करून बनवलेला आहे. यंव आहे, त्यंव आहे. ही सामान्य जनतेची शुद्ध फसवणूक आहे. तुम्ही याबाबत काहीतरी करा.'

माझ्यातला जागृत पत्रकार अधिक सजग झाला. म्हटले, याविरुद्ध लिहिलेच पाहिजे. विषय चांगला आहे. मी कामाला लागले. आधी त्या ब्रेडकंपनीच्या 'जनरल मॅनेजर'ला गाठले, त्याच्याशी बोलले. ग्राहक पंचायतीच्या लोकांची मते घेतली. 'फूड अ‍ॅन्ड ड्रग अ‍ॅडमिनिस्ट्रेशन'च्या विभागात गेले. तिथल्या अधिकाऱ्यांशी चर्चा केली. ज्याला ब्रेडमध्ये पाल सापडली, त्याची मुलाखत घेतली. पूर्वतयारी पूर्ण

झाली. फोटोग्राफ घेतले. लेख तयार केला.

लेख चांगला झाला होता. विषयही सर्वांच्या दैनंदिन जीवनातला होता. वाटले, संपादक खूश होतील. 'छान स्टोरी मिळवली' म्हणून त्यांच्या चेहऱ्यावर जरा समाधान दिसेल. हा लेख छापून आला की, नक्की खळबळ होईल, काहीतरी कारवाई होईल. इतर कंपन्या जास्त जागरूक होतील. अशा प्रकारची कुठली बेपर्वाई करणार नाहीत. ग्राहक त्यांच्या निष्काळजीपणाचे बळी ठरणार नाहीत. 'फूड अॅन्ड अॅडमिनिस्ट्रेशन' आपले निर्बंध अधिक घट्ट करेल. जास्त 'क्वालिटी कंट्रोल' येईल.

मी लेख संपादकांकडे पाठवला. त्यांच्या प्रतिक्रियांची वाट पाहात राहिले. फार वाट पाहावी लागली नाही. संपादकांच्या ऐवजी मला मॅनेजमेंटकडून बोलावणे आले. पुढ्यात काय वाढून ठेवलेय, याची काहीच कल्पना नव्हती.

अत्यंत रूक्ष आणि निर्विकार स्वरात मला सांगण्यात आले, 'हे पाहा, ही ब्रेड कंपनी आपल्याला आठवड्याला अर्धे पान रंगीत जाहिरात देते. हा लेख छापता येणार नाही.'

संपले, निर्णय क्षणात झाला होता. पत्रकारितेबद्दलच्या वेगळ्या, उदात्त कल्पना मी बाळगल्या होत्या. पण मालकांच्या लेखी तो एक धंदा होता. सामाजिक नीतिमूल्ये जपणे, समाजाला माहिती देणे, त्याद्वारा शिक्षण देणे व त्यातून समाजप्रबोधन करणे, हे सारे इथे अर्थहीन होते. टूथपेस्ट अथवा मिश्रखत विकावे तसेच 'वृत्तपत्र विकणे' एक धंदा होता. गणित होते, ते फक्त फायदा-तोट्याचे.

मनात आले उद्या कदाचित एखाद्या कंपनीने जाहिरात द्यावी, यासाठी व्यवस्थापन मला त्या कंपनीविरुद्ध स्टोरी करायला सांगेल.

लक्षात आले की, आपण समाजप्रबोधनासाठी छोटे-छोटे लढेच इथे लढू शकू. मोठे लढे लढण्यासाठी स्वत:चा घोडा आणि स्वत:चा भालाच हवा.

तरुणभारत

व्यंकटेश माडगूळकरांचे 'अक्षर'

'अभ्यासिका मला वाटते 'दहा बाय बारां'ची. पण खिडक्या मात्र मोठमोठ्या तीन. त्यातून सारा निसर्ग जवळ येतो. खोलीच्या एका खिडकीतून तांबड्याभडक फुलांनी लहडलेला गुलमोहर दिसतो....'

अगदी लहान होते – शाळकरी. तेव्हा अनेक दिवस आपले वडील हे 'वडील' आहेत, आपले घर हे 'घर' आहे, आपण घरातील एकुलती एक लाडकी मुलगी आहोत, एवढीच जाणीव होती.

आपले वडील लेखक आहेत, आपले घर लेखकाचे घर आहे, आपण लेखकाची मुलगी आहोत, ही जाण नंतर कधीतरी आली, कधी बरं?

अगदी प्रथम हे लक्षात आलं, ते शाळेत असताना. निबंधात १० पैकी साडेनऊ मार्क पडले. बाईंनी वही तपासून मला म्हटलं, 'काय गं, वडिलांनी मदत केली ना?'

माणिकला म्हटले, 'तुला आठ मार्क पडले आहेत, तर कौतुक केलं. मला मात्र बाईंनी असे विचारले. मला राग आला बाईंचा.'

माणिक म्हणाली, 'अगं, तुझे वडील लेखक आहेत म्हणून त्यांना वाटले असणार.'

आपले वडील लेखक आहेत म्हणून आपल्या निबंधाचं कौतुक झाले नाही, याचे मला वाईट वाटले. पुढे हायस्कूलमध्ये एका वाचनवेड्या मैत्रिणीने एकदा विचारले, 'मला तुझ्या घरी नेशील का? तुमचं घर वेगळं असेल नाही? लेखकाचं घर म्हणजे खूप पुस्तकं असतील, सारखी इतर लेखक मंडळी येत असतील, छान गप्पा होत असतील. मज्जाच आहे हं तुझी.'

पण आपले घर चारचौघींपेक्षा वेगळे आहे, असे मला शालेय वयात कधी वाटले नाही. कॉलेजमध्ये मात्र इतर मैत्रिणींच्या घरचे आणि आपल्या घरचे वातावरण वेगळे आहे हे लक्षात यायला लागले. या वेगळेपणाचे कारण कळले की, 'हे घर

साहित्यिकाचे आहे.'

आमचे पहिले घर एरंडवणा पार्क जवळचे घोडक्यांचे घर! 'मोहनतारा' आगगाडीच्या डब्यांसारख्या एकाला एक लागून तीन खोल्या. पुसट आठवण आहे की, इंग्रजी साहेबासारखी गालावरून चामडी पट्टा असणारी खाकी रंगाची 'सनहॅट' टोपी घालून बंदूक पाठीला लावून वडील शिकारीला जात. कधी रंगाची पेटी, कागद, ड्रॉइंगबोर्ड घेऊन चित्रे काढायला जात. या दोन्ही आनंदांत त्यांचे मित्र त्यांच्याबरोबर असत. आई आणि मी या घराच्या व्हरांड्यात त्यांची वाट पाहात असू. घरात वडिलांचा खांद्यावर बंदूक, हातात उंचावून धरलेला मारलेला पक्षी आणि मागे ढगाळलेले मोठे आकाश असा फोटो बाहेरच्या खोलीत होता. या घरात एकदा चोरी झाली. चांदीचे देव गेले, ट्रंकेतले कपडे गेले. आम्ही गावाहून तातडीने परतलो. इन्स्पेक्टर वडिलांनासारखे म्हणत होते, 'तुमची बंदूक चोरीला गेली आहे का ते आधी पाहा', बंदुकीची शोधाशोध सुरू झाली आणि आईने गावाला जाताना चटईत गुंडाळून कोपऱ्यात उभी केलेली बंदूक पोलिसांना सापडली, अर्थातच चटईत बंदूक असेल, असे वाटण्याइतकी कल्पकता चोराजवळ कुठून असणार?

माझ्या वयाच्या सहाव्या वर्षी आम्ही 'मोहनतारा' सोडला. मला खेळायला कुणी नसे, म्हणून वडिलांनी माझे मोठे काका 'गदिमा' यांच्या 'पंचवटी' बंगल्याशेजारी काळेंच्या बंगल्यातला तीन खोल्यांचा ब्लॉक भाड्याने घेतला. मला सात चुलत भावंडे. खेळायला खूप जण मिळाले.

हे घर माझ्या वडिलांनी छान सजवले होते. ते आकाशवाणी पुणे केंद्रात 'प्रोड्यूसर' म्हणून नोकरीत होते. उत्पन्न फार नव्हते, पण तरी हौस सौंदर्याची, नीटसपणाची. त्या छोट्या घरात बैठकीच्या खोलीत सबंध खोलीभर गालिचा होता. मरून रंगाचे सोफासेट. आसामहून आणलेले पडदे दाराखिडक्यांना. एक काचेचे सहा फूट उंचीचे कपाट, त्यात छान वास येणारी सुबक बांधणीची पुस्तके, त्यावर सोनेरी अक्षरांत कोरलेली त्यांची नावे. वरचे तीन कप्पे भरून इंग्रजी पुस्तके, खालच्या कप्प्यांत मराठी पुस्तके.

घर स्वच्छ असावे हा आग्रह. त्यामुळे रोज सकाळी उठून ते कोच, गालिचा स्वच्छ करायचे. या घराचे वृद्ध मालक वडिलांशी बऱ्याचदा भांडायला यायचे. घरमालकाचा तोरा दाखवायचे.

वडिलांना घरमालकाचा मुलगा येऊन सांगे, 'ते तर्कटी आहेत. मलाही बोलतात. तुम्ही मनावर घेऊ नका.'

एकदा वडील म्हणाले, 'तुला बोलतात, कारण तू त्यांचा मुलगा आहेस. माझा काय संबंध?' पण एकूण भाड्याच्या घरात राहण्याच्या प्रकाराला ते वैतागले होते.

या घरात पु. भा. भावे, बा. भ. बोरकर, द. मा. मिरासदार, शंकर पाटील,

आनंद यादव अशी अनेक मंडळी येत. पु.ल. देशपांडे राहावयास येत. गंगाधर गाडगीळ, अरविंद गोखले ही मंडळीही आलेली मला आठवतात. खूप वेळ गप्पा चालत. अनेक साहित्यिक येत असावेत. मला आठवतात ते हे काही.

मराठी चित्रपट व्यवसायातलीही बरीच मंडळी येत. चित्रपटाच्या कथेवर चर्चा होत. मी व माझी चुलत भावंडे सिनेरिओ लिहिणे, कादंबरी लिहिणे वगैरे करून लहानांची अनुकरणप्रियता अमलात आणत असू.

या घरात वडील आजारी झाले. शिकारीला गेले असताना त्यांच्या पायात काटा गेला. त्याचे मोठे कुरूप झाले व पायावर शस्त्रक्रिया करून ते काढून टाकावे लागले. बैठकीच्या खोलीत त्यांच्यासाठी पलंग टाकला होता. अनेक दिवस ते झोपून होते. मित्रमंडळी भेटायला येत. या काळात त्यांच्या पलंगासमोरील भिंतीवरच्या कपाटाच्या वरच्या कमानीत चिमण्यांनी घर केले, अंडी घातली. चिवचिवाट ऐकणारे वडील एके दिवशी आईला म्हणाले, 'पिल्लांचा आवाज आज येत नाही. जरा वर चढून बघ.'

आईने पाहिले आणि ती किंचाळली. चिमण्यांची बाळे मुंग्यांनी खाऊन टाकली होती. या प्रसंगावरची कथा त्यांच्या 'घरदार' कथासंग्रहात पुढे प्रकाशित झाली.

या घरात उंदीर शिरला, त्याने धुमाकूळ घातला. वडील काठी घेऊन त्याच्या पाठी लागले. उंदराऐवजी घरातल्या अनेक गोष्टींना काठीचा तडाखा बसला. मोडतोड झाली आणि अखेरीस उंदीर न्हाणीघराच्या खिडकीतून बाहेर सटकला. त्यावरही त्यांनी लिहिले आहे.

घराभोवती आईने बरीच बाग केली होती. पाठीमागून रेल्वेलाइन होती. कोणती गाडी गेली त्यावरून आम्हाला किती वाजले याचा अंदाज करता येऊ लागला. रेल्वे लाइनीच्या मागे शेतकी कॉलेजची शेती होती. वडील त्यांचा आवडता कुत्रा 'तैमूर' (हा किंचित लंगडा होता.), दोघे शेतकी कॉलेजमध्ये नेमाने फिरायला जायचे.

या घराला खूप मोठी बाथरूम होती. वडील शिकार घेऊन येत. स्वतः बाथरूममध्ये साफ करीत. मी ते सारे ऑपरेशन कुतूहलाने शेवटपर्यंत पाहात बसे. ससे, हरिण, मोर... अनेक पक्षी त्या घरात शिजले.

बेडरूममध्ये वडिलांचे लिखाणाचे टेबल होते. बऱ्याचदा ते जेवणाच्या टेबलापाशी लिहीत बसत. टेबललॅम्पच्या उजेडात ते रात्री खूप उशिरापर्यंत लिहीत बसलेले असायचे. ज्या दिवशी लिहिताना दिसायचे नाहीत, त्या दिवशी कॉटवर झोपून वाचत बसायचे. मला झोप लागायची. वाचन संपवून ते दिवा कधी बंद करायचे, हे पाहिल्याचे मला कधीच आठवत नाही.

वडिलांनी प्रकाशकांकडून ऋण काढले. त्यांच्या काही पुस्तकांना मिळालेल्या सरकारी पारितोषिकांचे पैसे – सारे एकत्र करून त्यांनी एरंडवणा भागात ५,५०० चौ. फूट

प्लॉट घेऊन टाकला. घर बांधायचा विषय निघाला, तेव्हा म्हणाले, 'काय करायचे बांधून? पुढे कुणाला तरी जाणार. वारस कुठे आहे?'

पण घर बांधायचे त्यांचे नक्की झाले. त्यांनी विचार का बदलला ते कधी सांगितले नाही, पण म्हणाले, 'ग्रामीण लेखकाचे घर वाटावे असे घर बांधायचे.'

त्यांचे मित्र बडोद्याचे श्रेष्ठ वास्तुशिल्पी व 'किमया' पुस्तक लिहिणारे लेखक माधव आचवल यांनी डिझाइन्स दिली. छोटेसे लाकडी मॉडेल करून दिले. उतरत्या छपराचा, भल्या थोरल्या खोल्यांचा व तेवढ्याच मोठाल्या खिडक्यांचा तो बंगला होता. आचवलांच्या भाषेत त्याला खूप 'फ्लोटिंग स्पेस' होती. बांधकाम सुरू झाल्यामुळं घरी पैशाची ओढाताण थोडी जाणवे. त्यातच वडील परदेशी गेले. आईला दिवस गेले होते. माझे भावंड येऊ घातले होते. बांधकामावर देखरेख करण्यास कुणी जाणे आवश्यक होते. माझे वय अवघे दहा वर्षांचे होते. बाँबे-पूना रोडवरच्या काळ्यांच्या बंगल्यातून आई रोज एरंडवण्यास बांधकामाच्या देखरेखीस मी जाई. मी शाळेतून घरी जायची तर, खिडकीत दूध व काहीबाही खाणे ठेवलेले असे. ते घेऊन मी खेळायला जायचे ते अंधार पडल्यावर आई परतेपर्यंत. फक्त एकदा ती मला बांधकामावर घेऊन गेली. 'असे काय हे घर?' असे मला ते अर्धवट उघडे बोडके बांधकाम पाहून वाटले.

एके दिवशी घरी आई-वडिलांची चर्चा चालू झाली – वास्तुशांत कधी करायची याबद्दल – आमचे घर पूर्ण झाले होते.

सारा माडगूळकर परिवार वास्तुशांतीस हजर होता. घराचे कौतुक पै-पाहुणे सारे-सारे जण करत होते.

घरात मला एक स्वतंत्र मोठी खोली होती. एक मोठी बेडरूम, प्रचंड मोठा हॉल, स्वयंपाकघर – त्यात एक कोरीव काम केलेला सिमेंटचा देव्हारा, घरामागे तुळशीवृंदावन, सर्वांत छान होती वडिलांची अभ्यासिका.

या अभ्यासिकेत भिंतीवर चित्रकार डेंगळेंनी जलरंगात केलेले वाघोलीचे प्रसन्न वाटणारे खूप मोठे म्हणजे जवळजवळ ४ फूट लांबीचे व ३ फूट रुंदीचे निसर्गचित्रं. लिखाणाचे मोठे टेबल, त्यासमोर गुबगुबीत 'एक्झिक्युटिव्ह चेअर.' येणाऱ्या प्रत्येकाला आकर्षण वाटते, ते अभ्यासिकेतील ग्रंथालयाचे. हे ग्रंथालय संपन्न आणि सर्वविषयस्पर्शी; त्यातल्या ग्रंथांचे विषय वाचले की, त्या अभ्यासिकेच्या संग्राहकाचे व्यक्तिमत्त्व कसे आहे, हे लक्षात येते. त्यात रोंदाँ, मातिस, व्हॅनगॉग अशा परदेशी शिल्पकार – चित्रकारांची चरित्रे, चित्रे. हेब्बरचे सिंगिंगलाइन्स, वाइल्ड लाइफवरचे अनेक ग्रंथ, जिम कॉर्बेट, डेव्हीड ॲटनबरा, संशोधक टीम सेव्हरीनसारखे लेखक, प्रवासक, संशोधक. गौरी देशपांडेंनी लिहिलेल्या 'अरेबियन नाइट्स'चे भाषांतरित ग्रंथ, टिळकांच्या अग्रलेखांचे व साहित्याचे समग्र ग्रंथ, कोश वाङ्मय, संत

वाङ्मय, वैदिक संस्कृतीवरची पुस्तके, विल ड्युरांटचे ग्रंथ, 'रायटर्स ॲट वर्क' या शीर्षकाचे जगातील साऱ्या साहित्यिकांवरील ग्रंथ, 'प्लेअर्स' नावाचे रंगभूमीवरील अभिनयपटूंवरचे पुस्तक.

सारे-सारे संदर्भग्रंथ अभ्यासिकेत आहेत. लिहिताना कबीराचा एखादा दोहा हवा असेल किंवा बर्ट्रांड रसेलचे एखादे आठवणारे वाक्य पुन्हा नक्की करून घ्यायचे असेल, तर अभ्यासिकेबाहेर जायला नको अशी सारी तरतूद.

ही अभ्यासिका त्यांची आनंदमठी. तिथेच वाचन चालते, लेखन चालते, चिंतन चालते. मित्रमंडळी आली की, काव्याशास्त्रविनोद असे सारे आनंदही इथेच चालतात.

अभ्यासिका अवधी १२ बाय १२ पण खिडक्या मात्र मोठमोठ्या तीन. त्यातून सारा निसर्ग जवळ येतो. खोलीच्या एका खिडकीतून तांबड्याभडक फुलांनी लहडलेला गुलमोहर दिसतो. इतर दोन खिडक्यांमधून, फुलं लागत असणारा बहरलेला प्राजक्त आणि पांढरा चाफा दिसतो. सारी झाडे खूप मोठी झाली आहेत. पहाटे अनेक पक्ष्यांचे कूजन त्यावर ऐकू येते.

घराच्या पुढे हिरवळ आहे. विशेषच पाहुणे आले किंवा वडिलांचा मूड असला की, त्या पाहुण्यांसमवेत हिरवळीवर गप्पा आणि भोजन रंगते.

भोवतालच्या बागेत चिक्कू, पेरू, सीताफळ, रामफळ, केळी, नारळ गुण्यागोविंदाने वाढतात, फळांवर येतात. त्यांची फळे खाऊन सारे घरदार तृप्त होते.

हे घर शहरापासून दूर शांत जागी एरंडवण्यात आहे म्हणून १९६०मध्ये वडिलांनी ते बांधायचे ठरवले. आज घरापुढून गजबता डांबरी रस्ता झाला आहे. शेजारीपाजारी सिमेंटच्या उंच इमारती घराला गुदमरून टाकू लागल्या आहेत. जे बंगले सभोवती होते, ते वेगाने बिल्डरला विकले जाताहेत, पाडले जाताहेत. त्यांचा प्रचंड धुराळा. पुन्हा त्या बंगल्याच्या जागी मोठी अपार्टमेंट्स उभी राहतात, बांधकामाची ठाकठोक चालूच राहते.

अमेरिकेचा थोर कवी 'वॉल्ट व्हीटमन' डोक्यावरून सतत जाणाऱ्या विमानांच्या आवाजामुळे फार अस्वस्थ झाला. त्याने प्रेसिंडेटलाच पत्र पाठवले की, कवीच्या मस्तकावरचे आभाळ शांत असू द्या आणि विमानमार्ग बदलला गेला. थोर जर्मन तत्त्वज्ञ आर्थर शॉपेनहॉवर म्हणाला की, 'माझ्या विचारांची लगोरी' एकावर एक चढवत जातो आणि तेवढ्यात रस्त्यावरून जाणाऱ्या घोडागाडीचा चालक घोड्यावर काड्‌कन चाबूक ओढतो. तो कडाड्ऽ काड्ऽ आवाज वातावरण चिरत जातो, माझ्या विचारांची लगोरी ढासळते.'

वडीलही 'अक्षर' बंगल्यात शांतता मिळत नाही म्हणून वैतागले. रहदारी, बांधकामे यांनी पार हैराण झाले. संवेदनशील माणसाला आवाजाचे वावडे असते. प्रतिभावंतास आवश्यक असलेली एकाग्रता आता एरंडवण्याच्या घरात मिळेनाशी

झाली आहे.

थोरोचे जसे 'वॉल्डन' होते, तसे एक वॉल्डन वडिलांच्या मनातही कायम असावे. त्यांनी पुणे शहरापासून दूर पंधरा-एक किलोमीटरवर एक एकर जमीन घेतली, त्यात २०० फळझाडे लावली, शेती केली, शाकभाजी केली. त्या एका एकरावर एक फार्म-हाउस उभारले आहे. तिथल्या खारी, तिथली कलिंगडं, तिथले जिणे यावर ते लिहितात. शहरातले घर सोडून धायरी गावाच्या रस्त्यावर डोंगराच्या कुशीत, भोवताली इतर शेतकऱ्यांची हिरवीगार शेते असलेल्या स्वच्छ, शांत वातावरणात आयुष्याच्या संध्याकाळी त्यांनी पुन्हा एक घर उभारले आहे.

मी पाहिले नाही, पण आई-वडिलांकडून ऐकले – माझ्या जन्माआधीचे त्यांचे घर कसे होते ते. मुंबईत दादर स्टेशनजवळ माधववाडीच्या चाळीत पहिल्या मजल्यावर सर्वांत शेवटी १० बाय १०ची एक खोली होती. उंदीर व ढेकूण तिथले जुने रहिवासी होते. ही खोली चाळीच्या सार्वजनिक संडासाजवळ होती.

या घरात त्यांनी वळकटीवर कागद ठेवून चटईवर मांडी घालून बसून आपली लिखाणाची कारकिर्द सुरू केली. घरात रात्री शांत वातावरण असते, कुणी त्रास देत नाही. एकाग्रता होते, म्हणून आयुष्यभर कायम रात्रीच लेखनकाम करणाऱ्या वडिलांनी या माधववाडीच्या चाळीत मात्र नाइलाजाने फक्त दिवसाच लेखन केले, कारण रात्री त्यांना दिवा परवडत नसे आणि ढेकूण चावून हैराण करत.

माधववाडीच्या बकाल चाळीतल्या एका अंधाऱ्या खोलीच्या घरापासून ते मोहनतारा... काळ्यांचा बंगला... स्वत: बांधलेला 'अक्षर' बंगला आणि धायरीचे शेतातले घर असा त्यांचा घरांचा आलेख आहे. घर म्हणजे फक्त सिमेंट, विटा, चार भिंती आणि खिडक्यादारे नव्हेत. या प्रत्येक घराला स्वत:चे रूप, रंग आणि गंध होता. स्वत:चे व्यक्तित्व होते, स्वत:ची संस्कृती होती. प्रत्येक घराला त्या घराच्या रसिक लेखक मालकामुळे लाभलेले आगळे-वेगळे घरपण होते.

ललित (एप्रिल, १९९३)

धांडोळा दोन पातींचा

गदिमांची प्रतिभा – काव्य, कथा, शाहिरी काव्य, संगीतकाव्य आणि गीतांनी मोहरत होती.
'धाकटी पाती' डोक्यावर फारशी ओझी न घेता मनाजोगतं आयुष्य जगण्याच्या नादात छंद जोपासत राहिली.
आभाळात वीज लवलवावी तशी व्यंकटेश माडगूळकरांची प्रतिभा लवलवत राहिली....
अतिशय प्रतिभावान अशा या दोन भावंडांनी स्तिमित करणारी अजरामर अशी निर्मिती केली....

टिकलीएवढा गाव. वस्ती हजार-बाराशे. चांदीच्या कमरपट्ट्यासारखा गावाभोवती वळसेदार वाहणारा ओढा. प्रचंड विस्तारलेले हिरवेगार निंबाचे आठ-दहा महावृक्ष हे गावचं हिरवं धन... बागशाही. चिंच, पिंपळ, बेल यांची तुरळक वस्ती. धाब्याची घरं. काडाने शेकारलेली छपरं. घरापुढं आड, अंगणात मातीची तुळशीवृंदावनं. घरं संपली की, चारही दिशांना काळी-तांबडी जमीन. बागाईत कमी जिराईत जास्त. सारा सपाट मुलूख. डोंगर-टेकडीचे अस्तित्व पार क्षितिजापर्यंत दिसत नाही, त्यामुळे वाऱ्याला सारं रान मोकळं. माणूस घेऊन भणाणत जाईल, असलं वारं. या वाऱ्याच्या जोडीला बेताचा पाऊस, उन्हाचा मात्र सुकाळ, त्यामुळे सांडपाण्याची डबकी, वाहती गटारं यांची अकवळा गावावर कधीच नसायची. सारं लख्ख अन् स्वच्छ.

गावात दोन धर्मांची आणि बऱ्याच जातीपातींची माणसं. चार घरं मुसलमानांची, काही घरं ब्राम्हणांची, बारा बलुतं अन् बाकीची वस्ती कुणब्याची. गावात वाणी नव्हता. आठवड्याचा बाजार-बाजारहाटीसाठी रोख पैसे देण्याऐवजी धान्य, भाजीपाला, कोंबड्या, अंडी, कोकरू-बकरी असं नेऊन त्याची विक्री करून आलेल्या पैशांत

बाजार करायचा. पाऊस कमी, त्यामुळे गावची आर्थिक परिस्थिती बेतास-बात.

गावाच्या पूर्वेला खंडोबाचे जुने देऊळ. चंपाषष्ठीला त्याची यात्रा भरायची. गावचा मांग- वाघ्या लंगर तोडायचा. खोबरं-गुलाल उधळला जायचा. हलवाई, मजेरी, व्यापारी अशी पालं पडायची. आम्हा भावंडांना लहानपणी या जत्रेला आवर्जून नेलं जायचं. खंडोबाच्या जत्रेप्रमाणेच पिराचा उरूसही व्हायचा. कुस्त्यांचा फड व्हायचा. गावचा म्हणून जसा रामजन्म होई, तसाच हनुमानजन्म साजरा होई. त्याच उत्साहात मुसलमानांचा ताबूत निघे. अलाव्याभोवती अठरापगड जातींचे लोक नाचून हैदोस-धुल्ला घालत. बेंदराच्या दुसऱ्या दिवशी सारा गाव कुरणात शिकार खेळायला जाई. माझे वडील शहरात स्थायिक झाल्यावरही वर्षानुवर्षे बेंदराला गावी जात. शिकारीसाठी तात्या येणार म्हणून सारा गाव आतुरतेने वाट पाही. गावातल्या चार ब्राह्मण घरांपैकी एक घर दिगंबर कुलकर्णींचं. या पिढीत वतन गेलं होतं. कुलकर्णीपणा संपला होता. नाही म्हणायला घरदार होतं. शेतीची कष्टाअभावी पडझड झाली होती. विहिरी पडल्या होत्या, शेतजमिनीची नांगरट काही वर्षांत झाली नव्हती. दिगंबरपंत कुलकर्णी पंतप्रतिनिधींच्या औंध संस्थानात बारनिशी कारकुनाची नोकरी करत होते. धडपड, खटपट त्यांच्या रक्तात नव्हती. दारिद्र्य हात धुवून पाठीस. पत्नी करारी, जिद्दीची आणि कर्तबगार. पतीचा अतिप्रामाणिकपणा पाहून ती संतापे. म्हणे, 'अशानं तुमच्या कपाळाचं दारिद्र्य संपणार नाही' 'व्यंकटेशाच्या मनात मी दारिद्र्य भोगावं असं आहे, त्याची मर्जी!' दिगंबर पंत उत्तर देत. संस्थानाची नोकरी अनागोंदीची. कधी बरी, कधी वाईट. घरचं खावं अन् पंतबाबाची चाकरी करावी अशी गत. कचेरीत जायचं. खर्डेघाशी करायची. मामलेदाराची बोलणी खायची, दुःख गिळायचं. सात अपत्यं, प्रपंचाची काळजी, अठराविश्वं दारिद्र्य आणि दमा याने दिगंबरपंत पार खंगून गेले होते.

या चिमुकल्या गावाचं पोषणद्रव्य अन् भल्या कुटुंबाचं जीवनमूल्य घेऊन कुलकर्ण्यांच्या घरातली दोन पोरं उंच वाढली. पूर्वजांनी ज्या प्रांतात कधी पाऊलही टाकलं नव्हतं, अशा प्रतिभेच्या, साहित्याच्या प्रांतात केवळ प्रवेश करून काही पावलं वाटचाल करून हे दोघं थांबले नाहीत, तर आपापली निशाणं दोघांनी घट्ट रोवली, फडकवत ठेवली. दोघांच्या मातीचा रंग एकच. जन्मही एकाच आई-वडिलांच्या पोटी. दोघांच्या माथ्यावर प्रतिभेचा वरदहस्तही तसाच दणकट, पण तरीही या दोन पातींच्या, दोघांच्या वाटा मात्र वेगवेगळ्या होत्या. थोरली पाती कविश्रेष्ठ म्हणून महाराष्ट्राला वंदनीय, तर धाकटी पाती ग्रामीण कथेचे जनक, कादंबरीकार, निसर्ग अभ्यासक म्हणून ज्ञात.

आपल्या निर्मितीप्रक्रियेबद्दल सांगताना व्यंकटेश माडगूळकर म्हणतात, 'लेखक वास्तवाच्या लहान डहाळीवरून उड्डाण घेऊन कल्पनेच्या एका वेगळ्या राज्यात

शिरतो, तिथून काही गोळा करून परत वास्तवाच्या जगात येतो. आणलेले जिन्नस, आपलेच असे एक रसायन शिंपडून इतके खरे करतो की, दुसऱ्याला ते अगदी पटतं. त्यांची हृदये हेलावून जातात, चकित होतात,' (अध्यक्षीय भाषण – सोलापूर जिल्हा साहित्य संमेलन, मंगळवेढा –१९५६.) तर गदिमा आपल्या निर्मितीकडे पाहताना सांगून जातात –

> 'ज्ञानियांचा वा तुक्याचा
> तोच माझा वंश आहे,
> माझिया रक्तात थोडा
> ईश्वराचा अंश आहे'

'कविता स्फुरणे आणि कळणे या दोन्ही क्रिया काळजातून संभवतात. आमची कविता संतकवींची आहे. संस्कृत साहित्यातील ऋषिमुनींची आहे. वेदसंहितेत, उपनिषदांत व महाकाव्यांत कवीला ज्ञाता मानले आहे. 'प्रतिभा ही देवदत्ता आहे', असे मी मानतो.' (गोमंतक मराठी साहित्य संमेलन – अध्यक्षीय भाषण, म्हापसे, गोवा, मार्च, १९६५).

गदिमांनी – या थोरल्या पातीने, वडिलांचा सारा संसार मोठ्या मुलाच्या घरातील कर्त्याच्या भूमिकेतून वर्षानुवर्षे पेलला. वडील म्हातारे झाले. त्यांची नोकरी गेली. आई सदैव आजारी. घरात खूप भावंडं. आई-वडिलांची थकली आयुष्यं त्यांच्याच अश्रुधारेत वाहवटीला लागलेली होती. भावंडांना उपास पडू लागले. त्या वेळी मॅट्रिक परीक्षा नापास झालेले गदिमा अप्पा लाड, नाथा लाड, नाना पाटील यांच्या सहवासात आले, 'आपण देशासाठी बलिदान केले पाहिजे, गृहप्रपंच सारेच करतात, मला हुतात्मा व्हायचे आहे,' या विचाराने झपाटले गेले. या काळात रांगत असलेली त्यांची कविता एके दिवशी उठून पायावर उभी राहिली.

> 'देशार्थ जगेन। देशार्थ मरेन।
> देशार्थ करीन। सर्वदान....'

घरची परिस्थिती चिघळली, अन् स्वतःची आवड बाजूला ठेवून गदिमांनी नोकरी पत्करली. धाकट्या भावंडांना माडगूळसारख्या लहान खेड्यातून स्वतःच्या घरी पुण्यात आणलं, त्यांना शिकवलं. महाविद्यालयीन शिक्षण घ्यायला लावलं. 'पोस्ट ग्रॅज्युएट' केलं. माडगूळसारख्या छोट्या खेड्यात शाळेत 'व्हर्नाक्युलर फायनल' म्हणजे सातवीपर्यंत शिकण्याची केवळ शक्यता असलेल्या या भावंडांना त्यांच्या 'अण्णां'मुळे उच्च शिक्षण घेता आलं. त्यांचे 'संसार' या थोरल्या भावाने

उभारून दिले.

गावाकडची थोडीशी शेती त्यांच्या पाठचे बंधू भालचंद्र मास्तर करायचे. पावसाचा कायम रोष. जमीन कमी कसाची. वडील कायम नोकरीच्या गावी हिंडले, त्यामुळे रानात ढेकळे, बाभळी, नेपती, रुई... खंडाने लावलेल्या जमिनीची आबाळच झाली होती. गावातल्या त्या जमिनीसाठी गदिंनी त्याच्या मिळकतीचा कितीतरी ओघ गावाकडे वळवला. गावात मळा विकत घेण्यासाठी, विहिरी खोदण्यासाठी, शेतीसाठी वर्षानुवर्षे भालचंद्र मास्तरांना ते पैसे देत राहिले. स्वत:च्या प्रपंचाचा गाडा ओढत वडिलांचा प्रपंचही सांभाळत राहिले. प्रपंचाच्या लिगाडात आणि आर्थिक विवंचना करताना माझी प्रतिभा कचकड्यासारखी विकावी लागली, याचा विषाद त्यांच्या लेखनातून कधी-कधी व्यक्त होतो.

‘जायचे होते ते गाव,
कुणास ठाऊक कोठे आहे
थांबून मात्र चालणार नाही,
सोबतीला काही पथिक आहेत
त्यांचा भरिभार माझ्यावर आहे,
मी असाच चालणार आहे
मुखी येईल ते गाणार आहे’

हा त्यांचा बाणा होता. या साऱ्या भरिभारात आपल्या शक्ती नासवूनही गदिमांची प्रतिभा काव्य-कथा, शाहिरीकाव्य, संगीतकाव्य आणि गीतांनी मोहरत होती. ‘गीतगोपाल’, ‘गीतरामायणा’सारख्या निर्मितीची भव्य लेणी घडत होती.

धाकटी पाती डोक्यावर फारशी ओझी न घेता मनाजोगतं आयुष्य जगण्याच्या नादात छंद जोपासत राहिली. चित्रकला, शिकार, बेचाळीसच्या लढ्यात भाग अशा अनेक परींनी आपल्याला नेमकं काय करायला आवडेल, याचा शोध घेणं चालू होतं. आणि या शोधयात्रेत मध्येच जाण आली की, सगळ्यात प्रथम लेखन, बाकी सर्व दुय्यम. वाटेत येणारी कोणतीही गोष्ट घट्ट मनानं बाजूला सारायची. साऱ्या शक्ती केवळ स्वत:च्या निर्मितीमध्ये एकवटल्या. निर्मितीचा धगाटा धगधगत राहिला, त्यात अनेक आहुती पडल्या. निळ्या आभाळात वीज लवलवावी तशी व्यंकटेश माडगूळकरांची प्रतिभा त्यामुळे लवलवत राहिली. ‘माणदेशी माणसे’, ‘बनगरवाडी’, ‘करुणाष्टक’ आणि ’सत्तांतरा’सारखे साहित्य भाल्याच्या पात्यासारख्या साऱ्या शक्ती एकाच दिशेने झेपावताना निर्माण होत होतं.

अतिशय प्रतिभावान अशा या दोघा भावंडांनी स्तिमित करणारी अजरामर अशी

निर्मिती केली. एकाच मातीतले त्याच वातावणात रुजलेले हे दोन वेल गगनावेगी गेले, पण दोघांचं वाढणं, पसरणं, बहरणं आणि गंधमय होणं, अगदी वेगवेगळ्या जातकुळींचं कशामुळं झालं?

गदिमा आणि व्यंकटेश माडगूळकर माण देशातल्या एका अज्ञात खेड्यात एकाच आईच्या पोटी जन्माला आले. चौकोनी आकाराचं साठ-सत्तर खणांचं घर, उजवीकडे तुका कंडऱ्याचा शेजार, मागे तुळशीराम पाटलाचा वाडा, समोर रामा नसल्याची वाडी आणि वरच्या बाजूला रामोशी वाडा अशा शेजारपाजारांत हे देशस्थ ब्राह्मणांचं घर उभं होतं. सत्शील, प्रेमळ वडील आणि तेवढीच प्रेमळ, पण करारी आई यांच्या सहवासात लहानपण गेलं. टिकलीएवढ्या गावात दहा-वीस लिहिणारे वाचणारे होते, पण त्या वाचनाला रसिकतेचा वारा नव्हता. व्यवहार आणि परमार्थसाधना एवढीच त्यांच्या वाचनाची व्याप्ती होती. लेखणीचा निर्मितीशी सुतराम संबंध नव्हता. वडील रंगवून सुरेख गोष्टी सांगायचे. घरात पोथ्या, पुस्तकं होती. संतांच्या वचनाचे पाठ दळण-कांडण करताना आईच्या मुखातून कानांवर पडायचे. आदित्य राणूबाईच्या कहाण्या, अनेक कथा तिच्या तोंडून ऐकल्या. देवळात हरिकथा ऐकल्या. पटांगणात गोंधळ, जागर, सोंगी, भारूड, भेदिक, लळितं ऐकली. रामदासी, भोरपी, बाळसंतोष, वासुदेव असे फिरस्ते दारी येत. साधुसंतांचे बोल गाण्यातून ऐकवत. वडिलांबरोबर त्यांच्या नोकरीच्या गावी भावंडं शिक्षणासाठी राहिली. तिथे आईबरोबर त्यांनी असंख्य कथा-कीर्तनं ऐकली, यातून शब्दांचं, संपन्न संस्कारांचं मराठी बाळकडू दोघांना प्राथमिक शिक्षणाबरोबरच मिळालं.

माध्यमिक शिक्षणाच्यावेळी मात्र या दोन भावंडांच्या वाटा वेगवेगळ्या झाल्या. गदिमा पंतप्रतिनिधी या कलाप्रेमी राजाच्या औंध संस्थानातल्या औंध हायस्कूलमध्ये दाखल झाले. विद्या मोफत होती. अन्नही विनामूल्य होतं. बोर्डिंग विनामूल्य होतं. शाळेचे विद्यार्थी हे राजाचे सगळ्यात जवळचे आप्त. मुलांवर कुसंस्कार होऊ नयेत, याची राजा फार काळजी घेई. जगदंबेच्या देवळात राजाच एखादा सिनेमा मुलांना दाखवे. राजा दूरच्या प्रवासाला गेला की, त्या प्रवासाचे चलत्‌चित्रपट तयार करून तेही जगदंबेच्या मंदिरात दाखवी. सूर्यनमस्कार, गीता-पठणाचे शाळेत रोज तास असायचे. संस्कृतचे पाठांतर नियमाने होई. धार्मिकतेचे संस्कार मुलांवर केले जात. या राजाला पुराणांचे, संस्कृतचे, साहित्याचे अत्यंत प्रेम. महाभारत, रामायण हे त्याचे आवडते ग्रंथ. या राजाबद्दल गदिमांना विलक्षण आदर आणि प्रेम वाटे. कोवळ्या घडणीच्या वयात या राजाच्या संस्थानातल्या शाळेचा, राजाच्या विचारांचा आणि मूल्यांचा विलक्षण प्रभाव त्यांच्यावर पडला. महाकाव्ये, संतकाव्ये, पंतकाव्ये यांचे संस्कार याच वयात त्यांच्यावर झाले. भाषा प्रासादिक, संस्कृतप्रचुर आणि ताकदवर झाली. याच काळात ते शाळेच्या 'विनय' मासिकात कथा, कविता, लेख

लिहू लागले.

गदिमांनी शाळेच्या गणेश उत्सवात गुरुदक्षिणा नाटकात वक्रदंताची विनोदी भूमिका केली होती. हा प्रयोग पाहायला औंधचा राजा आला होता. यांच्या प्रवेशाला तो एखाद्या लहान मुलासारखा खदखदून हसला. दोन-चारदा 'वाहवा' म्हणून ओरडून त्यानं टाळ्या पिटल्या. अभिनयाचं बक्षीस देतेवेळी त्यांना म्हणाला, 'बाळ तू टॉकीत (बोलक्या सिनेमात) जा. शिकला नाहीस तरी चालेल.' गदिमांनी त्यांना देवप्रिय असलेल्या या राजाचा आदेश पहिली नोकरी धरण्याच्या वेळेपासून पाळला. शिक्षण सोडून ते क्रांतिकार्यात पडले. घरचं दारिद्र्य भयंकर चिघळलं. वृद्ध आई-वडील आणि भावंडांची अवस्था पाहून जीव तिळतीळ तुटू लागला. आई-वडिलांना धीर देऊन त्यांनी भावंडांच्या पालन-पोषणाची जबाबदारी घेतली. त्यांनी नोकरी धरली, ती कोल्हापूरात 'हंस पिक्चर्स' या चित्रपट संस्थेत. पुढे त्यांनी शंभराहून अधिक चित्रपटांची कथा, पटकथा-संवाद आणि गाणी लिहिली. मराठी चित्रपटसृष्टीच्या सुवर्णकाळात 'गदिमा' हा परवलीचा शब्द झाला.

औंधच्या शाळेतून गदिमा सुट्टीसाठी घरी जात. आईबरोबर मारुतीच्या देवळात त्यांनी श्रीधरस्वामींच्या रामविजय, पांडवप्रताप या पोथ्यांचं वाचन ऐकलं. समईचा पिवळा प्रकाश, रसाळपणे केलेलं वाचन, कान देऊन ऐकणाऱ्या म्हाताऱ्या-कोताऱ्या, देवाचं नाव निघालं की, हात जोडण्याची त्यांची लकब... सारं त्यांना प्रिय वाटे. त्या दोन कथांनी त्यांना पछाडून टाकलं. निळ्या आभाळाखाली चांदण्या मोजीत अंगणात पडले, असताना एकाएकी त्यांच्या मनात आलं आपणही श्रीधरांसारखी पोथी रचावी. तशी पोथी रचणं त्याही वयात त्यांना अवघड वाटलं नाही. आई ओव्या रचीत होती. रामाची गोष्ट आपल्याला ठाऊक आहेच... हा विचार मनात कोंब धरून राहिला. या कोंबातच महावृक्षाचं आश्वासन होतं. पुढे आईबरोबर कथा-कीर्तनं ऐकताना त्यांनी दामोदर रिसबूडकरबुवा या कीर्तनकाराची रामावरची कीर्तनं ऐकली. स्वच्छ वाणी, नेटका अभिनय यांच्या साहाय्याने राम-कथेचे निरूपण करताना ते एकदम संगीताच्या राज्यात जायचे. राम जानकीला उद्देशून म्हणाले, असा प्रस्ताव करून ते चटकन रामाच्या म्हणण्याचं गाणं करून टाकायचे. प्रेक्षक थक्क व्हायचे. रामाच्या म्हणण्याचं गाणं करण्याची किमया मनात रुजली.

औंधचे राजे चित्रकार होते. 'चित्ररामायण' नावाचा चित्रसंग्रह त्यांनी तयार केला. अवघे रामचरित्र चित्रांच्या माध्यमातून सांगण्याचा प्रयत्न केला. गदिमांच्या मनालाही या चित्रांचं पुनर्निर्माण करण्याची ओढ होती. रामाची थोरवी, दशरथाचं दुबळेपण, लक्ष्मणाची निष्ठा, सीतेचं दुःख उमगू लागलं. बाळपणी अद्भुत म्हणून आवडलेलं रामायण त्यातल्या मानवी मूल्यांच्या सुखदुःखाच्या अथांगतेमुळे अस्वस्थ करू लागलं. नभोवाणीसाठी सातत्यानं काही लिहिण्याचा आग्रह झाला आणि कातळाखालचा

झरा वर उसळला. दर आठवड्याला एक गीत निर्माण झालं. गदिमा आणि गीतरामायण मराठी माणसाच्या मनात कायमचं कोरलं गेलं.

सरस्वतीचं वरदान असलेल्या या सिद्धहस्त कवीनं शाहिरी वाङ्मय ज्या ताकदीनं लिहिलं, तेवढ्याच लडिवाळपणे शृंगारिक लावण्या लिहिल्या. चित्रपटांसाठी गीतं लिहिताना त्यांची प्रतिभा पापणीच्या पंखात बाळाला झोपवताना ज्या हळुवारपणे अंगाई लिहिते, तेवढ्याच हळुवारतेने –

'स्त्री जन्मा ही तुझी कहाणी,
हृदयी अमृत नयनी पाणी'

लिहून जाते. त्याचबरोबर तटस्थपणे –

'जग हे बंदिशाळा,
कुणी न येथे भला चांगला,
जो तो पथ चुकलेला'

हे तत्त्वज्ञानही मांडते. साऱ्या गीतांमध्ये विलक्षण परिणामकारकता आणि शब्दांचा, प्रतिमांचा सहजोत्साह दिसतो. सगळ्यात भारावून टाकतात त्यांचे अभंग... 'विठ्ठला तू वेडा कुंभार', 'झाला महार पंढरीनाथ'... गदिमांची गीतं सर्व थरांत, सर्व जातींत, महाराष्ट्राच्या घराघरांत, प्रत्येकाच्याच ओठी झाली. गदिमा हे नाव सुशिक्षित, अशिक्षित कोणीही असो, त्याला ज्ञात झालं. ते जनांचे कवी झाले.

माणदेशांत लोककलांत, कीर्तनातून घडत गेलेल्या भाषेवर औंधच्या शाळेत संस्कृतप्रचुर वाङ्मयाचे पैलू पडले. भाषेचं वळण आणि अभिव्यक्ती अभिजात काव्यांशी नातं जोडू लागली. त्यांचा पिंड पारंपरिक पोथ्या-कीर्तनं, पुराण, संस्कृत अभिजात वाङ्मयावर पोसला. ते परंपरावादी झाले. जुनी मूल्यं जतन करत राहिले. पूर्वसुरींनी घालून दिलेल्या लक्ष्मणरेषा त्यांनी कधी ओलांडल्या नाहीत. व्यक्ती म्हणून औंध राजासारखे ते कायम 'शाही' थाटात राहिले. इतरांनाही त्यांनी तसाच आदरसत्कार दिला. त्यांचा सारा मामला भारदस्त बंगाली कादंबऱ्यांतल्या वडीलबंधू असलेल्या नायकासारखा. त्यांचा सारा इतमाम संस्थानिकासारखा. सभोवती आठ-दहा जणांचा दरबार असला की, ते फार आनंदात असत. स्वत:बरोबर पंगतीला बाहेरचे चार जण असले की, त्यांचं आनंदभोजन होई. भाविकता आणि भावनिकता त्यांच्या वागण्या-बोलण्यात जाणवे. व्यावहारिकता त्यांना कधी जमली नाही. ते कायम पैशांच्या विवंचनेत राहिले. कुटुंबावर त्यांनी अपरंपार माया केली. 'तुमचे भार उचलायला माझे खांदे समर्थ आहेत,' हा दिलासा त्यांनी कुटुंबीयांना आणि मित्रांना नेहेमीच दिला.

धाकटी पाती माध्यमिक शिक्षणानंतर आई-वडिलांबरोबर वडिलांच्या नोकरीच्या गावी फिरत राहिली. भिंतीआडच्या शाळेत यांचं मन कधी रमलंच नाही. बिनभिंतीची उघडी शाळा आणि लाखो गुरू! मुसलमानाच्या अब्दुल्या अकबऱ्याकडून हा ब्राह्मणाचा पोर ओढ्यातले मासे दोन्ही हातांचे पंजे टाकून धरण्यात प्रवीण झाला. झाडाच्या ढोलीतली राघूची पिलं कशी काढावीत, रानातल्या जनावरांचा माग कसा काढावा, घोरपडींची बिळं कशी उकरावीत, गलोलीनं पारवे कसे टिपावेत, मधाचं पोळं माशा चावून न घेता कसं काढावं; ही वनविद्या शिकलाच, पण त्याचबरोबर कुणब्याच्या पोरांकडून गुरं वळायला शिकला. महारांच्या मुलांबरोबर शेरडं राखायला आणि रानातला कांगुण्या, कवठं, बोरं, गोंदणी हा रानमेवा कुठं, कोणत्या दिवसांत येतो ते शिकला. न्हाव्याच्या पोराकडून वाळूतली कुस्ती शिकला. शाळेतल्या या खेळगड्यांच्या नादानं उरूस-जत्रा पाहू लागला. जेमतेम सातवी पास केली. यांनी अनेक नाद केले. चित्रं काढावीत म्हणून वाचन करून चित्रं काढू लागले. ड्रॉइंगच्या दोन परीक्षा दिल्या. पुढे वडिलांची पुन्हा माडगूळला बदली झाली. कागद, रंग आणि त्यासाठी लागणारे पैसे साऱ्यांचीच वानवा होती. चित्रं काढणं परवडेना झालं. एव्हाना वडील-बंधू कोल्हापूरात स्थायिक झाले होते. 'कवी' म्हणून त्यांचं नाव झालं होतं. धाकट्या पातीनेही पैसे मिळवण्यासाठी चित्रकलेचा उपयोग करण्याचं ठरवलं.

मैलाचे धोंडे रंगवण्याचं काम केलं. हॉटेलच्या पाट्या रंगवल्या, प्राथमिक शाळेत शिक्षकाची नोकरी केली. किर्लोस्करवाडीला जाऊन एक रुपया रोजावर नोकरी केली. मन कुठंच रमलं नाही. माडगूळला कंटाळा आला की, थोरल्या बंधूंकडे कोल्हापुरास जावं. काही काळानं परतावं असं एकाकी, नीरस आयुष्य चाललं असताना परजातीतल्या मुलीशी विवाह करून वडील बंधूंचाही रोष ओढवून घेतला. खिशात दिडकी नाही, नोकरी-व्यवसाय नाही.

रस्त्यावरचा माणूस-ना घरदार, ना मिळकत, ना कुटुंबाचा आधार, संपूर्णत: एकाकी, निराधार असं आयुष्य वाट्याला आलं. स्वत:चं अस्तित्व टिकवण्यासाठी सतत लढा देणं अटळ झालं.

या एकाकी अवस्थेनं त्यांना स्वयंकेंद्रित केलं. अस्तित्वासाठी दिलेल्या प्रचंड झुंजीमुळे ते इतरांबाबत, कुटुंबाबाबत, कौटुंबिक कर्तव्यांबाबत उदासीन झाले. एक टोकाची अलिप्तता स्वभावात आली, त्याचबरोबर परम कोटीतला व्यावहारिकपणा स्वभावात शिरला आणि टोकदार झाला. त्यांच्या या स्वभावाचे कंगोरे पुढे अधिकाधिक धारदार होत गेले. समाजापासून ते अलिप्त होत गेले. कुटुंबाविषयी त्रयस्थ व तटस्थ झाले.

थोरल्या पातीने वस्तुत: चित्रपटसृष्टीचा राजमार्ग त्यांच्यासाठी खुला केला होता. माडगूळकर या नावाची जादू त्या व्यवसायात झाली होती. केवळ नावही

चलनी नाणं होतं. व्यंकटेश माडगूळकरांना तिथं लेखनासाठी प्रवेश सहजी शक्य होता.

बंधूंनी निर्माण केलेली वाट न चालता धाकट्या पातीनं आपली वाट आपल्याच पायांनी पाडली. कोणासारखं होण्याचा अट्टाहास करून त्यासाठी न खपता स्वत:ला ओळखण्यासाठी ते खपले. अपुऱ्या शिक्षणाची खंत करत न बसता नाना धडपडी करून इंग्रजी शिकले. जगातलं सर्वोत्तम साहित्य मला वाचता आलं पाहिजे, या आग्रहापायी समोर इंग्रजी शब्दकोश ठेवून प्रत्येक शब्दाचा अर्थ लावून, ते एक-एक पुस्तक वाचू लागले. ग. रा. कामत, गंगाधर गाडगीळ अशा इंग्रजी साहित्याचा उत्तम अभ्यास असलेल्या मित्रांनी, त्यांना प्रतिभावंत लेखकांची पुस्तकं आणून दिली. साहित्याची वैश्विक पातळीवरची जाणीव या वाचनातून निर्माण झाली. आपल्या इवल्याशा गावावर, तिथल्या माणसांवर लिहून अजरामर झालेले लेखक त्यांनी वाचले. 'लियाम-ओ-फ्लॅहर्टी', 'जॉन स्टाईनबेक', 'गॉर्की', 'गी द मोपसाँ', 'काल्डवेल'... प्रयत्नपूर्वक केलेल्या या वाचनातून त्यांना स्वत:च्या लेखनाची दिशा सापडली.

गावाकडची माणसं त्यांच्या लेखणीनं समर्थपणे शब्दबद्ध केली. स्वत:ची बोली आणि जगणं घेऊन ही माणसं त्यांच्या लेखणीतून अवतीर्ण झाली. या व्यक्तिचित्रांची फार वाहवा झाली. व्यंकटेश माडगूळकर लेखक म्हणून प्रकाशात आले.

प्रत्यक्ष जीवन जगताना त्या-त्या समाजाच्या संदर्भात सामाजिक प्रश्न, संघर्ष अटळ असतात. कलावंत त्याला साक्षी असतोच. इंग्रजी वाचनानं त्यांची सर्जनशीलता विकसित होत गेली होती. लिखित अक्षरांपलीकडे एक वाचन, समाजमनाचं-जीवनाचं वाचन त्यांनी केलं होतं. 'बनगरवाडी' ही कादंबरी शब्दबद्ध झाली. त्यांच्या साहित्याची भारतीय व परदेशी भाषांमधून भाषांतरं झाली. कथासंग्रह, कादंबऱ्या, नाटकं, प्रवासवर्णनं, निसर्गवाचन... अशी साहित्यनिर्मिती होत राहिली.

या लेखनाला उदंड वाचन, चित्रकला, परदेशी-देशी प्रचंड प्रवास, भारतातल्या बहुतेक साऱ्या अभयारण्यांतलं वास्तव्य आणि हिंडणं याची जोड सततच राहिली.

एकाच कुटुंबातील भावंडांनी नेत्रोद्दीपक यश मिळवणं, हा चमत्कार एकूणच विरळा. १३व्या शतकात ज्ञानेश्वर आणि भावंडांनी प्रतिभेच्या प्रांगणात लीलया विहार केला. त्याच शतकात रामदेवराव यादवाच्या पदरी असणारी नरेंद्र, साल आणि नृसिंहबंधूंनी रुक्मिणी आख्यान, नलोपाख्यान लिहिलं. आज २१व्या शतकात मंगेशकर भावंडांनी संगीतक्षेत्रात भव्य कामगिरी केली. माडगूळकर बंधू याच पंक्तीतले. ही भावंडं एका विशिष्टच क्षेत्रात गाजली. फरक काय असेल तो, प्रतवारीचा! लिहिण्याची, गायनाची जातकुळी एकच. तरीही माडगूळकर बंधूद्वयांची निर्मिती मात्र संपूर्ण भिन्न वृत्तीची झाली.

व्यंकटेश माडगूळकरांनी 'माणदेशी माणसं' हे पहिलं-वहिलं पुस्तक जेव्हा आपल्या वडीलबंधूंना, गदिमांना वाचून दाखवलं तेव्हा कौतुकानं, मायेनं आणि

अभिमानानं वाहणारे अश्रू पुसत ते म्हणाले, 'तात्या, गड्या, साहित्याच्या प्रांतात तुझा झेंडा कायम फडकत राहील. फार मोठा होशील.'

सुहृदापाशी बोलताना त्यांनी खंत व्यक्त केली की, प्रपंचापायी मला माझी प्रतिभा मागणी तसा माल देत कचकड्यासारखी विकावी लागली. आमच्या तात्यानं प्रतिभेशी तडजोड कधी केली नाही. शुद्ध, निखळ साहित्य निर्माण केलं.

प्रसंगी स्वत:कडे कमीपणा घेऊनही धाकट्याचं कौतुक करणारं आभाळाएवढं मन या थोर कवीचं. गदिमा सर्वार्थाने थोरली पाती होते, माडगूळकर घराण्याची.

माडगूळकरांची थोरली पाती आणि धाकटी पाती कुठून आली, कशी जगली, कशी चालली याचा धांडोळा घेतला, तर त्यांनी जे लिहिलं त्यावर प्रकाश पडेल. या दोन भावंडांनी आशयाच्या आणि अभिव्यक्तीच्या वेगळ्या दिशा का निवडल्या याचा उलगडा होईल.

अर्थात एक प्रश्न अनुत्तरितच राहितो. या दोघांकडे एवढी संपन्न, विलक्षण प्रतिभा आली कुठून?

आपले छंद, दिवाळी (२००४)

आमचे कुटुंब

'...माणदेशचा मुलुख वैराण होता. तात्यांचे खेळगडी होते कुणबी, रामोशी, सुतार, न्हावी यांची मुलं. त्यांच्याकडून साधेपणा, निरागसता, जोम ही शैली घेऊन त्यांची भाषा घडली. घरात आदित्य राणूबाईच्या कहाण्या ऐकल्या, देवळात हरिकथा ऐकल्या. पटांगणात गोंधळ-जागर ऐकले... यावर अण्णा आणि तात्यांचा लेखकाचा पिंड पोसला....'

'**मा**डगूळमधल्या आमच्या कुलकर्ण्यांच्या वाड्यात वडीलबंधू गदिमा, भालचंद्र, व्यंकटेश आणि अंबादास ही भावडं जोत्यावर उन्हं खात बसली होती. दारात घोडी बांधली होती. कुलकर्ण्यांना गावोगाव फिरून सारा वसुली करावी लागे, त्यासाठी घोडी लागे. माडगूळ दुष्काळी मुलूख. त्या वर्षीचा दुष्काळ भयंकरच होता. आमच्या रानात गवताचं हिरवं पातंही उगवलं नव्हतं. गदिमा धाकट्याला म्हणाले, 'अरे, अंबादास, घोडी भुकली आहे. कोणाच्या तरी मळ्यावर जाऊन थोडा ओला चारा घेऊन ये आणि तिला घाल.'

अंबादासनं गवत घेतलं आणि तो परत निघाला. तेवढ्यात पारावर बसलेला एक दांडगट तरुण ओरडला, 'अरे बामना, घोडीला चाराबी देता येत नाहीतर घोडी कशाला पाळता?' अंबादासला ते शब्द भयंकर लागले. गवत तिथेच टाकून तो दहा-बारा वर्षांचा पोरगा घराकडे परतला.

'अरे काय झालं? रडतोस का?' गदिमांनी विचारलं. हुंदके देत अंबादासने घडलेलं ते सांगितलं. त्यावर ताड्कन गदिमा म्हणाले, 'गड्यांनो, आपलं सारं रान हिरवंगार होईल, अशी कर्तबगारी पुढच्या पाच वर्षांत आपण दाखवू!'

दुसऱ्या दिवशी गदिमा, भालचंद्र व व्यंकटेश गाव सोडून निघाले आणि खरोखरीच त्यांनी पाच वर्षांत माडगूळची गावातली जमीन, ढेकणाईची जमीन हिरवीगार करून टाकली. शेतं डुलू लागली. कण्या भरू लागल्या, एवढंच नव्हे

तर इंजीनच्या मळ्याची शेतजमीनही गदिमांनी खरेदी केली.

पाच वर्षांत या भावंडांनी केवळ माडगूळची जमीनच हिरवी केली नाहीतर महाराष्ट्राच्या साहित्याचा मळाही हिरवागार केला.'

ही माझ्या थोरल्या चुलतभावानं – श्रीधरनं सांगितलेली गोष्ट. माडगूळसारख्या चिमुकल्या गावात अन् भल्या कुटुंबात जन्माला आलेले माझे काका म्हणजे गदिमा आणि माझे वडील म्हणजे व्यंकटेश माडगूळकर हे दोघं साहित्यिक म्हणून प्रचंड उंचीवर पोहोचले. पूर्वजांनी कधी पाऊलही टाकले नाही, अशा प्रतिभेच्या प्रांतात दोघांनी आपली निशाणे घट्ट रोवली आणि फडकत ठेवली. दोघे एकाच मातीतले, एकाच कुशीतले, दोघे प्रतिभावान तरीही या दोन पातींच्या वाटा मात्र अलग, वेगवेगळ्या. थोरली पाती 'कवी' म्हणून महाराष्ट्राला वंदनीय तर धाकटी पाती 'ग्रामीण कथाकार, कादंबरीकार, निसर्ग अभ्यासक' म्हणून महाराष्ट्राला ज्ञात. दोघांचे वेल गगनावर गेले, पण बहरणं वेगळं....

दोघंही महाप्रतिभेचा वरदहस्त लाभलेले, परंतु प्रतिभेच्या उन्मेषाच्या दिशा अगदी भिन्न.

शब्दाचं, संपन्न संस्कारांचं मराठी बाळकडू दोघांना प्राथमिक शिक्षणाबरोबरच मिळालं, पण माध्यमिक शिक्षणाला या भावंडांच्या वाटा वेगवेगळ्या झाल्या. थोरली पाती (गदिमा) पंतप्रतिनिधी या कलाप्रेमी, संस्कार व संस्कृतप्रेमी राजाच्या संस्थानात दाखल झाली. राजाच्या विचारांचा, मूल्यांचा प्रभाव त्यांच्यावर पडला. महाकाव्यं, पंतकाव्यं, संतवचनं यांचे संस्कार झाले. भाषा प्रासादिकता, संस्कृतप्रचुरता या गुणांवर पोसली गेली. धाकटी पाती वडिलांच्या नोकरीच्या गावी फिरत राहिली. शाळेत मन रमलं नाही, यांची शाळा बिनभिंतीची, निसर्गाची! जन आणि वनविद्या शिकण्यात ते रमले. सातव्या इयत्तेनंतर शाळा सोडली. या काळात ते स्वातंत्र्य चळवळीत गेले, भूमिगत झाले. अण्णांना या धाकट्याचं कौतुक होतं; तात्यांनी परजातीतील मुलीशी लग्न करून त्यांचा रोष ओढवून घेतला, पण थोरल्या पातीची धाकट्या पातीवरील माया कायम होती. त्या काळात अण्णा पुण्यात पंतांच्या गोटात खोली घेऊन राहात होते. एकदा विद्या काकूंनी (गदिमांच्या पत्नीने) अळूच्या वड्यांचा डबा पाठवला. खोलीत अण्णांचे पोरसवदा मित्र (म. गो. पाठक, सदा बापट, सावळाराम, बाबुराव) होते, पण तात्या (व्यंकटेश) नव्हते. अण्णांनी विचारलं, 'व्यंका आला होता का रे?' पाठक म्हणाले, 'नाही.' मग पट्कन उठत वड्यांकडे पाहात अण्णा म्हणाले, 'ज्याला आवडतात त्याच्यासाठी म्हणून मंदीने (गदिमांची पत्नी) पाठवल्या, पण त्याचाच पत्ता नाही. आता आपण संपवू त्या वड्या!'

'ना घर, ना दार, ना कुटुंबाचा आधार' असं एकाकी आयुष्य तात्यांच्या वाट्याला आलं. या अवस्थेनं टोकाची अलिप्तता, संयम, कुटुंबाबाबतची एक

प्रकारची उदासीनता त्यांच्या स्वभावात आली असावी.

अण्णांना सारे कुटुंबीय जवळ हवे वाटत. त्यांनी भावंडांचं शिक्षण केलं, विवाह केले. वडील-आई त्यांच्याकडे वारंवार येत, राहात. त्यांनी वडिलांचा आणि स्वत:चा प्रपंच सांभाळला. आम्हा साऱ्यांनाच अण्णा घरातले सगळ्यांत वंदनीय आणि सर्वार्थानं 'थोरली पाती' वाटायचे. त्यांनी कौतुक करावं, असं आम्हा भावंडांपैकी प्रत्येकाला वाटायचं.

पुढची पिढी त्यांच्या पिढीइतकीच कर्तबगार व्हावी हे त्यांचं म्हणणं, पण एकदा खिन्न होऊन ते आम्हा भावंडांबद्दल म्हणाले,

'बुडा बंस कबीरका उपजा पुत्र कमाल।
हरिके सुमीरण छांड के घर ले आया माल।।'

तात्या मात्र कुटुंबकबिल्यात अण्णांसारखे समरस कधी झाले नाहीत. स्वयंप्रज्ञेने त्यांनी निवडलेली वाट ते एकाकी चालत राहिले. वाचन, प्रवास, जंगलातून हिंडणं, चित्रं काढणं, अनुभव घेणं, चिंतन यांतून स्वत:ला लेखक म्हणून अधिकाधिक संपन्न आणि सामर्थ्यवान करत राहिले. घरापेक्षा ते निसर्गात आणि त्यांच्या निर्मितीत अधिक रमले.

अपरंपार मायेनं, पण त्याचबरोबर कमालीच्या दारिद्र्यानं भरलेल्या घरात अण्णा, तात्या व अन्य भावंडं वाढली. माणदेशातला वैराण मुलूख होता. तात्यांचे खेळगडी होते – कुणबी, रामोशी, महार, सुतार, न्हावी यांची मुलं – त्यांच्याकडून शेरडं राखणं, मासे धरणं, राघूची पिल्लं काढणं, गलोलीनं पारवे मारणे ते शिकले. त्यांच्यात शिकारीचा छंद जोपासला गेला. त्या साऱ्यांकडून साधेपणा, निरागसता, जोम ही शैली घेऊन त्यांची भाषा घडली. घरात त्यांनी कहाण्या ऐकल्या. देवळात हरिकथा ऐकल्या. पटांगणात गोंधळ-जागर ऐकले, सोंगी भेदिक, भारूड, तमाशा, लळित ऐकलं. यावर अण्णा आणि तात्यांचा लेखकाचा पिंड पोसला. आईसाठी नागोबा, बैल अशी मातीची चित्रं बनवताना त्यांच्यामधला चित्रकार जागा झाला.

या साऱ्यांच्या आठवणी ऐकत मी लहानाची मोठी होत होते. एकदा शाळेमधून मी घरी येऊन तात्यांना विचारलं, 'तुम्ही लेखक का झालात?' तात्या बारीक डोळे करून हसले. म्हणाले, 'खरं तर मला चित्रकार व्हायचं होतं. किन्हईच्या वाड्यातली सुंदर चैलचित्रं पाहून मी ठरवून टाकलं की, मी प्रख्यात चित्रकार होईन, पण चित्रकार होण्यासाठी महागडं साहित्य लागतं, रंग लागतात, ब्रश, कॅनव्हास लागतो, कुशल शिक्षक लागतो. ते कुठून मिळणार? चार पैशांचा कागद, दोन पैशांची शाई एवढं साहित्य वापरून मी लिहू शकतो. रंगांनी काढावी लागणारी पोर्ट्रेट्स मी शब्दांनी चितारली.'

वयाच्या १७व्या वर्षी त्यांनी पहिली कथा लिहिली आणि वयाच्या अवघ्या विसाव्या वर्षी त्यांची 'माणदेशी माणसं' 'मौजे'त प्रसिद्ध होऊ लागली. या तरुण लेखकाचं फार कौतुक झालं. गावाकडच्या मातीनं या ग्रामीण लेखकाला प्रतिभेचा परीस दिला. माणदेशी माणसांच्या व्यक्तिरेखा अमर झाल्या.

एकीकडे तात्या माणदेशी माणसं, बनगरवाडी अशी प्रतिभालेणी मराठी साहित्यशारदेला चढवत होते, त्याच वेळी गीतरामायणासारखी मराठी मनावर अधिराज्य करणारी रचना अण्णांनी निर्माण केली. आपल्या चित्रपटगीतांनी लाखो मनांवर मोहिनी घालून संपूर्ण महाराष्ट्राला त्यांनी मंत्रमुग्ध केलं.

माडगूळकरांची थोरली पाती आणि धाकटी पाती कुठून आली, कशी जगली, कशी चालली याचा धांडोळा घेतला, तर त्यांनी जे लिहिलं त्यावर प्रकाश पडेल. या दोन भावंडांनी आशयाच्या आणि अभिव्यक्तिच्या वेगळ्या दिशा का निवडल्या याचा उलगडा होईल. अर्थात एक प्रश्न अनुत्तरितच राहतो – या दोघांकडे एवढी संपन्न, विलक्षण प्रतिभा आली कुठून?

लहानपणापासून मी पाहात आले – रात्री निजानीज झाली की, दिवसभर आकाशवाणीत नोकरी करून आलेल्या तात्यांचं लेखन-वाचन सुरू होई. कधी तरी मध्यरात्री मला जाग येई. टेबललॅम्पच्या प्रकाशात पाठीत वाकून लिहीत असलेले तात्या माझ्या पेंगुळलेल्या डोळ्यांना दिसत. सभोवतालचा अंधार आणि हेन्री मूरच्या शिल्पासारखी तात्यांची पाठमोरी आकृती हे नाट्यमय दृश्य मनात कोरलं गेलं आहे.

त्यांच्या ग्रंथालयात परदेशी शिल्पकार-चित्रकारांची पुस्तकं होती. टिळकांचे समग्र ग्रंथ, वेद, उपनिषदं, शांकरभाष्यं, 'वाइल्ड लाइफ'वरचे डेव्हिड ॲटनबरो, जिम कॉर्बेटसारख्यांचे अनेक ग्रंथ, 'रायटर्स ॲट वर्क'चे खंड, अलबी व इतर थोर नाटककारांची नाटकं, विल ड्युरांडचे ग्रंथ... हजारो पुस्तकं. बहुतेकांमध्ये तात्यांची टिपणं आणि खुणा असायच्या.

त्यांनी कथा लिहिल्या, कादंबऱ्या लिहिल्या, ललित लेख लिहिले. लिहीत असले की, तात्या त्या काळात सतत विचारमग्न असायचे. जेवताना मध्येच आईला विचारत – 'मी किती चपात्या खाल्या?'

एकदा माझ्या धाकट्या मुलीने शाळेतून कसलासा फॉर्म आणला. तात्यांनी विचारलं, 'आर्या, काय आहे?'

'शाळेत दिलाय घरून भरून आणायला, पण तात्या, तुम्हाला इंग्रजी वाचता येतं का?

तात्या खदखदून हसले. आर्याचा हा प्रश्न त्यांनी नंतर आम्हाला सांगितला.

अपुऱ्या शिक्षणाची खंत न करता नाना धडपडी करून ते इंग्रजी शिकले. गंगाधर गाडगीळांनी त्यांची प्रतिभा ओळखून उत्तम इंग्रजी लेखकांची पुस्तकं त्यांना

वाचायला आणून दिली. इंग्रजी शब्दकोश समोर ठेवून एका-एका शब्दाचा अर्थ लावून ते पुस्तक वाचून संपवू लागले. आपल्या इवल्याशा गावावर लिहून अजरामर झालेले लेखक 'लियाम-आ-फ्लॅहर्टी', 'जॉन स्टाईनबेक, गॉर्की, मोपसाँ, काल्डवेल त्यांनी वाचले.

आणि एक काळ असा आला की, त्यांच्याच अनेक प्रकारच्या साहित्याची जगभर बऱ्याच भाषांत भाषांतरं झाली. 'बनगरवाडी' इंग्रजी, जर्मन भाषांत आली. 'वावटळ' कादंबरीच्या रशियन भाषांतराच्या अडीच लाख प्रती खपल्या. ती इंग्रजी भाषेतही आली. डॅनिश, फ्रेंच, जर्मन भाषांत त्यांच्या कथा गेल्या. 'शाळा तपासणी' ही त्यांची मिश्कील कथा अतिपूर्वेकडच्या जर्मन भाषेतही गेलेली आहे.

अण्णांच्या पंचवटीच्या वरच्या मजल्यावर त्यांची बैठक होती. भव्य दिवाणखाना, मखमली कोच, शुभ्र पांढऱ्या चादरी असा जामानिमा! बैठक, लोड, तक्के! समोर, लिहिण्यासाठी त्यांचा लाकडी मांड. काचेची सागवानी कोरीव कपाटं. त्या कपाटांमध्ये अनेक लावून ठेवलेले जाडजूड ग्रंथ होते. मला त्याबद्दल नेहमी कुतूहल वाटे. ग्रंथ उंचावर होते. माझ्या हाताला सहजी येणारे नव्हते. गोल, वळसेदार वळण घेत जाणारा चकचकीत पॉलिशचा दरवाजा... सागवानी जिना चढून बैठकीत जाण्याचं धाडस आम्ही सात चुलत भावंडं आणि मी कधी करत नसू. नव्हे, आम्हा चुलत आते, मिळून २३ भावंडांपैकी कुणी कधीच करत नसे.

अण्णा खूप प्रेमळ, कविहृदयाचे, तेवढेच शीघ्रकोपीही होते. एकदा मी गुपचूप वर जाऊन स्टूलावर चढून ते ग्रंथ पाहात होते. 'वाल्मिकी', 'तुलसी' रामायणांच्या व अन्य रामायणांच्या प्रती त्यात होत्या, त्यात अण्णांच्या दाणेदार अक्षरांतली टिपणं होती. अन्य ग्रंथांना हात लावणार तोच लाकडी जिन्यावर पावलांचा दणदणीत आवाज आला. 'बाप रे, पपा (अण्णा)' म्हणत मी स्टूलावरून उडी मारली.

'काय बाबूराव, काय चाललंय?' 'काही नाही पपा...' माझं तत-पप झालं. परीटघडीचा झब्बा, धोतर, जाकीट, खिशाला सोनेरी पेन, भारदस्त अंगलट असे पपा समोर उभे पाहून माझा थरकाप उडाला. 'पुस्तक वाचताय का? अरे वा!' मी तिथं थांबले नाही, पण पपा 'वा', म्हणाले, त्यामुळे मला फार अभिमान वाटला.

अण्णांची भीती वाटे तशी तात्यांची भीती कधी वाटली नाही. माझी एक मजेशीर आठवण आहे.

तात्यांची उंची ५ फूट १० इंच तर आई ४ फूट ११ इंच, त्यामुळे ती स्टूलावर चढे. तात्या मान पुढे करून वाकत. आई त्यांच्या टायची गाठ बांधे. टायची गाठ बांधण्याचा हा गमतीदार प्रकार पाच-सात मिनिटं रोज चाले.

दहाचा टोल पडायला आणि तात्या 'आकाशवाणी'त नोकरीला जायला निघत. माझी शाळेची तयारी चालू असे. त्यांचं व्यक्तिमत्त्व देखणं आणि उमदं होतं. उंचेपुरे,

अंगाने दणकट, रंगाने गोरेपान, कुरळे केस, धारदार नाक, भव्य कपाळ, चमकदार डोळे, पातळ जिवणी. स्वत:च्या दिसण्याविषयी फार जागरूक. त्यांच्या कपड्यांच्या भल्या थोरल्या कपाटाच्या आरशापुढे उभे राहून ते कपडे करत. डबलघोडा – चायना सिल्कचा शर्ट, गॅबर्डिनची मोठ्या बॉटमची पँट, मॅचिंग टाय, ब्रिलक्रीम लावून केस विंचरून, सेंट लावून, परीटघडीचा रुमाल, मॅचिंग मोजे, बूट घालून डायनामो लावलेल्या चकचकीत काळ्या सायकलवरून साहेबी पद्धतीची सनहॅट घालून ते ऑफिसला जायचे.

'आकाशवाणी'चे केंद्र संचालक त्यांच्या लिखाणाबद्दल फार नाराज असायचे. त्यांना फक्त 'नोकरी करणाऱ्या माणसाने २४ तास नोकर म्हणून वागलं पाहिजे,' हा नियम माहीत होता. नियमात बांधून घेणं तात्यांना अमान्य होतं. बाहेर लिहिणं, पुस्तकं प्रकाशित होणं, नाटक-चित्रपट लिहिणं आणि त्याचा पैशांत मोबदला घेणं वरिष्ठांना अमान्य होतं. तात्यांचं म्हणणं, 'मी तुमचं काम चोख करतो, मोकळ्या वेळेत मी माझ्या आवडीची कुठलीही गोष्ट करेन.' वरिष्ठांना हे अमान्य असे. तात्या म्हणत, 'मी माझी 'पर्सनॅलिटी' आकाशवाणीकडे गहाण टाकलेली नाही. तुम्ही माझ्यावर ॲक्शन घ्या.'

'तुम्ही लिहिण्यासाठी परवानगी घेतली आहे का?' असे एका केंद्रसंचालकानं विचारले, 'वाघाला शिकारीसाठी परवानगी लागत नाही, तसा लेखकाला लिहिण्यासाठी परवाना लागत नाही.' असे तात्यांनी उत्तर दिलं. केंद्र संचालक अवाक् झाले.

बोलचालीत त्यांनी ३० वर्षे आकाशवाणीत काढली आणि लेखनही केलं, प्रवास केला, पुस्तकं-नाटकं-चित्रपट लिहिले, शिकार केली, चित्रं काढली.

मला आकाशवाणीवर एका कार्यक्रमात सई परांजपे यांनी बोलावलं होतं. तात्या म्हणाले, 'जाऊ नकोस! तुझे वडील तिथे चाकरी करतात. तुझी कला दाखवायला तुला तेवढंच माध्यम नाही.'

आकाशवाणीवर त्यांनी उत्तमोत्तम कार्यक्रम केले. गावकरी फड गाजवला. अनेक लोककलावंत शोधून आकाशवाणी कार्यक्रमात आणले, त्यांच्यातले 'टॉक सेक्शन' असताना त्यांनी आवर्जून महाराष्ट्रातले किती तरी बुद्धिवंत, विचारवंत, साहित्यिक आकाशवाणीवर आणले. शंकर पाटील, आनंद यादव यांसारखे तरुण लेखक ग्रामीण भागातून आकाशवाणीवर आणले. त्यांच्यातल्या लेखकाला प्रोत्साहन दिलं.

खरं तर अण्णांनी चित्रपट सृष्टीचा राजमार्ग तात्यांसाठी खुला केला होता. 'माडगूळकर' या नावाची जादू या व्यवसायात रुजली होती. 'गदिमा' हे नावच चलनी नाणं होतं. तात्या सहज या व्यवसायात प्रवेश करून नाव कमवू शकले असते. पण तात्या म्हणायचे, 'चित्रपट व्यवसायात माझं मन रमत नाही, पण मी नकार दिला, तर दुसरा कुणी तरी लिहिणारच, मग 'व्हाय नॉट अ डिझर्व्हिंग

पर्सन?' ' 'पुढचं पाऊल', 'मानिनी', 'सांगत्ये ऐका' असे एकूण ३२ चित्रपट त्यांच्या नावे आहेत. कथा, पटकथा, संवाद तात्यांचे आणि बहुतेक चित्रपटांत गाणी अण्णांची!

एकदा मी, आई आणि धाकटा भाऊ जयदेव टी.व्ही.वर एक ग्रामीण चित्रपट पाहात बसलो होतो. तात्या त्यांच्या अभ्यासिकेतून उठून मध्येच आले आणि आमच्याबरोबर चित्रपट पाहत बसले. पाच-दहा मिनिटं चित्रपट पाहिल्यावर म्हणाले, 'वा, काय 'ऑथेंटिक' केला आहे चित्रपट!'

'अहो तात्या, तुमचाच चित्रपट आहे हा!' मी आणि जयदेव एकदम ओरडलो.

त्यांनी स्वत:चे चित्रपट कधी पाहिल्याचं मला आठवत नाही.

'एकदा लिहून दिला की, आपला संबंध संपला' असे ते म्हणत. 'सांगत्ये ऐका' ५५ आठवडे चालल्यावर मात्र ते म्हणाले, 'पाहू या तरी काय आहे, त्यात एवढं चालण्यासारखं!' आणि त्यांनी पहिल्यांदाच स्वत:चा चित्रपट चित्रगृहात पाहिला.

निंबवडे गावी आमची आत्या-अक्का राहत होती. तिचा नवरा शाळा मास्तर होता आणि पोस्टमास्तराचा चार्जही त्यांच्याकडे होता. निंबवड्यातील बरीच माणसं शहरात रोजगार करत होती. मनीऑर्डर्स पाठवीत होती. सर्वांनी पाठवलेली रक्कम अव्वाच्या-सव्वा होई. एकदा अतोनात काळजी घेऊनही घडू नये ते घडलं. पोस्टाच्या मनीऑर्डरची रक्कम चोरीला गेली. रात्री लोखंडी खिडकीचे गज फासकटून चोरांनी आधी एक लहान पोर आत सोडलं. पोरानं आतलं कुलूप फोडून कडी काढली. उघड्या दारातून आत जाऊन रक्कम घेऊन चोरांनी पोबारा केला, मग पहिला संशय आला खुद्द पोस्टमास्तरवरच. या घटनेनं माडगूळकरांचं घर हादरून गेलं, पण चोर सापडला, बालंट गेलं. या घटनेवरून तात्यांनी नाटक लिहिलं – 'देवाच्या काठीला आवाज नाही'. ते रंगमंचावर येण्याआधीच गोष्ट ऐकून वि. गो. नमाडे म्हणाले, 'खडसे, तात्यांचं 'काँट्रक्ट टाईप' करा. आजच सही घ्या. ही गोष्ट आपण चित्रपटासाठी घेतली.'

मधुकर पाठकांनी हा चित्रपट दिदर्शित केला. गाणी अण्णांनी लिहिली. चित्रपटाचं नाव 'मुक्काम पोस्ट ढेबेवाडी' ठेवलं गेलं. तो १६ आठवडे चालला. तात्यांनी लिहिलंय की, 'आज माझ्या संग्रही ढेबेवाडीची पटकथा नाही आणि 'देवाच्या काठीला आवाज नाही' या नाटकाची संहिताही नाही.' तात्या गेल्यावर त्यांचं सारं शिल्लक लिखाण जतन करण्यासाठी एकत्रित करताना मला ही संहिता मिळाली.

आमच्या प्रभात रस्त्यावरच्या 'अक्षर' बंगल्यात मी एकटीच लहान मुलगी. १२ वर्षांपर्यंत घरात दुसरं भावंडं नव्हतं. मला एकटं वाटे, कंटाळा येई. मी मुंबई-पुणे रस्त्यावरच्या अण्णांच्या 'पंचवटी'त वारंवार जाऊन राही. सात चुलतभावंडांत खेळताना 'अक्षर'मध्ये परत यायचं विसरून जाई. काकू माझं फार प्रेमानं आणि

लाडानं सारं करायची – वाटायचं, काकूसारखीच खूप-खूप प्रेमळ आपली आई का नाही? मला ओरडते, रागावते, मारतेसुद्धा.

अण्णांचा लोकसंग्रह दांडगा. राजकीय क्षेत्रातली यशवंतराव चव्हाणांपासून अनेक मंडळी त्यांना भेटायला यायची. हिंदी आणि मराठी चित्रपटसृष्टीतली नजहम नक्वींसारखी बडी मंडळी भल्या थोरल्या गाड्या घेऊन 'अन्नासाब...' म्हणत अदबीनं यायची. नाट्यक्षेत्रातले नटश्रेष्ठ, अभिनेत्री यांची ऊठबस असायची. साहित्यक्षेत्रातले सारे पंचवटीला पंढरीच मानायचे.

आम्हा साऱ्यांना त्यांच्या या वातावरणामुळे अण्णा खूप उंचावर आमच्यापासून खूप दूर वाटायचे. आम्हा भावंडांना कधी-कधी मरीआईच्या देवळापर्यंत मुंबई-पुणे रस्त्याने फिरायला न्यायचे, आइस्क्रीम द्यायचे. कधी शिवाजीनगर स्टेशनपर्यंत नेऊन इराण्याच्या हॉटेलमध्ये खाऊ घालायचे. तो दिवस आम्हाला सणासुदीसारखा असायचा. पपांनी आपल्याला फिरायला नेलं, ते आपल्याशी गप्पा मारत होते, याचं केवढं अप्रुप वाटे, आभाळ ठेंगणं होई, पण एरवी त्यांच्यासमोर जायलासुद्धा आम्ही घाबरायचो.'

त्यांचा संताप आमचा थरकाप उडवायचा, त्यांच्या भावंडांना त्यांच्याबद्दल आदरयुक्त दरारा वाटे. त्यांचे शब्द मला नेहमी मनाच्या श्लोकांसारखे मननीय वाटायचे. एकदा ते म्हणाले, 'सुंदर दिसण्यापेक्षा सुंदर असणं महत्त्वाचं,' त्या शब्दांनी वयाच्या सोळाव्या वर्षी माझ्यावर खूप परिणाम केला. छानछोकी करावी, नटावे, अत्तर लावावं, नेसावं हा सोसच मनातून पुसून गेला. काहीतरी कर्तबगारी दाखवायची जिद्द मनात जागली.

मला अण्णांची एक ठळक आठवण आहे – मी प्राथमिक शाळेत असेन. माडगूळला माझ्या धाकट्या काकाचं लग्न होतं. तात्या परदेशी गेले होते. मी आणि आई माडगूळला लग्नासाठी जायला निघालो, कारण अण्णांनी आईला सांगितलं, 'विमल, तू बाबीला घेऊन श्यामच्या लग्नाला ये.' अण्णांनी आज्ञा केली आणि तिचा अनादर झाला असं कधी झालं नव्हतं. पावसाळ्याचे दिवस होते. ओढे, नाले भरून वाहात होते. एस.टी. कंडक्टरने एका भरलेल्या ओढ्याअलीकडे बस उभी केली आणि उतारूंना सांगितलं, 'इथूनं पुढं बस जाणार नाही.'

आईकडे पत्र्याची ट्रंक होती. आम्ही मायलेकी इतरांबरोबरच खाली उतरलो. बहुतेक सारे नेहमीचे स्थानिक प्रवासी होते. चारही दिशांना पांगले. आम्ही दोघीच उरलो. एका म्हाताऱ्या आजीने आमची चौकशी केली. म्हणाली, 'आता अंधार पडला. रातच्या हितं देवळात मुक्काम करा. सकाळच्याला बैलगाडी बगून देईल माझा ल्योक. मगं पुडला प्रवास बिनघोर करा.'

दुसरा काहीच मार्ग नव्हता. आम्ही ती रात्र देवळात काढली, मी झोपले. आईने

मात्र सगळी रात्र त्या अनोळखी खेडेगावात, त्या अंधाऱ्या देवळात बसून काढली. ट्रंकेत लग्नात घालायला आणलेले सोन्याचे दागदागिने होते. ट्रंक चोरीला जाईल या भीतीने ती रात्रभर त्या ट्रंकेवर बसून होती. सकाळी आम्ही बैलगाडी करून माडगूळला पोहोचलो.

लग्नाचा दिवस उजाडला, आई तशी कुणात फारशी मिसळली नाही. संकोचून बाजूबाजूला राहिली. लग्न लागलं, पंगती बसल्या. आई वाढायला आली नाही. घरातल्या बाकी सगळ्या स्त्रिया पंगत वाढत होत्या. माझी आई मराठा. ब्राह्मणांच्या लग्नात आपला वावर, आपलं पंगतीत वाढणं कसं खपवून घेतील, म्हणून ती धास्तावली होती. अण्णांच्या ते लक्षात आलं. ही परजातीतली मुलगी सून म्हणून घरात आलीय. तिला साऱ्या घरादारानं स्वीकारलं पाहिजे, ही त्यांची इच्छा. त्यांनी मोठ्याने हाक मारली आणि म्हटलं, 'विमल, आमटी वाढ.' आई धीर धरून उठली. काकूने हातातलं आमटीचं पातेलं तिच्याकडे दिलं. माझी आई घरच्या पंगतीत वाढू लागली. त्या रात्री मला कुशीत घेऊन आई रडली. आपल्या थोरल्या दिराच्या या कृतीची आठवण आणि कृतज्ञता तिने आयुष्यभर सोन्यासारखी जपली.

माडगूळची आई (आमची आजी बनाबाई) बनुताई पुण्यात थोरल्या लेकाकडे राहायला आली की, अण्णा फार आनंदी असायचे. रोज संध्याकाळी तिच्यापाशी बसून सुख:दुखाच्या गोष्टी बोलायचे. तात्या रेडिओच्या कामातून वेळ काढून कधी तरी तिला भेटायला यायचे. माडगूळची आई अण्णांना 'धर्मराज' म्हणायची. तात्यांना म्हणायची, 'व्यंकटेशा, तुला काम असतं ठाऊक आहे, पण त्यातून वेळ काढून आईकडे येत जा रे बाबा. फार आठवण येते तुझी.'

पुढच्या पिढीकडून या दोघां बंधूंच्या खूप अपेक्षा होत्या. साहित्याच्या प्रांतात आपल्या मुलांनीही काही नेत्रोद्दीपक कामगिरी करावी, असं त्यांना वाटणं स्वाभाविकच होतं, पण माझ्या चुलतभावंडांनी 'कॉरूगेटेड बॉक्सेस'चा कारखाना सुरू केला. मी सुशिक्षित बेकार योजनेची मदत घेऊन 'होजिअरी मॅन्युफॅक्चरिंग'चा व्यवसाय करू लागले. उत्तम असं काही लेखनकौशल्य दाखवावं, घराण्याचं नाव अधिक उज्ज्वल करावं, हे सोडून पोरं असे काहीबाही उद्योग करतात, याचं दोघांनाही वैषम्य वाटे. वंश बुडाल्याइतकं दु:ख होई.

'पोरं डबडी बनवतात आणि ही कार्टी काही लेखन करेल वाटलं होतं, तर तिनं चिंध्या करणं सुरू केलं.' अण्णा एकदा वैतागून मित्राला म्हणाले.

'अरे, काही उत्तम वाचावं, लिहावं, ते सोडून फॅक्टऱ्या कसल्या काढताय?' तात्यांनी नाराजी व्यक्त केली.

'पपा, आम्ही 'बॉक्स मेकिंग'चा कारखाना सुरू करतोय. आज पूजा घालतोय.' असं सांगणाऱ्या थोरल्या लेकाला, श्रीधरला अण्णा म्हणाले, 'सुरू करा पण आमचे

आशीर्वाद नाहीत.'

या दोन्ही बंधूंच्या साहित्यावर उदंड प्रेम करणारे दोघांचेही रसिक मित्र गोविंद घाणेकर एकदा गहिवरून म्हणाले होते, 'मे युवर ट्राइब इन्क्रीज'; पण दोघांच्या वाट्याला पुढच्या पिढीकडून निराशाच आली. साहजिकच आहे, कारण 'निसर्ग प्रतिभावंताची एकच प्रत काढतो. दुसरी आवृत्ती कधीच निघत नाही.'

आठवायला लागलं की, आभाळात चांदणं फुलत जावं, तशा एक-एक आठवणी जाग्या होत जातात आणि हळूहळू असंख्य आठवणींनी मनाचं आभाळ भरून जातं. मंद, शांत आणि प्रसन्न प्रकाश पसरतो.

अथश्री नियतकालिक, दिवाळी (२००८)

समोरचे घर आणि समुद्राची लाट...

माझ्या मनात आले, 'जीवनाच्या अथांग समुद्रात आपणही छोटी लाटच नसतो का? मग फुटण्याचे निरर्थक दुःख कशासाठी? जीवन ईश्वरी वरदान आहे, एक आव्हान आहे. त्यातल्या दुःखासह, संकटांसह ते स्वीकारावं. त्याच्याशी सामना करावा... कारण जगणं ही नियती नव्हे, निर्मिती आहे....'

आमचं घर तसे भरवस्तीतच म्हणावे लागेल. शांत, एका बाजूला म्हणून घेतलेल्या घरासमोरच वाहता रस्ता झाला. आजूबाजूला घरे, इमारती झाल्या. आमच्या घरासमोरचा प्लॉट या भाऊगर्दीत कित्येक वर्षे रिकामाच होता. कुतूहल वाटे की, कोण असेल याचा जमीनदार?

बघता-बघता एक दुमजली टुमदार घर समोर उभे राहिले. बाजूला गराज – त्यात सुरेख गाडी. भोवताली बाग तयार होऊ लागली. एक रिटायर झालेले गृहस्थ, त्यांची ठणठणीत आवाजाची गोरी, दणकट पत्नी, तरुण देखणा मुलगा आणि त्याची नाजूक स्मित असलेली आनंदी चेहऱ्याची, चटपटीतपणे वावरणारी, निरागस दिसणारी पत्नी. मोठी छान आणि मोहक. मुंबईहून पुण्यात स्थायिक व्हायला आलेल्या या कुटुंबाशी औपचारिक ओळख झाली, पण समोरासमोर राहूनही ती फारशी कधी वाढली नाही. त्यांच्या घरात सारखे काही ना काही सण-समारंभ साजरे व्हायचे. अनेक माणसे, खूप आवाज, हशा, गप्पांनी समोरचा बंगला भरून जायचा. बंगल्याभोवतालची बाग मोहरत, फुलत गेली.

तरुणाचा व्यवसायही उत्तम चालू लागला असावा. स्वास्थ्य, आनंद, भरभराट त्या बंगल्यात बागेबरोबरच बहरू लागली. घरातून चिमणे बोल ऐकू येऊ लागले. काही वर्षांत तीन चिमुकल्या कळ्या त्या घरात डुलू लागल्या. त्यांचे करताना आईची त्रेधा उडू लागली. आजी-आजोबांना पूर्ण वेळ व्यग्र राहण्यासाठी रुणझुणणारे

चिमखडे कारण मिळाले. रविवारी मुलींचे वडील मुंबईहून येत आणि मग वृद्ध जोडप्याचा लाडका एकुलता एक लेक, तरुणीचा सखा आणि तीन लेकींचे बाबा आपल्या येण्याने बंगल्यातील सारे वातावरण शीतल, सुगंधी, सोनेरी करून टाकत. पुन्हा सोमवारी सकाळी तो व्यवसायासाठी मुंबईला निघे. सारे घर त्याला निरोप देई आणि त्याच्या परत येण्याचे वेध प्रत्येकाला लागत. चित्राच्या चौकटीतले चौकोनी सुखी, समाधानी, निर्मळ कुटुंब मी रोज पाहात होते. मधूनमधून एकमेकींची चौकशी करणे, माळी, मोलकरणींबद्दल चर्चा करणे, इतपत आमचा संवाद वाढला होता. एके दिवशी समोरचा तरुण व्यावसायिक गेटपाशी मला बघून थांबला. म्हणाला, 'फार छान कुत्रा आहे तुमचा. मलाही कुत्र्यांची फार आवड आहे. आमच्या बायकोला मात्र कुत्रा, मांजर असे प्राणी अजिबात आवडत नाहीत. तिला दुखवून काही करायला मला आवडत नाही. बघा! तुम्हाला तिचे मन वळवता आले तर? आणि मग कुत्रा घ्यायलाही तुम्हीच मदत करा.' तो मोठ्यांदा हसला. खळाळते, मोकळे आणि समुद्र फेसासारखे पांढरे स्वच्छ हसू. सुगंधाचा शिडकावा व्हावा, तसा वातावरणात प्रसन्नतेचा शिडकावा झाला.

श्रावणातली सुरेख निवांत सकाळ होती. समोरच्या गुलमोहरावर कोवळे सूर्यकिरण चकाकत होते. हवा छान होती. वाफाळलेल्या चहाचे घुटके घेत मी पेपर वाचत होते. रस्त्यावरून तुरळक एखादी रिक्षा-स्कूटर जात होती, बाकी सारे शांत होते. कुठून तरी मराठी अभंगाचे आकाशवाणीवरून प्रसारित होणारे सूर कानावर पडत होते.

अचानक समोर गडबड उडालेली जाणवली. भराभरा गाड्या, स्कूटर्स येऊ लागल्या. पाहता-पाहता गर्दी वाढू लागली. प्रत्येकाचा चेहरा गंभीर होता. एवढी गर्दी होती, पण हलक्या कुजबुजीशिवाय काही शब्द नव्हता. सारे वातावरण थिजलेले, हबकलेले, दबलेले होते. माझ्या वडिलांना अस्वस्थ वाटू लागले, म्हणून मी समोरच्या घरात जाऊन चौकशी करण्याचा विचार बाजूला सारून त्यांना गोळ्या दिल्या. त्यांच्या अंगाखांद्यावर हात फिरवत त्यांच्याजवळ बसून राहिले. काय घडले असावे समोरच्या घरात, याचा अंदाज येईना. काही काळाने घरी स्वयंपाकाला येणारी पिंकी आली आणि घाबऱ्या-घाबऱ्या म्हणाली,

'ताई, समोरचे ते लेले, डेक्कन क्वीनखाली गेले म्हणे.'

'ओऽऽऽ काय सांगतेस?' मी बधिर झाले.

घरचा कर्तासवरता तरुण पोरगा असा अचानक अपघाती गेला. सारे घर कोसळले. पाहावे तेव्हा त्या घरावर एक दडपणारी शांतता दिसू लागली. मी भेटायला गेले. आजोबा फार थकलेले दिसत होते. एका रात्रीत त्यांचे सारे केस पांढरेशुभ्र झाले होते. चेहऱ्यावरच्या सुरकुत्या खोल झाल्या होत्या. आजी झोपेतून

पूर्ण जागे न झालेल्या व्यक्तीसारख्या असंबद्ध बोलत होत्या, निरर्थक हातवारे करीत होत्या. चिमुकल्या पोरी भेदरलेल्या सशासारख्या मावशी, आत्या, काकूला चिकटल्या होत्या... आणि ती... तिला पाहून मी नखशिखांत हादरले. फिकटलेली, विस्कटलेली, थकलेली. डोळे मोठे आणि खोल गेलेले. मी होते, तोपर्यंत तिच्या चेहऱ्यावरचा एकही स्नायू हलला नाही.

एखाद्या चित्रपटातले दृश्य 'फ्रीज' व्हावे, हलती-चालती चित्रे एकदम गोठून जागच्याजागी थिजून राहावीत, तसे काहीसे समोरच्या घराचे होऊन गेले. कधी कसली जाग नाही, आवाज नाही. सारे उद्‌ध्वस्त, उदास, नि:शब्द. ती तरुण पोर तर असूर्यपश्याच झाली. कधी म्हणजे कधीच नजरेला पडेना; जणू मनाच्या घोर काळोखात वितळूनच गेली होती.

एक छोटी लाट होती. ती समुद्रात कधी उंच, तर कधी चिमुकली होत, आनंदात वेळ घालवायची. समुद्राचा ताजा श्वास, निखळ अथांगपणा उरात भरून घ्यायची. स्वत:च्या नादमय गाजेने आपल्याच लयीत पुढे जात राहायची.

स्वत:च्या आनंदात मग्न असलेल्या छोट्या लाटेला एके दिवशी अचानक दिसले की, तिच्यासमोरची लाट उंच उसळली आणि समुद्रकिनाऱ्याच्या एका काळ्याशार, अक्राळविक्राळ खडकावर आपटली. हजारो थेंब उधळले आणि क्षणार्धात लाटेच्या ठिकऱ्या-ठिकऱ्या झाल्या.

'अयायीऽऽग, किती भयंकर शेवट आहे हा. माझाही अंत असाच होणार!' छोटी लाट कळवळली.

तिच्यामागून दुसरी एक लाट आली. छोटी लाट फार-फार दु:खी झाली होती, अगदी पार खचून गेली होती. दुसऱ्या लाटेने विचारले, 'बाई गं! अशी दु:खी का? काही वेळापूर्वी मी तुला खूप आनंदात पाहिलं होतं.'

छोटी लाट मलूल आवाजात म्हणाली, 'बाई गं, काय सांगू? तुला आपलं भविष्य दिसत कसं नाही? आपण सगळ्याजणी माझ्यासमोर फुटलेल्या लाटेसारख्या नाहीशाच होणार एके दिवशी. किती भयानक गोष्ट आहे ही! कसलं हे आयुष्य! केवढ्या अभागी आहोत आपण!'

मागून आलेली दुसरी लाट म्हणाली,

'अगं वेडाबाई, तुझ्या लक्षात कसं येत नाही? तू लाट कुठे आहेस? तू तर समुद्राचाच भाग आहेस. काही काळापुरता तू फक्त एक आकार घेतला होतास. त्याआधी तू समुद्र होतीस आणि नंतरही समुद्रच आहेस.'

जीवन ईश्वरी वरदान आहे, एक आव्हान आहे. त्यातल्या दु:खांसह, संकटांसह ते स्वीकारावं. माझ्या मनात आले, जीवनाच्या अथांग समुद्रात आपणही छोटी लाटच नसतो का? मग फुटण्याचे निरर्थक दु:ख कशासाठी?

जीवन एक महान संघर्ष आहे, सारी शक्ती एकवटून विजयासाठी झुंजावं, कारण जगणं ही नियती नव्हे, तर निर्मिती आहे.

समोरच्या घराला हे सत्य समजले होते आणि हळूहळू ते पुन्हा एकदा साऱ्या शक्तींसह जीवन घडवण्यासाठी सिद्ध झाले होते.

साधना (७ फेब्रुवारी, २००९)

जीवनगाणे गात राहावे...

'गोठ्याचा स्वच्छ, सुंदर निसर्ग जपणारं एक लहानसं खेडं. मदिरागृह आणि मंदिर दोन्ही विपुल. नारळी-पोफळीची कुळागरं रस्ते आमनेसामने भेट घडवण्या इतपतच रुंद. अनोळखीपणा चटकन पुसून टाकणारे... इथलं जीवन शहरी झगमगाटापासून दूर. हव्यास नाही, मृगजळ नाही, धावणं नाही, फक्त पानांची सळसळ, समुद्राची गाज आणि इथल्या साध्या-भोळ्या लोकांच्या हृदयाची त्यात मिसळलेली स्पंदनं... इतकंच....'

हिरवागर्द – झिपऱ्या झाडांच्या कुशीमधून सापासारखी नागमोडी वळणे घेत जाणारा – काळाशार रस्ता – त्यावरून एका गाभुळल्या संध्याकाळी मी लोल्यात पोहोचले. गोमांतकातील सर्वसाधारण खेड्यासारखेच 'लोले' एक खेडे. आम्ही गावात पोहोचताच पोरेबाळे ओरडत गाडीमागे धावली. कुत्री भुंकत-भुंकत गाडीमागे लागली. घरांमधून बायाबापड्या डोकावल्या. उघड्या अंगांनी विड्या ओढत बसलेल्या बाप्यामाणसांच्याही नजरा कुतूहलाने आमच्याकडे लागल्या.

गाव तसा अगदी छोटा. जेमतेम शे-सव्वाशे उंबऱ्यांचा. सगळी घरे कौलारू. त्यांची रचनाही एकसारखी. अंगणाभोवती बांबूच्या काठ्यांनी उभारलेले कुंपण आणि प्रवेशद्वार. शेणाने सारवलेले नीटस अंगण, त्यावर माडाच्या बुंध्यांनी पेलेलेले झावळ्यांचे छप्पर. अंगणात कुंपणाच्या चार फूट दगडी भिंतींना बांधलेले, सारवलेले बसायचे कट्टे. चार पायऱ्या चढल्या की, घरात प्रवेश होई.

अंधारून आले होते. आभाळात चांदण्या चमकू लागल्या. घरे, झाडे चित्रासारखी निस्तब्ध झाली. आम्ही घरात गेलो. बाहेरच्या मानाने घरात जास्त अंधार होता. चिमण्यांच्या मंद प्रकाशात घरातली माणसे मी न्याहाळली. मोठ्या पोटाची उघडी पोरं खेळत होती. बायकांच्या अंगावर नऊवारी साड्या होत्या. गळ्यात डमरूच्या

आकाराचा सोन्याचा मणी असलेली मंगळसूत्रे, कपाळावर ठसठशीत कुंकू. हातातल्या बांगड्या त्यांच्या हालचालींना पार्श्वसंगीत देत होत्या. बांधे सडसडीत होते. साडी खराब होईल, या भीतीने मी शेणाच्या जमिनीवर बसायला जरा कचरले, तेवढ्यात एका मुलीने चटई अंथरली. समोर भिंतीचा आधार घेऊन गुडघे वर करून, त्यावर दोन्ही हातांची कोपरे ठेवून घरची कर्ती मोगाबाई निवांत बसली होती.

बसल्या जागेवरून स्वयंपाकघरातील धगधगती चूल दिसत होती. माशाच्या कालवणाचा वास आणि रटरटणाऱ्या भाताचा आवाज भूक चांगलीच चाळवत होते. बाहेर रस्त्यावर काही माणसे येत-जात असावीत. पायताणे, काठ्या वाजत होत्या. कोकणी भाषेतले बोलणे कानावर पडत होते. दारातून बाहेर रस्त्याच्या पलीकडे 'ताव्हेर्न' (दारूचा गुत्ता) घरातूनही नीट दिसत होता. दिवसभर शेतात राबणारी, नदीत मासे धरणारी, कासवे, शिंपल्या गोळा करणारी माणसे शीण घालवायला फेणी पीत बसली होती. मंद दिव्याचा छाया-प्रकाशाचा खेळ त्यांच्या चेहऱ्यावर चालू होता. शिलगावलेल्या सिग्रेटी, बिड्यांची हलणारी तांबड्या टोकांची लाल रत्ने उजळली होती.

अवघे साडेसात वाजले असावेत, अंधार गडद झाला. भाताचा भलाथोरला ढीग, नारळाच्या वाटणात केलेले माशाचे कालवण (कढी), तळलेले सांडगे, अमसुलाची कढी आणि कडक तळलेले छोटे मासे, असे सुग्रास जेवण झाले- अगदी यथेच्छ झाले.

वातावरण अगदी शांत होते. पानांच्या सळसळीचा आवाज आणि समुद्राची एक लयीतली गाज यांचे संगीत स्पष्ट ऐकू येत होते. चांदणी रात्र होती. माझ्या नवऱ्याच्या मावशीला भेटायला आम्ही मुंबईहून आलो होतो. मोगा ऊर्फ ताईमावशी अंगाने काटक होती, पण आयुष्यभर नवऱ्याच्या मागे तिने एकटीने जमीन कसली. दया आणि सुगंधा ही दोन मुले वाढवली. सुगंधा गावातच सासरी नांदत होती. दयाचे मायाशी लग्न झाले. तिला दोन-तीन पोरे झाली होती. काबाडकष्ट करून ताईमावशी पार थकली होती. नवरा तिच्या उशाशी बसून बोलत होता. वाळून काठीसारखी कृश झालेली ताईमावशी त्याच्या पाठीवरून हात फिरवत हसून म्हणाली, 'मुकुंदा कसा आहेस?' तिच्या बोलण्यात कुठली तक्रार नव्हती, तब्येतीची, दुखण्याची खंत नव्हती. आयुष्य आहे, तसे स्वीकारायचे हे निसर्गदत्त शहाणपण तिच्यापाशी होते. सून प्रेमाने तिची उस्तवार करत होती. लेकाने औषधाची गोळी तोंडात सारून घोटभर पाणी पाजले.

सुरेख विणलेल्या जाड चटया व उशी अशी अंथरुणे ओळीने घातली गेली. पक्ष्यांसारखी सगळी हारीने झोपली.

सकाळी धुराच्या वासाने जाग आली. सहाचा सुमार, पुरुष-बायका शेतावर

निघाल्या होत्या. मी परसदारी आले. कंबरेच्याही वर पोहोचेल एवढ्या उंच खराट्याने माया अंगण लोटत होती. प्रचंड चुलवणावर एक माणूस आरामात बसेल, एवढा हंडा होता. मायाची जाऊ विहिरीचे पाणी काढून त्यात भरत होती. पाणी तापत होते. अंघोळीसाठी नारळाच्या झावळ्यांचा आडोसा आणि प्रातर्विधीसाठी मागची झाडी.

अंघोळी झाल्यावर कडक बटर आणि चहा घेऊन दया भाटात निघाले. माझा नवरा त्यांच्याबरोबर गेला. घरात मावशी, पोरं-टोरं, दोन कुत्री, एक मांजर एवढाच परिवार राहिला. सुनेने विहिरीचे पाणी काढून भरून ठेवले. कुळगारातल्या दगडावर कपडे धुतले.

मीही मॉर्निंगवॉकला बाहेर पडले. नारळ-पोफळामधून येणारा वारा सुखवून थेट पुढे निघून जात होता. वर निळे-निळे आकाश आणि सभोवती नजर टाकावी, तर पाहावे तिकडे पोपटलेली भातशेती डोळ्यांना सुखद गारवा देत होती.

सकाळची कोवळी उन्हं पसरली. चिमण्यांचा कलकलाट वाढला. गावातली महत्त्वाची केंद्रे म्हणजे किराणाचे दुकान, पोस्टाची कचेरी आणि देऊळ.

गोव्यात महादेवाची अनेक देवळे आहेत. 'मंगेश' हे गोव्याचे आराध्य दैवत. देवळांची रचना फार सुरेख. भव्य आयताकृती सभामंडपात दोन-चार रिकामी माणसे खांबांना पाठी देऊन निवांत बसली होती. कामाची माणसं शेतावर गेली होती. बिनकामाची मंडळी देवळाच्या परिसरात तर कुणी देवळाच्या पायरीवर गप्पा छाटत होती. बाहेरच्या झाडावर पोपटांचा थवा कलकलाट करत होता.

गावात जागोजागी मदिरागृहे होती. छोटासा गाव पण त्यामानाने बरीच मदिरागृहे (ताव्हेर्न) होती. तिथे बाप्येगडी आनंद करत होते, बोलत होते. गोव्याची कोकणी भाषा कानावर आदळत राहते, कानांना सुखद मृदू वाटत नाही.

मी रस्त्यातून चालले होते. घरांची रचना रस्त्यांच्या दुतर्फा अशी होती की, बहुतेकवेळा माणसांना समोरासमोर यावे लागे, त्यामुळे गावात आलेला वाटसरू, पाव्हणा यांच्या नजरेखालून नक्कीच जायचा. घरावरल्या वेली फुललेल्या होत्या. घरच्या वृद्ध, जाणत्या स्त्रिया घराबाहेर इकडे-तिकडे न्याहाळत बसल्या होत्या. इथं प्रत्येक जण निभ्रांत होता. गोव्याच्या भाषेत 'सुशेगाद' होता. वाट्याला आलेले जीवन तक्रार न करता आनंदाने जगू पाहणारा होता.

देवळापासच्या पारावर बराच वेळ बसून मी झावळ्या सावरत उभ्या असलेल्या नारळी-पोफळींची कुळागरे पाहिली. घरांमागे प्रत्येकाचे कुळागर. त्यात रसरशीत केळी पानांचा पसारा सावरून उभ्या होत्या. अबोली, मोगरा, रंगगंधांची उधळण करत होते. सुपाऱ्यांची झिप्री झाडे अंगावर मिरीचे आणि नागवेलींचे वेल लपेटून उभी होती. तांबड्या कौलांची घरे आणि त्यांना हिरव्यागार निसर्गाची आरास. एका माडांच्या रांगांमधून हिंडताना उंच झाडावर सहजपणे वानरासारखी चढणारी माणसे

दिसली. कमरेला कोयता बांधून ती सरसर बुंधा चढून ३०/४० फूट चढत होती. झाडाला उंचावर मडके बांधलेले होते, त्याला खाचा मारून मडक्यात जमलेली ताडी घेऊन सराईतपणे जमिनीवर येत होती. यांना 'रेंदेर' म्हणतात आणि नारळ काढणाऱ्यांना 'तोडकार'.

फिरणे आटोपून परतले. दहाचा सुमार होता. भाताची पेज, तोंडी लावायला खारावलेली कैरी आणि भाजलेला पापड. ही पेज 'उकडा तांदूळ' या लालसर तांदळाची करतात. हा तांदूळ भरपूर पाण्यात चांगला तास-दोन तास शिजवतात. पाण्यासह शिजलेली शिते, असा पातळ पदार्थ म्हणजे 'पेज.'

दुपारी जेवण. त्यात फणसाच्या पानांचे द्रोण तयार करून त्यात उकडलेल्या भल्याथोरल्या इडल्या ऊर्फ 'इट', भात, कच्च्या फणसाची वा नीरफणस या फणसाच्याच छोट्या भावंडाची भाजी आणि माशाचे कालवण (कढी)! भांड्याचा ढीग धुवायला पुन्हा सुनेने कुळागार गाठले. सगळे काही न कुरकुरता, न त्रागा करता हसतमुखाने ती करत होती. सकाळपासून जमिनीला पाठ लागेपर्यंत कामाचे ढीग उपसत होती.

संध्याकाळी पोरे घरी परतली. शांत घरात कालवा झाला. रडणे, ओरडणे, भांडणे, दंगा यात पोरांची जेवणे सुनेने यथासांग पार पाडली. मोठ्यांचीही जेवणे झाली.

गलका निवला. पोरे पाखरासारखी चिडीचिप निजली. घरात आणि बाहेर काळोखाने पांघरूण घातले. त्या मिट्ट काळोखातही रस्त्यावर थोडा वावर चालू होता. मला वाटले, डोळ्यांना न दिसणारा रस्ता त्यांच्या पायांना नेमका उमगत होता. मी अंथरुणावर आडवी झाले.

लोल्यातले आठ दिवस फार लवकर संपले. सगळ्यांचा निरोप घेऊन आम्ही परतीच्या प्रवासाला लागलो. मनात आले; प्रतिष्ठा, संपत्ती, सुख, यामागे सतत धावत राहायचे, जराही उसंत नाही, कारण मागचा आपल्या पुढे जाईल ही भीती. असे सतत घाईत जगून आपण आयुष्य घालवतो. शहराच्या बेगडी झगमगाटाने दिपून जातो. कुठलातरी एखादा हव्यास कवटाळतो आणि मृगजळामागे धावत राहतो; त्या ऐवजी निसर्गाच्या स्पंदनांशी आपल्या हृदयाची स्पंदनं जुळवावीत. त्या तालावर रमावे, झुलावे, आनंदाचे गाणे गावे. निसर्गाचाच एक भाग होऊन लोल्यातल्या लोकांसारखे निर्भर जिणे जगावे, कारण निसर्गाइतके शुद्ध, रमणीय, भव्य दुसरे काहीच नाही, याची जाणीव अशा ठिकाणीच होते.